சம்

நவீன இத... ...படு

சைபர் சிம்மன் (இரா. நரசிம்மன்)

சுயேட்சை பத்திரிகையாளர், தொழில்நுட்ப வலைப்பதிவாளர். இதழியல் துறையில் 20 ஆண்டுகளுக்குமேல் அனுபவம் உள்ளவர். இணையம், தொழில்நுட்பம், நிதி, வணிகம் உள்ளிட்ட துறைகள் சார்ந்து எழுதிவருகிறார். 'தமிழ் இந்து', 'தினமலர்' (நிதி), 'புதிய தலைமுறை', 'விகடன்.காம்' உள்ளிட்ட இதழ்களில் எழுதிவருகிறார். இணையம் சார்ந்த நவீன போக்குகள் மற்றும் புதிய தொழில்நுட்பங்களை எளிய மொழியில் அறிமுகம் செய்யும் இவரது தளத்தை (cybersimman.com) நெட்டிசன்களின் விக்கிபீடியா என 'தமிழ் இந்து' இணைய பதிப்பு பாராட்டியுள்ளது. முன்னதாக மாலைச்சுடர், இந்தியா டுடே தமிழ் உள்ளிட்ட இதழ்களில் பணியாற்றியுள்ளார்.

மொபைல் ஜர்னலிசம்

நவீன இதழியல் கையேடு

சைபர் சிம்மன்

கிழக்கு

மொபைல் ஜர்னலிசம்
Mobile Journalism

Cyber Simman ©

First Edition: September 2019
216 Pages
Printed in India.

ISBN: 978-93-5135-026-2
Kizhakku 1163

Kizhakku Pathippagam
177/103, First Floor, Ambal's Building, Lloyds Road,
Royapettah, Chennai - 600 014. Ph: +91-44-4200-9603
Email : support@nhm.in Website : www.nhm.in

kizhakkupathippagam kizhakku_nhm

Author's Email: enarasimhan@gmail.com

Website: www.cybersimman.com

Kizhakku Pathippagam is an imprint of New Horizon Media Private Limited

சமர்ப்பணம்

இதழியலை மக்கள் நலன்,
மாற்றத்திற்கான வழியாகக் கருதி,
அந்த நம்பிக்கையுடனும்
ஊக்கத்துடனும் செயல்பட்ட
மறைந்த பத்திரிகையாளரும், நண்பருமான
(எம்.யு.ஜே. தலைவர்) மோகன் நினைவுகளுக்கு...

உள்ளே

என்னுரை

இது எனது ஐந்தாவது புத்தகம். இதற்கு முன்னர் வெளிவந்துள்ள நான்கு புத்தகங்களுமே இணையம், தொழில்நுட்பம் தொடர்பானவை. கிழக்கில் வெளியான, டிஜிட்டல் பணம் புத்தகம் மொபைல் பணத்தை மையமாகக் கொண்டு ரொக்கமில்லா சமூகத்தின் சாத்தியங்கள் பற்றிப் பேசுவது. பத்திரிகைகள், நாளிதழ்கள், இணையதளங்களில் நான் எழுதி வரும் கட்டுரைகள், பத்திகள், தொடர்களும் பெரும் பாலும் இணையம், தொழில்நுட்பம் சார்ந்தவையே.

இதழியல் தொடர்பாக நான் எழுதும் முதல் புத்தகம் இது. எந்தவிதத் திட்டமிடலும் இல்லாமல் தானாக அமைந்திருக்கிறது. போலீஸ் செய்தி, சுதேசமித்ரனில் துவங்கி, மாலைச்சுடர், இந்தியா டுடே தமிழ் எனப் பல்வேறு ஊடகங்களில் பணியாற்றிய நிலையில் தற்போது சுயேட்சை பத்திரிகையாளனாகவும், தொழில்நுட்ப வலைப்பதிவாளனாகவும் இயங்கிக்கொண்டிருக்கும் நிலையில், இடையே லயோலா கல்லூரியில் கவுசல் கேந்திரா பிரிவில், டிஜிட்டல் இதழியல் மாணவர்களுக்கு கௌரவ விரிவுரையாளராக பாடம் நடத்தும் வாய்ப்பு கிடைத்தது.

டிஜிட்டல் இதழியலில், நியுமீடியா ஸ்டடீஸ் எனும் பாடத்தை முதல் முறை கையாண்டபோது, முற்றிலும் புதிய கண் திறப்பாக அமைந்தது. இணையம், தொழில்நுட்பம் தொடர்பாக இருபது ஆண்டுகளுக்கும் மேலாக வாசித்தும் எழுதி வருபவன் என்ற முறையில், இத்துறைகளில் நல்ல அறிமுகமும் பரிச்சயமும் இருந்தாலும், புதிய ஊடகம் எனும் பரப்பின் கீழ், இந்த

இரண்டையும் பார்க்க நேர்ந்தது தொழில்நுட்பம், ஊடகம் இரண்டு தொடர்பாகவும் புதிய புரிதலை அளித்தது. புதிய ஊடகம் தொடர்பான கேள்விகளும், தேடலும் எல்லாவற்றையும் புதிய வெளிச்சத்தில் நோக்க வைத்தது.

இதன் தொடர்ச்சியாக மொபைல் ஜர்னலிசம் எனும் செல்பேசி இதழியலுக்கான வகுப்பு எடுத்தபோது இன்னொரு கண் திறத்தலாக அமைந்தது. அதற்கு முன்னரேகூட, செல்பேசியை மாற்றத்திற்கான சாதனமாகக் கருதி தொடர்ந்து கவனித்து வந்திருக்கிறேன் என்றாலும், நவீன செல்பேசியானது இதழியலின் மையமாகலாம் என்பதும், இது தொடர்பாக உலகம் முழுவதும் நடைபெற்று வரும் முன்னோடி முயற்சிகளும், செல்பேசி இதழியலின் முக்கியத்துவத்தை உணரவைத்தது.

இதன் பயனாக, செல்பேசி இதழியலின் முக்கியத்துவத்தையும், இதழியல் உலகம் அதை நோக்கியே முன்னேறிக் கொண்டிருப்பதை யும் உணர்த்த விரும்பியதன் விளைவே செல்பேசி இதழியலுக்கான இந்தக் கையேடு.

செல்பேசியில் இருந்தே செய்தி சேகரித்து, அதிலிருந்தே வெளியிடு வதற்கான வாய்ப்பு இதழியலில் புதிய கதவுகளைத் திறந்து விட்டிருக்கிறது. ஏற்கெனவே ஆன்லைன் இதழியலின் எழுச்சியில், முதலில் டிஜிட்டல் எனும் கோஷம் செய்தியறைகளில் கேட்கத் துவங்கியிருக்கும் நிலையில், செல்பேசி இதழியலில் முதலில் மொபைலில் என பேச வைத்துள்ளது.

அதே நேரத்தில், பெரும்பாலானோர் கைகளில் செல்பேசி இருப்பதும், அதில் படம், வீடியோ எடுத்து சமூக ஊடகங்களில் பகிர்ந்து கொள்ளும் வாய்ப்பு உண்டாகியிருப்பதும், செல்பேசி சார்ந்த கதை சொல்லல் மூலம் செல்பேசி பயன்பாட்டை ஆக்கப்பூர்வ மாகப் பயன்படுத்திக்கொள்ளலாம் என்பதையும் உணர்த்துகிறது. குறிப்பாக, படம் எடுப்பது தொடர்பான அடிப்படை தொழில்நுட்பம், கதை சொல்லல் உத்திகள் சாமானிய மக்களுக்குத் தங்கள் கையில் உள்ள சாதனத்தின் ஆற்றலை இன்னும் சிறப்பாகப் புரிந்துகொள்ள உதவும் என்ற எண்ணமும் உண்டானது.

இந்தச் சூழலில், செல்பேசி இதழியலுக்கான வழிகாட்டி நூல் ஊக்கம் தேவை எனும் உந்துதல் அடிப்படையில் இந்தப் புத்தகத்தை எழுதியிருக்கிறேன். இது ஒரு அடிப்படை வழிகாட்டி நூல் மட்டுமே. செல்பேசி இதழியலின் தோற்றம், அதன் அடிப்படை அம்சங்கள் மற்றும் இந்தத் துறையின் முன்னோடி முயற்சிகளை

இந்தப் புத்தகம் விவரிக்கிறது. செல்பேசியை எப்படி எல்லாம் பயன்படுத்திக் கொண்டிருக்கிறார்கள் என்பதை ஊக்கம் தரும் உதாரணங்களுடன் சுட்டிக்காட்டி, இப்படியெல்லாம் செல்பேசியைப் பயன்படுத்தலாம் என சுட்டிக்காட்டும் முயற்சியாகவும் இது அமைகிறது.

இந்தப் புத்தகம் தொடர்பான எண்ணம் உருவாக முக்கிய காரணமாக அமைந்த, லயோலா கல்லூரி கவுசல் கேந்திரா பிரிவில் டிஜிட்டல் இதழியல் பாடம் எடுக்க வாய்ப்பளித்த துறை தலைவர் மாலினி அவர்களுக்கும், என்னைப் பரிந்துரைத்த சக பத்திரிகையாளரும், தற்போது டிஜிட்டல் இதழியல் துணை பேராசிரியருமான செந்தில் குமாருக்கும் என் மனமார்ந்த நன்றிகள். என்னுடைய செல்பேசி இதழியல் மாணவர்களையும் நன்றியோடு நினைத்துப்பார்க்கிறேன். இந்த நூல் எழுதும் போது வாசித்து ஊக்கம் அளித்த நண்பர் சரா சுப்பிரமணியத்திற்கும் விசேஷ நன்றி. இதழியலில் என்னை ஊக்குவித்து வழிகாட்டிய மாலைச்சுடர் ஆசிரியர் சுப்பிரமணியத்திற்கும் நெஞ்சார்ந்த நன்றிகள். நூலாக வெளியாக வழி செய்துள்ள கிழக்கு பதிப்பகத்திற்கும் மனமார்ந்த நன்றி. இதன் பல பகுதிகளை வெளியிட்ட நியூஸ் டிஎம் தளம், செல்பேசி இதழியல் தொடர்பான அறிமுகக் கட்டுரையை வெளியிட்ட புதிய தலைமுறை கல்வி இதழுக்கும் நன்றி.

சைபர் சிம்மன்

செல்பேசி: 96770 58746

மோஜோ - மொபைல் ஜர்னலிசம்

1

'மோஜோ' - ஓர் அறிமுகம்

இதழியல் துறையில் புதிதாக ஓர் அலை வீசிக்கொண்டிருக்கிறது. மோஜோ என அதற்கு பெயர். எங்கும் நிறைந்து வியாபித்திருக்கும் செல்பேசிகள்தான் அதன் மையமாக இருக்கிறது.

இந்த மோஜோ அலை பத்தாண்டுகளுக்கு முன்னரே மையங் கொண்டு விட்டாலும் அதன் ஆர்ப்பரிப்பை இப்போதுதான் வலுவாகக் கேட்க முடிகிறது. இனி வருங்காலத்தில் இது, இதழியலில் பெரும் மாற்றத்தை ஏற்படுத்தும் என எதிர்பார்க்கப்படுகிறது. இதற்கான அறிகுறிகளும், சான்றுகளும் இப்போதே இதழியலில் தோன்றத் தொடங்கிவிட்டன.

ஆனால் மோஜோ அலை சீற்றமெடுத்து இதழியல் கப்பல்களையோ, படகுகளையோ, தோணிகளையோ கவிழ்க்கப்போவதில்லை. மாறாக அவற்றை வழி நடத்தி முன்னோக்கி அழைத்துச்செல்ல இருக்கிறது. புதிய எல்லைகளை ஏற்படுத்தி, வாசகப்பரப்பை நவீன கதை சொல்லும் களமாக விரிவடையச் செய்யக்கூடியதாக இருக்கிறது. இன்னும் நிறைய மாயங்களையும், மாற்றங்களையும் எதிர்பார்க்கலாம் எனும் நம்பிக்கையை மோஜோ உண்டாக்கி இருக்கிறது.

வாருங்கள் மோஜோ அலையில் நாமும் சங்கமிக்கலாம்.

மோஜோ என்றால் என்ன?

மொபைல் ஜர்னலிசம் என்பதன் சுருக்கமே மோஜோ எனப்படுகிறது. தமிழில் 'செல்பேசி இதழியல்' அல்லது 'உலாபேசி இதழியல்' எனக்கொள்ளலாம். அதாவது செல்பேசி மூலம் செய்தி சேகரிப்பது மற்றும் வெளியிடுவது ஆகியவற்றைக் குறிக்கும். செய்தி எனும்போது இங்கே வெறும் வரி வடிவிலான செய்தியை மட்டும் குறிப்பிடவில்லை. ஆடியோ, வீடியோ, புகைப்படம், செய்தி விளக்கம் என எல்லாம் ஒருங்கிணைந்த பல்லூடகத் தன்மையையே (மல்டிமீடியா) இங்கே குறிப்பிடப்படுகிறது.

அதேபோல செய்தி வெளியீடு எனும்போது, செய்திகளை ஊடக நிறுவனத்திற்கு அனுப்பி வைப்பதை மட்டும் குறிக்கவில்லை, செய்தி சேகரித்த இடத்தில் இருந்தே அதை ஒளிபரப்புவதையும் குறிக்கிறது. இது நேரடி ஒளிபரப்பாகவும் இருக்கலாம் என்பதுதான் இன்னும் அற்புதம். அதனால்தான் மோஜோ முன்னோடிகள் இதன் சாத்தியங்களைக் கொண்டாடுகின்றனர். புதிதாக மோஜோ பக்கம் வந்தவர்கள் இதை முழுமையாகப் பயன்படுத்திக்கொள்ள ஆர்வம் காட்டுகின்றனர்.

மோஜோவில் இன்னொரு முக்கியமான விஷயமும் இருக்கிறது. மோஜோ செய்திகளுடன் நின்றுவிடவில்லை. அன்றாட செய்திகள், உடனடி செய்திகள் ஆகியவற்றைக் கடந்து இது டிஜிட்டல் கதை சொல்லலாகப் பரிணமிக்கிறது. யுத்த பூமியின் சோக கீதங்களையும், அகதிகளின் அவலங்களையும் ஆவணப்படங்களாக்கவும், சாமானியர்களையும், அவர்களின் மனிதநேயக் கதைகளையும் டிஜிட்டல் பதிவுகளாக்கவும் இது வழி செய்கிறது. படைப்பூக்கம் கொண்ட இதழாளர்களை மோஜோவின் இந்தப் பரிமாணம் முழுவதுமாக ஆட்கொண்டிருக்கிறது. இந்த உற்சாகத்தோடு புதிய வடிவங்களில் கதை சொல்லலில் ஈடுபட்டிருக்கின்றனர் இதழாளர்கள். இவை இதழியலின் எல்லையை விரிவுபடுத்திக் கொண்டிருக்கிறது.

லேப்டாப், டிஜிட்டல் காமிரா, ஒலிபெருக்கி, டிவி காமிரா, இன்னும் பல விலை உயர்ந்த சாதனங்கள் எதுவுமே வேண்டாம், செயல்திறன் மிக்க செல்பேசி கையில் இருந்தால் போதும். எந்த இடத்தில் இருந்தும் செய்திகளையும், நிகழ்வுகளையும் பதிவு செய்து வெளியிடலாம் என்பதுதான் மோஜோவின் அடிப்படை. எப்போதும் பாக்கெட்டிலேயே இருப்பதும், எங்கு சென்றாலும் எடுத்துச் செல்லக்கூடியதும் செல்பேசியின் தனித்தன்மையாக இருக்கின்றன. இந்தத் தன்மையே செல்பேசி மூலமான செய்தி சேகரிக்கும் செல்பேசி இதழியலை ஆற்றல் மிக்கதாக மாற்றியிருக்கிறது.

இந்தத் தன்மையை உணர்ந்தவர்கள் செல்பேசி இதழியலில் ஈடுபாடு காட்டி வருகின்றனர்.

சாதாரண செல்பேசிகள், படம் எடுப்பது, ஆடியோ மற்றும் வீடியோக்களை பதிவு செய்யும் ஆற்றல் கொண்ட ஸ்மார்ட் போன்களாக பரிணமித்தபோதே அவை எல்லாம்வல்ல இதழியல் சாதனங்களாக ஆகிவிட்டன. இணைய வசதி, அதிக செயல்திறன் மற்றும் விதவிதமான பணிகளை நிறைவேற்றக்கூடிய எண்ணற்ற செயலிகள் ஆகியவை சேர்ந்து நவீன செல்பேசிகளை இதழாளர் களுக்கான ஒற்றைச் சாதனமாக உருவாக்கி இருக்கின்றன. இது இதழியலுக்கு எத்தனை பெரிய வரப்பிரசாதம்!

இதழியல் மட்டும் அல்ல, இதழியலிலும், கதை சொல்லலிலும் ஆர்வம் கொண்ட எவருக்குமே வரப்பிரசாதம்தான். சாமானியர்கள் பலரும் இந்த ஆற்றலை உணர்ந்து செல்பேசி இதழியலில் முழு மூச்சுடன் ஈடுபட்டு வருகின்றனர். கையில் இருக்கும் கருவி செய்தி சேகரிப்பில் கைகொடுக்கிறது என்றால், ஊடக தயவு இல்லாம லேயே அந்தக் கதைகளை பகிர்ந்துகொள்ள சமூக ஊடகங்களில் பகிர்ந்துகொள்ள முடிகிறது. அவற்றில் நேர்த்தியான கதைகள் இணைய உலகில் வைரலாகி பெரும் தாக்கத்தையும் ஏற்படுத்து கின்றன. சரியான நேரத்தில், சரியான இடத்தில் எடுக்கப்பட்ட படங்களும் உடனடி செய்திகளாகி கவனத்தை ஈர்க்கின்றன.

எத்தனையோ துறைகளில் செல்போன் தலைகீழ் மாற்றத்தை ஏற்படுத்தியிருப்பதுபோலவே இதழியலிலும் பெரும் தாக்கத்தை ஏற்படுத்தியிருப்பதன் அடையாளம்தான் மோஜோ எனப்படும் செல்பேசி இதழியலின் எழுச்சி.

செல்பேசி இதழியல் என்பது புதுமையான, முன்னோடியான முறையில் இதழியலில் ஈடுபடுவது என்கிறது செல்பேசி இதழியலுக்கான 'அல்ஜஸிரா கையேடு'. செல்போனை ஆயுதமாகக் கொண்டு இதழாளர்கள் குறித்த நேரத்தில் பாதுகாப்பான முறையில் எந்தச் செய்தியையும் சேகரிக்க முடிகிறது என அந்தக் கையேடு மேலும் குறிப்பிடுகிறது. இதழாளர்கள் எதிர்கொள்ளக்கூடிய தடைகள் மற்றும் வரம்புகளை எதிர்கொள்ள வழி செய்வது செல்பேசி இதழியலின் குறிப்பிடத்தக்க சாதகம் என்றும் இந்தக் கையேடு குறிப்பிடுகிறது. இது கருத்துச் சுதந்திரத்திற்கும் வலு சேர்க்கிறது.

அல்ஜஸிரா தொலைக்காட்சி செய்தியாளர்கள் செல்பேசி மூலம் செய்தி சேகரிப்பின் பலனை நடைமுறையில் உணர்ந்ததன் அடிப்படையிலேயே இந்தக் கையேடு உருவாக்கப்பட்டுள்ளது என்பதை இங்கே மனதில்கொள்ள வேண்டும்.

செல்பேசியை மட்டுமே வைத்துக்கொண்டு செய்தி சேகரிப்பில் இதழாளர்கள் ஈடுபடும் விதத்தில் அரங்கேறி வரும் புரட்சி மேலும் வேகம் பெற்றுவருவதாக, ஆசிய பிராந்தியத்திற்கான செல்பேசி கையேட்டின் அறிமுக வரிகளில் இத்துறை முன்னோடிகளில் ஒருவரான ஸ்டீபன் குவின் குறிப்பிடுகிறார். 'மோஜோ எனப் பிரபலமாக அழைக்கப்படும் செல்பேசி இதழாளர், செல்பேசியை மட்டும் வைத்துக்கொண்டு எங்கிருந்து வேண்டுமானாலும் செய்தி சேகரித்து வெளியிடலாம்' என்கிறார் அவர்.

தொழில்நுட்ப முன்னேற்றம் செல்பேசி இதழியல் எனும் புதுவகையான இதழியலுக்கு வித்திட்டிருப்பதாக ராய்ட்டர்ஸ் செய்தி நிறுவனத்தின் செல்பேசி இதழியல் தொடர்பான ஆய்வறிக்கை தெரிவிக்கிறது. செல்பேசி இதழியலுக்கான வரையறை வேறுபட்டாலும், களத்தில் தனியே செல்பேசியை மட்டும் வைத்துக்கொண்டு செய்தி சேகரிப்பில் ஈடுபடுபவர்கள் செல்பேசி இதழாளர்களாகக் கருதப்படுவதாகவும் தெரிவிக்கப்பட்டுள்ளது.

கடந்த பல ஆண்டுகளாக செய்தி நிறுவனங்கள் தங்கள் செய்தி அறைகளில் செல்பேசி இதழியலை இணைத்துக் கொண்டிருப்ப தாகவும், செய்தி நிறுவனங்கள் புதிய பல்லூடக இதழாளர்களை நியமிக்கின்றன அல்லது ஏற்கெனவே உள்ளவர்களுக்கு செல்பேசி இதழியல் பயிற்சி அளிப்பதாகவும் இந்த அறிக்கை தெரிவிக்கிறது. தனிநபர் இதழாளர்களை நியமிப்பது செலவை மிச்சமாக்கும் செயலாக அமைவதால் இது பொருளாதார நோக்கிலான நடவடிக்கையாக அமைவதாகவும் குறிப்பிடப்பட்டுள்ளது.

செல்பேசி இதழியலின் நடைமுறை சாத்தியங்களையும், அவசியத்தையும் எளிதாகப் புரிந்துகொள்ளலாம். அரசியல் மாநாட்டிலோ, விளையாட்டுப் போட்டியிலோ செய்தியாளர் ஒருவர் செல்பேசி மூலமே அரசியல் தலைவரையோ, விளையாட்டு நட்சத்திரத்தையோ பேட்டி கண்டு வெளியிட முடிவது முற்றிலும் புதிய சாத்தியம்தானே. அந்த நபர் செய்தியாளராகத்தான் இருக்க வேண்டும் என்ற அவசியம் இல்லை, சாமானியர் ஒருவர்கூட செல்பேசியில் முக்கியமான கருத்தை பேட்டி எடுத்து வெளியிடலாம். போக்குவரத்து நெரிசலின் நடுவே விஐபியின் வாகனம் மட்டும் நிற்காமல் சென்றால் அந்தக் காட்சியை செல்போனில் படம் பிடித்து வெளியிடுவதும் செல்பேசி இதழியலுக்கான உதாரணம்தான்.

இதழியல் நோக்கில் பார்க்கும்போது, நவீன ஆற்றல் கொண்ட செல்பேசிகள்மூலம் செய்தி வெளியீட்டில் ஈடுபடுவது எல்லையில்லா புதிய சாத்தியங்களுக்கான அடையாளம் என்றால்,

இன்னொரு பக்கத்தில் பார்க்கும்போது இது தவிர்க்க இயலாத மாற்றமாகவும் அமைவதை புரிந்துகொள்ளலாம். செல்பேசிகளின் எண்ணிக்கையும், பயன்பாடும் அதிகரித்திருக்கிறது. மக்கள் செல்பேசி வாயிலாக இசை கேட்கின்றனர். பொழுதுபோக்கு வசதிகளை அணுகுகின்றனர். செய்திகளையும் பெரும்பாலானோர் செல்பேசி மூலமே அணுகுகின்றனர். இந்த மாற்றத்திற்கு ஊடகங்கள் ஈடுகொடுக்க வேண்டும் எனில், செய்தி வெளியீட்டிற்கும் செல்பேசிகளை பயன்படுத்தவேண்டிய அவசியம் ஏற்பட்டுள்ளது. அதுமட்டும் அல்லாமல், இளம் பயனாளிகள் காணொலி வடிவிலான செய்திகளையே அதிகம் நாடுகின்றனர். இக்கால தலைமுறை வாசகர்களைச் சென்றடைய வேண்டும் என்றால் ஊடகங்கள் காணொலியை உள்ளடக்கிய பல்லூடக வடிவில் செய்திகளை வழங்க வேண்டும். செல்பேசி சார்ந்த உள் அடக்கம் இதற்கு கச்சிதமாகப் பொருந்துகின்றன. கால் மணி நேர செய்தி அறிக்கையைவிட, சுவாரஸ்யமான 2 அல்லது 3 நிமிட காணொலி செய்திகள் அதிகம் விரும்பப்படுகின்றன.

இதுவரை இல்லாத வகையில் செய்திகளை தேடிச்சென்று புதியவகை கதைகளைச் சொல்வதற்கான வாய்ப்பாகவும் இது இதழாளர்களுக்கு அமைகிறது.

இன்னும் இரண்டு விஷயங்கள் செல்பேசி இதழியலுக்கான முக்கிய அம்சமாக அமைகின்றன. ஒன்று, செல்பேசி வைத்திருக்கும் சாமானியர்கள் செய்தி நிகழும் இடங்களில் இருந்து உடனடியாக படம் பிடித்து அவற்றை சமூக ஊடகங்களில் பகிர்ந்து கொள்கின்றனர். புதிய ஊடக யுகத்தில் எல்லோரும் செய்தியாளர்கள் எனும் கருத்தாக்கத்தை செல்பேசிகள் புதிய உச்சத்திற்குக் கொண்டு சென்றுள்ளன. எனவே இணைய பரப்பில் எப்போதும் செய்திகள் வெளியிடப்பட்டுக்கொண்டே இருக்கின்றன. செய்திகளை வெளியிடும் உரிமை தங்களுக்கே சொந்தம் எனும் கடந்த கால இதழாளர்களின் இறுமாப்பு என்றோ தகர்ந்துவிட்டது. இந்நிலையில் செய்தியாளர்கள் வழக்கமான செய்தி சேகரிப்பு முறைகளோடு முடங்கி நின்றுவிடமுடியாது. அவர்கள் புதிய முயற்சிகளுக்கு தயாராக இருக்கவேண்டும். போராட்டக் களமோ, பேரிடர் பகுதியோ இதழாளர்கள் செல்பேசியுடன் களத்தில் இறங்கி பல்லூடகத் தன்மையுடன் தேவைக்கேற்ப செய்திகளை அளித்தாக வேண்டும்.

இதில் இன்னொரு முக்கிய அம்சத்தையும் உணர வேண்டும். சமூக ஊடகங்கள் யார் வேண்டுமானாலும் செய்திகளையும், தகவல் களையும் வெளியிடலாம் எனும் சுதந்திரத்தை ஏற்படுத்திக் கொடுத்திருந்தாலும், அவற்றில் பெரும் இரைச்சல் நிலவுவதை

மறுப்பதற்கில்லை. வெளியாகும் தகவல்களில் பொய்களும், திரிபுகளும் அதிகம் இருப்பதால் குழப்பமே மிஞ்சுகிறது.

இந்தச் சூழலில், செய்திகளை சரி பார்த்து, உண்மைத் தன்மை மற்றும் துல்லியத்தை ஆராய்ந்து தெளிவுபடுத்துவது இதழாளர்களின் கடமையாகிறது. இந்தக் கடமையை நிறைவேற்ற அவர்களுக்கு செல்பேசி இதழியல் ஓர் ஆயுதம். பல நேரங்களில் பயனாளிகள் வெளியிடும் செய்திகளை முதல் கட்டம் தகவலாக வைத்துக் கொண்டு, முறையான ஆய்வு மற்றும் அலசலை மேற்கொண்டு அதை முழு அளவிலான செய்தி வடிவில் வெளியிடும் சேவையை தொழில்முறை இதழாளர்களிடம் இருந்து இந்தச் சமூகம் எதிர்பார்த்து நிற்கிறது.

இன்னொரு அம்சம், நவீன தொழில்நுட்பம் புதிய வெளியீட்டு மேடைகள் மற்றும் வசதிகளை ஏற்படுத்தித் தந்திருக்கிறது. டிவிட்டர், பேஸ்புக் போன்றவை மூலம் தகவல்களை உடனுக்குடன் பகிர முடிகிறது. இன்ஸ்டாகிராம், ஸ்னேப்சேட் மூலம் புகைப்படங் களை பகிர முடிகிறது. பெரிஸ்கோப், பேஸ்புக் லைவ் போன்ற சேவைகள் மூலம் நேரடி ஒளிபரப்பு சாத்தியமாகிறது. ஆடியோபூம், ஆன்கர்.எப்.எம் போன்ற சேவைகள் மூலம் குரல் வழி செய்திகளை உடனே வெளியிட முடிகிறது. இவைத்தவிர படங்கள், காணொலி களைத் திருத்தவும், மேம்படுத்தவும் எண்ணற்ற செயலிகள் அறிமுகமாகி இருக்கின்றன. இவை அனைத்தையும் செல்பேசியில் இருந்தே அணுகலாம் என்பதே இன்னும் சிறப்பு. இந்தச் சாத்தியங் களைப் பயன்படுத்திக்கொள்வதுதான் இதழாளர்களின் கடமை. செல்பேசி இதழியலின் எழுச்சி அதைத்தான் வலியுறுத்துகிறது.

2

மோஜோவின் தோற்றமும், வளர்ச்சியும்...

'செல்பேசி இதழியல்' ஆங்கிலத்தில் மோஜோ என்றே பிரபலமாகக் குறிப்பிடப்படுகிறது. மொபைல் ஜர்னலிசம் என்பதன் சுருக்கமாக அமையும் இந்தப் பதம், ஒரே நேரத்தில் ஈர்ப்பு மிக்கதாகவும், கம்பீரமானதாகவும் இருப்பதோடு, அதன் பின்னே உள்ள கருத்தாக்கத்தின் உயிர்த்துடிப்பை வெளிப்படுத்துவதாகவும் இருக்கிறது.

செல்பேசியை பிரதான சாதனமாகக் கொண்டு களத்தில் இருந்தே செய்தி சேகரித்து அதே வேகத்தில் வெளியிட உதவும் நவீன இதழியல் பாணியை இது குறிக்கிறது. உள்ளங்கையில் உலகம் என்று சொல்வது போல, செல்பேசி இதழியல் உள்ளங்கையில் செய்தி வெளியிடும் ஆற்றல் வந்திருப்பதை மோஜோ உணர்த்துகிறது. சட்டைப் பையில் வீற்றிருக்கும் சக்தி என்றும் இது குறிப்பிடப்படுகிறது.

வாசகர்கள் அல்லது நேயர்கள் என்று சொல்லக்கூடியவர்களில் பெரும்பகுதியினர் ஏற்கெனவே செல்பேசி பக்கம் சென்றுவிட்ட நிலையில், ஊடகங்களும் மெல்ல செல்பேசி இதழியல்மீது கவனம் செலுத்தத் துவங்கியிருக்கின்றன. பெரும்பாலான பாரம்பரிய ஊடகங்கள் செல்பேசி மூலமான செய்தி சேகரிப்பை இன்னமும் ஒருவித அலட்சியத்துடன் நோக்கும் நிலை இருந்தாலும், இந்தப் போக்கின் முக்கியத்துவத்தை உணர்ந்து செல்பேசி இதழியல் சார்ந்த முயற்சியில் பல ஊடக நிறுவனங்கள் ஆர்வம் காட்டத்துவங்கியிருக்கின்றன.

இனி வரும் காலத்தில் இந்தப் போக்கு மேலும் தீவிரமாகும் என எதிர்பார்க்கும் நிலையில், செல்பேசி இதழியலின் தோற்றத்தையும், வளர்ச்சியையும் திரும்பிப்பார்ப்பது பொருத்தமாக இருக்கும்.

செல்பேசி இதழியலின் சுருக்கமான அடையாளமாக இருக்கும் மோஜோ எனும் சொல் பலவித அர்த்தங்களில் பயன்படுத்தப் பட்டாலும், இதழியல் துறையைப் பொறுத்தவரை இது செல்பேசி யால் நிகழக்கூடிய ஊடக அற்புதங்களையும், எல்லையில்லா சாத்தியங்களையும் குறிக்கிறது.

மோஜோ எனும் சொல், அமெரிக்காவின் 'தி நியூஸ் பிரஸ்' நாளிதழ் நிறுவனத்தால் 2005 ல் முதல் முறையாகப் பயன்படுத்தப்பட்டது. ஒருவிதத்தில் செல்பேசி இதழியலின் முதல் முயற்சியாகவும் இது அமைந்தது. புளோரிடாவில் செயல்பட்டு வந்த அந்த நாளிதழ் நிர்வாகம் மாறிவரும் இணைய யுகத்தின் தாக்கத்திற்கு ஈடுகொடுக்கும் வகையில் தனது நிருபர்களுக்கு புதுவிதப் பயிற்சி அளித்து களத்தில் இறக்கியது. இந்த நிருபர்களே 'செல்பேசி இதழாளர்கள் (மொபைல் ஜர்னலிஸ்ட்)' என அழைக்கப்பட்டனர். இந்தத் திட்டத்திற்கு 'மோஜோ' என பெயர் சூட்டப்பட்டது.

உண்மையில் இந்தச் செய்தியாளர்கள் லேப்டாப், டிஜிட்டல் காமிரா கொண்டு செயல்பட்டாலும் அவர்கள் செல்பேசி இதழாளர்கள் என்றே குறிப்பிடப்பட்டனர். ஆனால் அவர்கள் இயங்கிய விதம் முற்றிலும் வழக்கத்தில் இருந்து மாறுபட்டதாக இருந்தது. நாள் முழுவதும் வெளியே சுற்றி, கண்ணில் படும் செய்திகளை உடனுக்குடன் நாளிதழின் இணையதளத்தில் பதிவேற்ற வேண்டும் என்பதுதான் அவர்களுக்கான கட்டளையாக இருந்தது. வழக்கமான செய்தி வரையறை பற்றி எல்லாம் கவலைப்படாமல், கண்ணில் படும் செய்திகளைப் படமெடுத்து, தகவல் சேகரித்து அனுப்ப வேண்டும். அந்தச் செய்தி உள்ளூர் மக்களுக்கு ஆர்வம் அளிக்கக் கூடியதாக இருந்தால் போதும் எனக் கருதப்பட்டது.

இணையத்தின் தாக்கம் காரணமாக நாளிதழின் வாசகர் பரப்பு மற்றும் வருவாய் வீழ்ச்சி அடைந்து வந்த நிலையில், பெரும் பாலான அமெரிக்க ஊடகங்கள் விழி பிதுங்கி நின்ற அந்தக் கால கட்டத்தில் இணைய யுகத்திற்கு ஈடு கொடுக்கும் வகையில் 'தி நியூஸ் பிரஸ்' நிர்வாகம், எப்போதும் களத்தில் இருக்கக்கூடிய செல்பேசி இதழாளர்கள் மூலம் நாள்தோறும் இணைய பதிப்பில் செய்திகளை வெளியிட்டு மக்களைக் கவரலாம் என நினைத்தது.

இந்த முயற்சி பற்றி வாஷிங்டன் போஸ்ட் நாளிதழ் வெளியிட்ட செய்தியில், 'மோஜோக்கள் திங்பேட், ஆடியோ ரெக்கார்டர்,

டிஜிட்டல் காமிரா போன்ற நவீன சாதனங்களைக் கொண்டிருக்கின்றனர். ஆனால் அலுவலகம், இருக்கை, பெயர்பலகை, தொலைபேசி எதுவும் இல்லாமல் இருக்கின்றனர் என வர்ணித்துள்ளது. அதி தீவிரமாக உள்ளூர் செய்திகளை இணைய பதிப்பிலும் அச்சு பதிப்பிலும் வெளியிட வழி செய்வதுதான் இவர்கள் குறிக்கோள் என்றும் குறிப்பிடப்பட்டுள்ளது.

இந்த முயற்சி பெரிய அளவில் வெற்றி பெற்றதாகத் தெரியவில்லை. இந்தத் திட்டத்தில் அங்கம் வகித்த செல்பேசி இதழாளர்களில் ஒருவரான சக் மைரன் (Chuck Myron) என்பவர் இந்த முயற்சி பற்றி விமர்சன நோக்கிலேயே கருத்துக்களை பதிவு செய்துள்ளார். இப்போது திரும்பிப் பார்க்கையில் இந்தத் தொழில்நுட்பம் தவறாகக் கையாளப்பட்டதாக உணர்வதாகவும் அவர் தெரிவித்துள்ளார். பேட்டை செய்திகளைச் சேகரிக்க குடிமக்கள் இதழாளர்களே பொருத்தமானவர்கள், இதற்கு தொழில்முறை இதழாளர்களைப் பயன்படுத்தியது சரியல்ல என்று அவர் கூறியிருந்தாலும், அப்போது இதழாளர்கள் கொடுக்கப்பட்ட சாதனங்கள் எங்கிருந்தும் செய்தி சேகரிக்க வழி செய்தது என்றும், அதையே செய்தியாளர்கள் செய்தனர் என்றும் குறிப்பிடுகிறார்.

செல்பேசி இதழியலின் ஆதார பலமும் இந்த அம்சம்தான். எந்த இடத்தில் இருந்தும், எந்த நேரத்திலும் செய்தியை வெளியிட வழி செய்வதே செல்பேசி இதழியலை இன்றியமையாத கருத்தாக்கமாக ஆக்கியிருக்கிறது. சில வரிச் செய்திகள் அவற்றுடன் படங்கள் அல்லது மங்கலாக வீடியோவை வெளியிடுவது என இருந்த ஆரம்ப நிலை மாறி செல்பேசி இதழியல் இன்று பெரிய அளவில் வளர்ச்சி அடைந்திருக்கிறது. தொலைக்காட்சி தரத்திலான ஆடியோ, வீடியோ செய்திகளை உடனுக்குடன் வழங்க முடிவதோடு, தேவை எனில் அங்கிருந்தே நேரடி ஒளிபரப்பில் ஈடுபடவும் செல்பேசி இதழியல் கைகொடுக்கிறது. இதுதவிர பேஸ்புக், டிவிட்டர், இன்ஸ்டாகிராம், ஸ்னேப்சேட் மற்றும் செயலிகள் என பல தளங்களில் பல வடிவங்களில் செய்திகளைப் பகிர்ந்துகொள்ளவும் முடிகிறது.

தி நியூஸ் பிரஸ் நாளிதழுக்குப்பிறகு அங்கொன்றும் இங்கொன்றுமாக ஊடகங்களும், செய்தியாளர்களும் செல்பேசி இதழியல் சார்ந்த முயற்சியில் ஈடுபடத் துவங்கினர். செல்பேசி இதழாளர்களை மோஜோ எனக் குறிப்பிடும் வழக்கமும் அறிமுகமானது. இதே கால கட்டத்தில்தான், முன்னணி ஊடகமான தாம்சன் ராய்ட்டர்ஸ் செய்தி நிறுவனம், செல்பேசி இதழாளர்களுக்கான பயிற்சியையும்

துவக்கியது. 2007 ம் ஆண்டின் மத்தியில் இதற்கான முயற்சி ஆரம்பமானது.

தாம்சன் ராய்ட்டர்ஸ் நிறுவனம், செல்பேசி மூலமான செய்தி சேகரிப்பின் முக்கியத்துவத்தை உணர்ந்து செயல்பட்டதோடு, தனது செய்தியாளர்களுக்கு செல்பேசி செய்தி சேகரிப்பிற்கான முழு அளவிலான பிரத்யேக சாதனங்களையும் வழங்கியது. எனவே செல்பேசி இதழியலின் முன்னோடி முயற்சியாக இது அமைகிறது. லண்டன் தலைமையகத்தில் இந்தத் திட்டம் அறிமுகம் செய்யப்பட்டது.

தாம்சன் ராய்ட்டர்ஸ் நிறுவனம் செல்பேசி நிறுவனமான நோக்கியாவுடன் இணைந்து இதைச் செயல்படுத்தியதுதான் ஆச்சரியமான விஷயம். அப்போது நோக்கியா செல்போன் சந்தையில் முன்னணியில் திகழ்ந்தது என்பதை மீறி இது ஆச்சரியமானதுதான். ஏனெனில் செல்பேசி இதழியலின் அறிவிக்கப் படாத அதிகாரபூர்வமான சாதனமாக ஆப்பிள் நிறுவனத்தின் ஐபோனே கருதப்படுகிறது. உண்மையில் ஸ்மார்ட்போனுக்கான சகலவிதச் சாத்தியங்களுடன் ஐபோன் அறிமுகமான பிறகே செல்போனில் இருந்தே தரமான படங்களையும் வீடியோக் களையும் எடுத்து அனுப்பலாம், அதிலேயே நேர்த்தியாக எடிட் செய்யலாம் என்ற நம்பிக்கை பயனாளிகளுக்கு உண்டானது. இதன் பயனாக ஆரம்ப கால செல்பேசி இதழியல் முயற்சிகள் மற்றும் பயிற்சி கையேடுகள் ஐபோன் சார்ந்தே அமைந்திருந்தன. காலப்போக்கில் திறன் வாய்ந்த ஆண்ட்ராய்டு போன்கள் ஏற்றுக் கொள்ளப்படும் நிலை உருவானாலும், ஐபோனே பலரது முதல் தேர்வாக இருக்கிறது.

ஆனால் 2007 ல் தாம்சன் ராய்ட்டர்ஸ் செய்தி நிறுவனம், செல்பேசி இதழியலுக்கான சோதனை முயற்சியில் ஈடுபட்டபோது, அதற்கேற்ற பிரத்யேக செல்போனை வழங்க நோக்கியாவையே நாடியது. இந்தத் திட்டத்தின் கீழ் தேர்ந்தெடுக்கப்பட்ட செய்தியாளர் களுக்கு வரிவடிவச் செய்திகள், ஆடியோ மற்றும் வீடியோக்களை எடிட் செய்து வெளியிடும் செயலி கொண்ட நோக்கியா 95 போன் வழங்கப்பட்டது. மைக், கீபோர்டு, டிரைபாடு, மற்றும் சோலார் சார்ஜர் உள்ளிட்ட சாதனங்களும் வழங்கப்பட்டன. கம்ப்யூட்டர் உதவி இல்லாமலே செய்தியாளர்கள் போனிலேயே எல்லா வற்றையும் செய்ய முடிந்தது.

நியூயார்க் பேஷன் ஷோ, எடின்பர்க் திரைவிழா மற்றும் கேட்ஜெட் விழா 2007 ஆகிய நிகழ்ச்சிகளை ராய்ட்டர்ஸ் செய்தியாளர்கள்

செல்போன் மூலமே செய்தி சேகரித்து வெளியிட்டனர். மல்டிமீடியா எனச் சொல்லப்படும் ஆடியோ, வீடியோ என பல ஊடக வடிவங்கள் இணைந்த செய்தி வெளியீட்டில் கவனம் செலுத்தும் வகையில் ராய்ட்டர்ஸ் நிறுவனம் இந்தத் திட்டத்தைச் செயல் படுத்தியது. அப்போது நிறுவன எடிட்டராக இருந்த மார்க் ஜோன்ஸ், 'செய்தி வெளியீட்டிற்கான புதிய வழியை நாடுகிறோம்' என இதுபற்றிக் குறிப்பிட்டிருந்தார். நிறுவனத்தின் மொபைல் பிரிவு தலைவரான இலிகோ எலியா, செய்தியாளர்கள் எடை அதிகமான சாதனங்களுக்கு பதிலாக லேசான சாதனத்தை எடுத்துச்செல்ல செல்போன் வழி செய்கிறது' எனக் குறிப்பிட்டிருந்தார்.

இந்தத் திட்டத்தில் பங்கேற்ற செய்தியாளர்களும் செல்பேசி இதழியலின் ஆற்றலால் ஈர்க்கப்பட்டனர். குறிப்பாக வழக்கமான காமிராக்கள் மற்றும் மைக்குகளைவிட செல்போன்கள் இடையூறு இல்லாதவையாக பார்க்கப்பட்டதாக உணர்ந்தனர். 'அற்புதம் என்னவெனில், யார் அருகிலும் சென்று படம் அல்லது வீடியோ எடுக்கலாம், இதை அவர்கள் ஆச்சரியத்துடன் பார்க்கின்றனர். முழு அளவிலான செய்தியாளர் குழு இல்லாத இடங்களில் மக்களின் உணர்வுகளை பதிவு செய்யக்கூடிய ஆற்றல் இதற்கு இருக்கிறது. எங்கும் எடுத்துச்செல்லும் ஆற்றலே இதை உற்சாகமானதாக ஆக்குகிறது' என்று மேட் கோவன் எனும் செய்தியாளர் இந்த அனுபவம் பற்றி உற்சாகமாகக் கூறியிருக்கிறார்.

இந்த முயற்சி மகத்தான வாய்ப்புகளைக் கொண்டதாக இருப்பதாக வும் அவர் தெரிவித்திருந்தார். 'செல்பேசி இதழியலுக்கான செயலி தனது போனில் ஏற்றப்பட்டதுமே அந்தச் சாதனத்தின் ஆற்றலை உணர்ந்தேன். மேலும் அதிக அளவிலான தினசரி வாழ்க்கையை பதிவு செய்யும் திறன் இதற்கு இருக்கிறது' என்றும் அவர் கூறியுள்ளார்.

ராய்ட்டர்ஸ் நிறுவனம் தொடர்ந்து இந்தப் பிரிவில் முன்னோடி முயற்சிகளை மேற்கொண்டு வருகிறது. மோஜோ பயிற்சி திட்டம், மோஜோ விருதுகள் ஆகியவற்றையும் வழங்கி வருகிறது.

இதனிடையே பிபிசி ஊடகமும் செல்பேசி இதழியலின் சாத்தியங்களை உணர்ந்து இதை நடைமுறைப்படுத்தத் துவங்கியிருந்தது. 2008 ம் ஆண்டில் அதன் தொழில்நுட்ப எடிட்டரான டெரன் வாட்டர்ஸ் ஐரோப்பாவின் பல பகுதிகளில் இருந்து செல்போன் மூலம் செய்திகளை வழங்கி வந்தார். ஸ்பெயினின் பார்சிலோனா நகரில் நடைபெற்ற உலக செல்போன் மாநாட்டில் இருந்து அவர் நோக்கியா போன் மூலம் வீடியோ செய்திகளை அளித்தார். இந்தச் சோதனை முயற்சியில் வீடியோவின் தரம் அத்தனை சிறப்பாக

இல்லை என்றாலும், இந்த அனுபவம் மூலம் பலவற்றைக் கற்றுக் கொள்ள முடிந்ததாக அவர் கூறியுள்ளார். இந்த முயற்சியின் மூலம் தொழில்நுட்பம் பற்றி மட்டும் அல்லாமல் பணி அமைப்பு பற்றியும் தெரிந்துகொள்ள முடிந்ததாக அவர் கூறியிருக்கிறார். பிரத்யேக மானவை, உடனடி செய்தி ரகம் மற்றும் விநோதமான வீடியோக்கள், அதிக கிளிக் பெற்றதாகவும் இவை செல்பேசி இதழியலுக்கு ஏற்றவை என்றும் குறிப்பிடுகிறார். நேர்க்காணல்களைப்பொருத்த வரை குறுகிய கால அளவிலானவை ஏற்றவை என்றும் சொல்கிறார்.

பிபிசி தொடர்ந்து செல்பேசி இதழியல் சார்ந்த முயற்சியில் கவனம் செலுத்தி வருகிறது. செய்தியாளர்கள் ஒலி மற்றும் காணொலி செய்திகளை சமர்ப்பிப்பதற்கான பிரத்யேக செயலியையும் அறிமுகம் செய்துள்ளது.

பிபிசிபோலவே அல்ஜஸிரா தொலைக்காட்சி நிறுவனமும் செல்பேசி இதழியலில் தீவிர கவனம் செலுத்தியது. அதிலும் குறிப்பாக காமிரா படையுடன் செல்வது ஆபத்தானதாகக் கருதப்படும் பிரச்னைக்குரிய இடங்களில் செல்பேசி மூலம் செய்தியாளர்கள் செய்தி சேகரித்து அளிப்பதை ஊக்குவித்தது. யுத்த பூமிகளில் சாமானியர்கள்போல இயங்கிய அதன் செய்தியாளர்கள் செல்பேசியிலேயே ஆவணப் படங்களைத் தயாரித்து அளித்தனர்.

இதேபோல அயர்லாந்து நாட்டின் அரசு ஊடகமான ஆர்டிஇ செல்பேசி மூலம் செய்தி ஒளிபரப்புவதில் தனி ஆர்வம் காட்டியது. நார்வே நாட்டின் அரசு ஊடகமான என்.ஆர்.கே. சார்பில் பிராங்க் பார்த் நீல்சன், செய்தியாளர்களுக்கு செல்பேசி இதழியல் பயிற்சி அளித்து ஊக்குவித்தார். செய்தியாளர்களுக்கான செல்பேசி இதழியல் சாதன தொகுப்பும் உருவாக்கி அளிக்கப்பட்டது. செல்பேசி இதழியல் அனுபவங்களை இவர் ‘மோஜோ எவல்யூஷன்’ எனும் வலைப்பதிவு மூலம் பதிவு செய்துள்ளார்.

ஆசிய நாடுகளைப்பொருத்தவரை பிலிப்பைன்ஸின் டெய்லி என்கொயரர் நாளிதழ் அதன் இணைய பதிப்பிற்காக 2007 ம் ஆண்டிலேயே செல்பேசி இதழியலை அறிமுகம் செய்தது. செய்தியாளர்கள் நோக்கியா போன் மூலம் செய்தி வழங்கினர். செய்தி மற்றும் புகைப்படங்களை அனுப்புவது எளிதாக இருந்தாலும் காணொலிகளை அனுப்பி வைப்பது பெரும் சோதனை யாக இருந்தது. செய்தியாளர்கள் காணொலிகளை எடுத்துவிட்டு, இணைய மையங்கள் அல்லது வீட்டிற்குச் சென்று அதிவேக இணைப்பு மூலம் அனுப்பி வைக்க முயல்வார்கள்.

இதனிடையே ஐபோனின் அறிமுகம் பெரும் மாற்றத்தை ஏற்படுத்தியது. ஐபோனின் நேர்த்தியும் ஆற்றலும் பயனாளிகளைக் கவர்ந்ததோடு, இதழாளர்களையும் கவர்ந்தது. குறிப்பாக செய்தி சேகரிப்பு மற்றும் கதை சொல்லலுக்கான புதிய நுட்பங்களை எதிர்பார்த்திருந்தவர்களை மிகவும் ஈர்த்தது. அது மட்டும் அல்ல, செல்போன் பயன்பாட்டில் இருந்த போதாமைகள் மற்றும் சந்தேகங் களுக்கு பதில் அளிக்கும்வகையிலும் ஐபோன் அமைந்திருந்தது. தொடர்ந்து வந்த மாதிரிகளில் காமிரா மற்றும் ஒலியின் தரம் மேலும் மேம்பட்டிருந்தன. அதிலும் குறிப்பாக ஐபோனுக்காக அறிமுகமான காமிரா, எடிட்டிங் சார்ந்த பிரத்யேக செயலிகள் அதன் பயன்பாட்டை பன்மடங்கு உயர்த்தின. முன்னாள் பத்திரிகை யாளர்களால் உருவாக்கப்பட்ட வெரிகோடர் நிறுவன செயலிகள் செல்பேசி இதழியலுக்கான முழுவீச்சிலான வசதிகளை வழங்கியது. இதன் விளைவாக பல முன்னணி ஊடகவியலாளர்கள் ஐபோன் சார்ந்த காணொலி உருவாக்கத்தில் ஈடுபட்டு செல்பேசி இதழியலை அடுத்த கட்டத்திற்குக் கொண்டு சென்றனர்.

ஆஸ்திரேலியாவின் இவோ புரும், அயர்லாந்தின் கிளன் மெக்லஹே, ராப் மாண்ட்கோமெரி (Robb Montgomery) ஸ்டீபன் குவின் உள்ளிட்டோர் இதில் குறிப்பிடத்தக்கவர்கள். (இவர்களைப் பற்றி முன்னோடிகள் பகுதிகளில் தனியே காணலாம்).

ஐபோனின் வருகை மட்டும் அல்ல, செல்பேசி மூலம் இணைய இணைப்பின் வேகம் 3ஜி, 4ஜி என அதிகரித்தது மற்றும் பொதுவாகவே ஸ்மார்ட்போன்களின் செயல்திறன் அதிகரித்தது ஆகியவையும் செல்பேசி இதழியல் வளர்ச்சிக்கு உதவியது. பிளாக்பெரி போன் இமெயில் அனுப்பும் ஆற்றலுக்காக செய்தி யாளர்களின் உற்ற நண்பனாக இருந்திருக்கிறது. பின்னர் ஆண்ட்ராய்டு போன்கள் பிரபலமாகத் துவங்கின. ஐபோனோடு ஒப்பிடும்போது இவை விலை குறைந்தவையாக இருந்ததும், அதே நேரத்தில் தரத்தில் நிகரானவையாகவும் இருந்தது செல்பேசி இதழியல் மேலும் பரவலாக வித்திட்டது.

மோஜோ வரலாறு

3

செல்பேசி இதழியலின் தேவை என்ன?

இதழியலும், தொழில்நுட்பமும் எப்போதும் நெருக்கமாகவே இருந்து வருகின்றன. ஒவ்வொரு கால கட்டத்திலும் நவீன தொழில்நுட்பத்தின் அறிமுகம் இதழியலில் பெரும் தாக்கத்தை ஏற்படுத்தியிருக்கிறது. குடென்பர்கின் அச்சு இயந்திரம்தான் அச்சு ஊடகத்திற்கு வித்திட்டது. வானொலி, தொலைக்காட்சி நுட்பங்கள் காட்சி ஊடகத்திற்கு வழி வகுத்தன என்றால், புகைப்படக்கலை, டைப்ரைட்டர் உள்ளிட்ட நுட்பங்களை இதழியல் வேறு எந்தத் துறைகளையும்விட சிறப்பாக உள்வாங்கிக் கொண்டது.

அது மட்டும் அல்லாமல், தொழில்நுட்ப வளர்ச்சியே இதழியலை நவீனமயமாக்கிக் கொண்டிருக்கிறது. இணையம் மற்றும் டிஜிட்டல் நுட்பங்கள் இதற்கான அண்மைக்கால உதாரணம் என்றால், தந்தி சேவை இப்போது மறக்கப்பட்டுவிட்ட மகத்தான உதாரணமாக அமைகிறது.

உண்மையில், விக்டோரியா காலத்து இணையம் என தொழில்நுட்ப எழுத்தாளர் டாம் ஸ்டாண்டேஜால் (Tom Standage) வர்ணிக்கப் பட்ட தந்தி சேவை 1880களில் பரவலான பிறகுதான், இதழியலில் புதிய வேகம் பிறந்தது. அதுவரை இதழியல் என்பது, பிரதானமாக உள்ளூர் செய்திகள் சார்ந்ததாகவே இருந்தது. சர்வதேச அல்லது வெளிநாட்டு செய்திகள் என்பது கப்பல்கள் வருகையைச் சார்ந்தே இருந்தது. துறைமுகத்திற்கு கப்பல் வருகை தரும் போது

செய்தியாளர்கள் அதில் வரும் வர்த்தகர்களை சந்தித்துப்பேசி வெளிநாட்டு செய்திகளைச் சேகரித்து வெளியிடுவார்கள். அவை நிகழ்ந்து பல மாதங்கள் ஆகியிருக்கலாம். ஆனால் தொலைதூர பிராந்தியங்களில் நடப்பவற்றைத் தெரிந்துகொள்வது அவசியமாக இருந்ததால் இந்தத் தாமதம் பொருட்படுத்தப்படவில்லை.

இவ்வளவு ஏன், 1776ல் நிகழ்ந்த அமெரிக்க சுதந்திர பிரகடனம், பிரிட்டனில் உள்ள மக்களுக்குத் தெரிய 48 நாட்கள் ஆனது. இதற்கு மாறாக, இங்கிலாந்தில் 1845ல், ஜாட் டாவல் என்பவர் தனது மனைவியைக் கொலை செய்துவிட்டு லண்டன் ரெயிலில் ஏறி தப்பிச் செல்ல முயன்றபோது, அவர் லண்டன் பேடிங்டன் போலீசாரால் கைது செய்யப்பட்டார். கொலையாளி பற்றிய விவரம் தந்தி மூலம் அனுப்பி வைக்கப்பட்டதே இதற்குக் காரணம். இந்தச் சம்பவமே தந்தியின் ஆற்றலைப் பற்றிய பொதுமக்கள் மத்தியில் ஆழப் பதிய வைத்தது.

இதனிடையே போர் நிகழ்வுகள் பொதுமக்கள் மத்தியில் செய்திப்பசியை உண்டாக்கியது. போர் தொடர்பான செய்திகளை உடனுக்குடன் சேகரித்து அனுப்பி வைக்கும் தேவை செய்தியாளர்கள், வேகம் மற்றும் செயல்திறன் வாய்ந்த தொழில்நுட்பங்களை நாட வைத்தது. சுடச்சுட வெளியாகும் புதிய செய்திகளுக்கான தேவை, மின்சாரம், நீராவி இயந்திரம் ஆகிய தொழில்நுட்பங்களுடன் இணைந்து வளர்ந்தது.

தந்தி சேவைக்குப்பிறகு, செய்தியாளர்கள் தங்களின் இரு முக்கிய தேவைகளான வேகம் மற்றும் செயல்திறனுக்கு ஏற்ற தொழில் நுட்பங்களை இறுக பற்றிக்கொண்டனர். தொலைக்காட்சி நுட்பம் நேரடி ஒளிபரப்பை சாத்தியமாக்கியது என்றால் இணையத்தின் எழுச்சி, ரியல் டைம் நியூஸ் எனும் அற்புதத்தை தினசரி நிகழ்வாக்கியது. சமூக ஊடகங்கள் இதை மேலும் பரவலாக்கியுள்ளன.

இந்தத் தொழில்நுட்ப வளர்ச்சியின் அடுத்த பெரும் பாய்ச்சலாகவே 2007க்கு பிறகு செல்பேசி சார்ந்த இதழியல் முயற்சிகள் அமைந்தன. செல்பேசியின் உள்ளார்ந்த ஆற்றலை பயன்படுத்தி செய்தியாளர்கள் ஒலி வடிவச் செய்திகளையும், காணொலி செய்திகளையும் நேரடியாக ஒளிபரப்ப முடிந்தது இதழியலின் புதிய பாதையாக அமைந்துள்ளது. உடனடி செய்திகளை சில வரிகளில் பதிவு செய்வதும் அவற்றுடன் புகைப்படங்களை செய்தி அறைக்கு அனுப்பி வைக்க முடிவதும் இதழியலின் இரண்டாம் தன்மையாக மாறியிருக்கிறது.

செல்பேசி ஆற்றலை சரியாக உள் வாங்கிக்கொண்டு அதை செய்தி சேகரிப்புக்கு புதுமையான முறையில் பயன்படுத்தத் தொடங்கிய

முன்னோடி இதழாளர்கள் இந்த மாற்றத்தைக் கொண்டு வந்துள்ளனர். இவர்களே செல்பேசி இதழாளர்கள் எனக் குறிப்பிடப் படுகின்றனர்.

இவர்களில் சிலர் முதல் முறையாக செல்பேசி இதழியலின் தேவையைக் களத்தில் உணர்ந்த தருணங்கள் மூலம் இதை இன்னும் தெளிவாகப் புரிந்துகொள்ளலாம்:

2009ல் அமெரிக்க தொலைக்காட்சி செய்தியாளரான ஜெரேமே ஜோஜோலா (Jeremy Jojola) நியூமெக்சிகோ பகுதியில் இருந்து நேரடியாக செய்தி வழங்கினார். அப்போது அவரது கையில் ஐபோன் மட்டும் இருந்தது. ஐபோனில் நிறுவப்பட்ட குய்க் (http://qik.com/) எனும் மென்பொருள் மூலம் அவர் நேரடி ஒளிபரப்பு செய்தார். பொதுவாக தொலைக்காட்சி நேரடி ஒளிபரப்பிற்கு அதற்கான பிரத்யேக வாகனம், பணியாளர்கள் குழு அவசியம். இதற்கு லட்சக்கணக்கில் செலவாகலாம். ஆனால் ஜோஜோலா, தனது நிகழ்ச்சித் தயாரிப்பாளர் ஒருவர் உதவியுடன் ஐபோனில் நேரடி ஒளிபரப்பு வழங்கினார். ஒளிப்பதிவு கலைஞர் அல்லது நேரடி ஒளிபரப்பு வாகனம் இல்லாமல் தனியே செய்தி ஒளிபரப்பும் இந்த நாளுக்காகவே தான் காத்திருந்ததாக இந்த அனுபவம் பற்றி அவர் கூறியிருந்தார். இந்த தொழில்நுட்பம் மேலும் விரைவாகவும், செலவு குறைந்ததாகவும் ஆகும் என்றும் அவர் கணித்திருந்தார். வரும் ஆண்டுகளில் இத்தகைய தொழில்நுட்பத்தை தங்கள் பாக்கெட்டில் வைத்துக்கொள்வது இதழாளர்களுக்கு சகஜமாகும் என்றும் அவர் கூறியிருந்தார்.

2010 ம் ஆண்டில், இதழியல் மாணவர்களான எரிகா ஜுக்கோ மற்றும், பிரையன் பெல்லட், அமெரிக்காவின் தேசிய ஒளிபரப்பு நிறுவனங்கள் சங்கத்தின் மாநாட்டின்போது தொலைக்காட்சி செய்தியாளர்களாக செயல்பட்டனர். இருவரும் ஐபோனை மட்டும் வைத்துக்கொண்டு செய்தி வெளியிட்டனர். பர்ஸ்ட் வீடியோ எனும் மென்பொருள் உதவியுடன் அவர்கள் அங்கேயே வீடியோ எடுத்து அதை எடிட் செய்து ஒளிபரப்பினர்.

2008 ம் ஆண்டில் அல்ஜஸிரா ஒளிப்பதிவாளரான லைத் முஷ்டாக் (Laith Mushtaq,) ஆப்பிரிக்க நாடான சாட் சென்றிருந்தார். அப்போது அவர் ஓட்டல் அறையில் தனது உடமைகளை வைத்து விட்டு புதிய சிம்கார்டு வாங்குவதற்காக வெளியே சென்றார். அந்த நேரம் பார்த்து அருகே இருந்த மார்க்கெட் பகுதியில் குண்டு வெடித்தது. முஷ்டாக் தனது காமிராவை ஓட்டல் அறையிலேயே வைத்துவிட்டு வந்திருந்தார். எனவே கையில் இருந்த போனில்

குண்டு வெடிப்புக் காட்சிகளை படம் பிடித்து செய்தி சேகரித்தார். இந்தக் காணொலி செய்தி அல்ஜஸிரா தொலைக்காட்சியில் 20 நிமிடங்கள் ஒளிபரப்பானது.

2008ல் அமெரிக்க புகைப்பட இதழாளரான ஜிம் லாங், என்பிசி நியூஸ் நிறுவனத்திற்காக ஆப்பிரிக்காவில் செய்தி சேகரித்துக் கொண்டிருந்தார். அப்போதைய அமெரிக்க அதிபர் ஜார்ஜ் புஷ், விஜயம் செய்தபோது ஜிம் லாங், தனது நோக்கியா போனில் குவிக் மென்பொருள் மூலம், ராக் நட்சத்திரம் பாப் ஜெல்டாப்பை பேட்டி கண்டு நேரடியாக ஒளிபரப்பினார்.

நெதர்லாந்தைச் சேர்ந்த இளம் செய்தியாளரான டிவான் பெய்ரட்ஸ் (Twan Spierts) 2015ம் ஆண்டில் உள்ளூர் கால்பந்து போட்டிகள் குறித்து செல்போனிலேயே செய்தி சேகரித்து ஒளிபரப்பினார். டிவான் அப்போது சுயேட்சை செய்தியாளராக பணியாற்றிக் கொண்டிருந்தார். அவர் பணியாற்றிய செய்தி நிறுவனம் ஒன்று, வீடியோ காமிரா குழு கிடைக்காததால் வாடகைக்கு ஒரு குழுவை அனுப்பி வைக்க திட்டமிட்டது. ஆனால் இது வீண் செலவு என நினைத்த டிவான், கால்பந்து போட்டி தொடர்பான செய்தியாளர் சந்திப்பை தனது செல்போனிலேயே படம் பிடித்து அனுப்பினார். ஒரு டிரைபாடு சாதனம் மற்றும் மைக்கைக் கொண்டு அவர் இந்த ஒளிபரப்பைச் செய்தார். சேனலில் உள்ளவர்கள் யாருக்கும் தரத்தில் எந்த வித்தியாசமும் தெரியவில்லை.

4

மோஜோவுக்கு முன் விஜே

செல்பேசி இதழியலின் வரலாற்றை அறிந்துகொள்ள முற்படும் போது இரண்டு விஷயங்கள் முக்கியமாக கவனத்தை ஈர்க்கின்றன. ஒன்று, இத்துறையின் துவக்கத்தில் நோக்கியாவின் பங்களிப்பு. மற்றொன்று இத்துறை வளர்ச்சியில் வீடியோ இதழியலின் தாக்கம். உண்மையில் வீடியோ இதழியலின் நீட்சியாகவே செல்பேசி இதழியலை கருத வேண்டியிருக்கிறது. இரண்டுக்குமான தொடர்பு மற்றும் பொதுத்தன்மையை பார்ப்பதற்கு முன் நோக்கியா நிறுவனத்தின் பங்களிப்பை புரிந்துகொள்வது பொருத்தமாக இருக்கும்.

செல்பேசி இதழியலின் ஆற்றல் பற்றிப் பேசும்போது எல்லாம் ஆப்பிள் நிறுவனத்தின் ஐபோனே பிரதானமாகக் குறிப்பிடப் படுகிறது. செல்பேசி இதழியல் முன்னோடிகள் பலர் ஐபோனையே பயன்படுத்துவதைப் பார்க்கலாம். அவர்கள் பகிரும் அனுபவக் குறிப்புகளும் ஐபோன் சார்ந்ததாகவே இருக்கின்றன. செல்பேசி இதழியலுக்கான வழிகாட்டி புத்தகங்களும் ஐபோனை மையமாகக் கொண்டே அமைந்துள்ளன. செல்பேசி இதழியலுக்கான சிறந்த கையேடுகளில் ஒன்றாகக் கருதப்படும் இவோ புரும் - ஸ்டீபன் குவைன் எழுதிய புத்தகத்தின் துணை தலைப்பு, 'ஒளிபரப்பு தரத்திலான வீடியோவை ஐபோன் அல்லது ஐபேடில் உருவாக்குவது எப்படி?' என்பதாகவே இருக்கிறது. ஐபோன் தரம் மற்றும் செயல்திறன் செல்பேசியைக் கொண்டு படம் எடுக்க ஏற்றதாக

இருப்பதே இதற்கு முக்கியக் காரணம். குறிப்பாக ஐபோனின் காமிரா தரம் விசேஷமானதாக இருக்கிறது. மேலும் பிரத்யேக காமிரா செயலிகள் இயக்கத்திற்கு அதன் செயல்திறன் ஈடுகொடுக்கிறது.

ஐபோன் பரவலாக மோஜோ முன்னோடிகளால் விரும்பப்படுகிறது என்றாலும், ஐபோனில் மட்டும்தான் செல்பேசி இதழியலில் ஈடுபட முடியும் என்றில்லை. ஆண்ட்ராய்டு போன்கள் உள்ளிட்ட எந்த பொருத்தமான போனும் இதற்கு போதுமானது. மேலும் தற்போது ஆண்ட்ராய்டு போன்கள் ஐபோன் தரத்திற்கு இணையாக வந்திருக்கின்றன. ஐபோனை உயர்த்துவதோ, அல்லது ஆண்ட்ராய்டு போனுடன் ஒப்பிடுவதோ இதன் நோக்கமல்ல. மோஜோ சார்ந்த முயற்சிகளில் ஐபோன் முக்கிய பங்கு வகிக்கிறது என்பதை சுட்டிக் காட்டுவதே நோக்கம்.

ஸ்மார்ட்போன் வரலாற்றில் திரும்பிப் பார்த்தாலும், ஐபோன் முக்கிய மைல்கல்லாக இருப்பதைப் புரிந்துகொள்ளலாம். ஐபோனுக்கு முன் ஸ்மார்ட்போன் என்று சொல்லப்படுபவை இருந்தாலும் 2007ல் இதன் அறிமுகத்திற்கு பிறகே ஸ்மார்ட்போன் பிரிவில் எழுச்சி உண்டானது. குறிப்பாக ஸ்மார்ட்போனுக்கான பிரத்யேக செயலிகள் உருவாக்கத்தில் ஐபோனின் தாக்கம் மறுக்க முடியாதது.

செல்போனிலேயே பதிவு செய்யலாம், படம் எடுக்கலாம், அவற்றைத் திருத்தித் தொகுக்கலாம் எனும்வகையில் ஐபோன் ஏற்படுத்திய வியப்பே செல்பேசி இதழியலுக்கான முக்கிய உந்துசக்தியாக இருந்தது. ஐபோன் பிரபலமாகி, ஸ்மார்ட்போன் பயன்பாட்டை பரவலாக்கிய கால கட்டத்தில்தான் ஊடகவியலாளர்கள் பலரும் செய்தி சேகரிப்பு பணியில் ஐபோனை ஆர்வத்துடன் பயன்படுத்தத் துவங்கினர். பலர் காமிரா அல்லது லேப்டாப்பிற்கு பதில் ஐபோனே போதும் என நினைக்கத் தொடங்கினர்.

ஆனால், ஐபோனின் இத்தனை பெருமைகளையும் மீறி, செல்பேசி இதழியலின் துவக்கப்புள்ளியாக அதைக் கருத முடியாது. அந்த பெருமையைப் பெறும் போன்களில் ஒன்றாக நோக்கியா இருப்பதை செல்பேசி இதழியல் தொடர்பான ஆரம்ப கட்ட முயற்சிகளில் இருந்து புரிந்துகொள்ளமுடிகிறது. 2005ம் ஆண்டில் அமெரிக்காவின் புளோரிடாவில் தி நியூஸ் பிரஸ் நாளிதழில் செல்பேசி மூலம் செய்தியாளர்கள் உள்ளூர் செய்திகளை உடனுக்குடன் பதிவு செய்யுமாறு கேட்டுக்கொள்ளப்பட்டதை ஏற்கெனவே பார்த்தோம். அதன் பிறகு 2007 ம் ஆண்டில் தாம்சன் ராய்ட்டர்ஸ் செய்தி நிறுவனம் செல்பேசி இதழியலுக்கான முயற்சியில் ஈடுபட்டபோது நோக்கியாவுடன் இணைந்தே

அதற்கான செல்பேசி சாதன தொகுப்பை உருவாக்குமாறு கேட்டுக் கொண்டது.

நோக்கியாவின் இந்தப் பங்களிப்புபற்றி இன்னமும் நெருங்கிப் பார்ப்பதன் மூலம் செல்பேசி இதழியலுக்கான தேவை உணரப்பட்ட விதத்தை நாம் இன்னும் நன்றாகப் புரிந்துகொள்ளலாம். இந்த இடத்தில் செல்பேசி இதழியல் என்பது செல்பேசி சார்ந்தது என்பதை விட, இதழாளர் எந்த இடத்தில் இருந்தும் எந்த நேரத்திலும் எந்த வடிவத்திலும் செய்தி சேகரித்து அளிக்கக்கூடியவராக இருப்பதன் ஆற்றலைக் குறிப்பதையே அழுத்தமாகப் புரிந்துகொள்ள வேண்டும்.

இதழியல் என்பது எப்போதுமே நடமாடக்கூடியதாக இருந்துள்ளது என்று தனது இதழியல் சகா வாதிடுவதாக அமெரிக்க இதழியல் பேராசிரியர் ஜூட் ஸ்லிவ்கா (Judd Slivka) சொல்வதையும் இங்கே பொருத்திப்பார்க்க வேண்டும். இதழாளர்கள் எப்போதுமே களத்திற்குச் சென்று செய்தி சேகரித்துள்ளனர். கையில் கிடைத்ததைக் கொண்டு செய்தி வெளியிட்டுள்ளனர். கெடுவுக்குள் செய்தி வெளியிட வழி செய்ய இதழாளர்கள் அருகாமையில் இருக்கும் எந்த நுட்பத்தையும் பயன்படுத்திக்கொண்டுள்ளனர்.

எனில் செல்பேசி இதழியலில் புதிதாக என்ன இருக்கிறது என்று கேட்கலாம் என்கிறார் பேராசிரியர் ஸ்லிவ்கா. செல்பேசி இதழியல் என்று சொல்வது காமிரா இதழியல் என்று சொல்வதுபோல அபத்த மானது என்று சொல்பவர், செல்பேசி இதழியலும் அடிப்படையில் இதழியல்தான், செல்பேசி என்பது இங்கு நடமாடும் தன்மையைக் குறிக்கிறது என்கிறார். செல்பேசி இதழியல் தொடர்பாக அவர் எழுப்பும் கேள்விகள் இந்தத் துறையை மேலும் தெளிவாகப் புரிந்து கொள்ள உதவும்வகையில் அமைகின்றன என்றாலும் அதைவிட முக்கியமாகக் கவனிக்கவேண்டிய விஷயம், இதழாளர்கள் செய்தி சேகரிப்பை மேம்படுத்துவதற்கான சாதனங்களைத் தொடர்ந்து நாடி வந்திருக்கின்றனர் என்பதுதான்.

லேப்டாப் இதழியல் என்று ஒருபோதும் குறிப்பிடப்படவில்லை என்பதையும் இங்கே நினைத்துப்பார்க்க வேண்டும். ஆனால் லேப்டாப் இதழாளர்களின் மிகச்சிறந்த நண்பனாக விளங்கியது. இணையம் இதழியலில் தாக்கம் செலுத்தத் துவங்கிய ஆரம்ப கால கட்டத்தில் செய்தியாளர்கள் கம்ப்யூட்டரை பயன்படுத்த அலுவலகம் வரவேண்டும் என்ற தேவையில்லாமல் செய்தி சேகரித்த இடத்தில் இருந்து செய்தியை டைப் செய்து அனுப்ப லேப்டாப் வழி செய்தது. பின்னர் காமிராவில் எடுக்கப்பட்ட புகைப்படங்கள் மற்றும் வீடியோக்களை திருத்தி மேம்படுத்தி அனுப்பி வைக்கவும்

லேப்டாப் வழி செய்தது. இணைய வசதி இணைக்கப்பட்டிருந்தால் லேப்டாப்பிலிருந்தே செய்திகளை அனுப்பவும், ஊடக இணையதளங்களில் வெளியிடுவதும் சாத்தியமானது.

ஆக, கம்ப்யூட்டரோ, லேப்டாப்போ, கையடக்க காமிராவோ இவை எல்லாமே இதழாளர்கள் செய்தி சேகரிப்பில் பயன்படுத்தும் சாதனங்களாக இருக்கின்றன. இந்த வரிசையில்தான் செல்பேசியும் வருகிறது என்பதை மிக எளிதாகப் புரிந்துகொள்ளலாம்.

செய்தி சேகரிப்பில் செல்பேசியின் மிகப்பெரிய பலம், எப்போதுமே அது உடனிருப்பதுதான். இந்த அம்சத்துடன் செல்பேசியின் ஆற்றலும், செயல்திறனும் இணையும்போது புகைப்படம் எடுப்பது, வீடியோ பதிவு செய்வது, ஒலிப்பதிவு செய்வது எனப் பலவற்றை மேற்கொள்ள வழி செய்கிறது. செய்திகளைப் பதிவு செய்வது மட்டும் அல்ல, அவற்றைத் தொகுத்து ஒளிபரப்பும் தரத்தில் உருவாக்கவும், தேவை எனில் நேரலை செய்யவும்கூட நவீன செல்பேசிகள் வழி செய்கின்றன. இத்தகைய சாத்தியங்களே, செல்பேசிகள் இதழியலை பாக்கெட்டில் கொண்டு வந்திருப்பதாக வர்ணிக்க வைக்கின்றன.

செல்பேசி இதழியல், பாக்கெட் இதழியல் என்றே ஆரம்பத்தில் குறிப்பிடப்பட்டது. நோக்கியா, இதழாளர்களின் தேவையை மனதில் கொண்டு என் 92, 95 வகை செல்பேசிகளை முன்னிறுத்திய போது, செல்பேசியை மையமாகக்கொண்டு மேற்கொள்ளப்படும் செய்தி சேகரிப்பு பாக்கெட் இதழியல் என்றே குறிப்பிடப்பட்டதை 2005 க்கு பிறகு வெளியான கட்டுரைகளில் இருந்து அறிய முடிகிறது.

செல்பேசிகள் எப்போதுமே செய்தியாளர்களின் உற்ற நண்பனாக இருந்து வந்திருக்கின்றன என்றாலும், அவை காமிரா ஆற்றலைப் பெற்றபோதுதான், அவற்றின் இதழியல் பயன்பாட்டில் பெரும் மாற்றம் நிகழத் துவங்கியது. துவக்கத்தில் குரல் வழி அழைப்புகள் மற்றும் குறுஞ்செய்திகள் வழியே அலுவலங்களுக்கு செய்திகளை அனுப்ப செல்பேசிகள் உதவின. குறுஞ்செய்தி வசதி ஊடகத் துறையால் மிகச்சிறப்பாக பயன்படுத்தப்பட்ட முன்னோடி முயற்சிகள் பல இருக்கின்றன என்றாலும், இந்த கால கட்டத்தில் செல்பேசி என்பது இதழாளர்களுக்கான ஒரு கருவியாகவே இருந்தது. மிகப் பயனுள்ள கருவி!

ஆனால், செல்பேசி ஒன்றே போதும் என்று சொல்லக்கூடிய அளவுக்கு அதுவே இதழியலின் மையமாக உருவாக, தொழில்நுட்ப நோக்கில் பல விஷயங்கள் தேவைப்பட்டன. செல்பேசியுடன்

சிறிய காமிராவை இணைத்து அதன் மூலமே படம் எடுக்கும் ஆற்றல் இவற்றில் முதன்மையாக அமைகிறது. புத்தாயிரமாண்டின் தொடக்கத்தில் காமிரா போன்கள் பிரபலமாகத் தொடங்கிய போது அதனால் ஏற்பட்ட உற்சாகமும், பரபரப்பும் நிகரில்லாதவை என்றே சொல்ல வேண்டும். 2004 ம் ஆண்டில் பிபிசி இணையதளத்தில் வெளியான ஒரு கட்டுரை செல்பேசிகளின் படம் எடுக்கும் ஆற்றல் ஏற்படுத்தியுள்ள மாற்றங்களை அழகாக விவரித்துள்ளது.

திடீரெனப் பார்த்தால் எந்த இடத்திலும் படம் எடுக்க முடிகிறது. சாமானியர்கள் கண்ணில் படும் பிரபலங்களை உடனடியாக கிளிக் செய்ய முடிகிறது என்பது முக்கிய அம்சமாகக் குறிப்பிடப் பட்டுள்ளது. சாமானியர்கள் எடுக்கும் தற்செயல் படங்களை ஊடகங்கள் பயன்படுத்துவது மட்டும் அல்ல, இதழாளர்களே வலைப்பதிவு மூலம் நிகழ்வுகளைப் பதிவு செய்ய இந்த ஆற்றலை பயன்படுத்திக் கொள்ளலாம் எனத் தெரிவிக்கப்பட்டு, மோபிலாக் ஜர்னலிசம் என இதுபற்றிக் குறிப்பிடப்பட்டுள்ளது. செல்பேசி காமிரா படங்களின் துல்லியத்தைவிட, கையில் உள்ள செல்பேசியில் இருந்தே படம் எடுக்க முடிவதே இந்த காலகட்டத்தில் முக்கிய அம்சமாக இருந்தது.

ஆனால் இந்தக் குறையைப் போக்கும் வகையில் செல்பேசி நிறுவனங்கள் காமிரா உள்ளிட்ட அவற்றின் அனைத்து அம்சங் களையும் மேம்படுத்தும் முயற்சியில் ஈடுபட்டன. இதில் நிறுவனங் களிடையே போட்டியும் நிலவிய சூழலில் நோக்கியா ஸ்மார்ட்போன் எனக் கருதக்கூடிய 'என்' வரிசை செல்பேசிகளை அறிமுகம் செய்தது. வழக்கமான செல்பேசியைவிட இவற்றின் விலை அதிகம் என்றாலும் செயல்திறனும் அதிகமாக இருந்தது. இந்த செல்பேசி ஓரளவு சிறந்த புகைப்படம் எடுக்கும் ஆற்றல் பெற்றிருந்ததோடு, வீடியோ எடுக்கும் திறனும் பெற்றிருந்தது. அது மட்டும் அல்லாமல் தகவல்களை உள்ளீடு செய்வதற்கான கீபோர்டு வசதி, மைக் வசதி, அதிவேக இணைய வசதி ஆகிய அம்சங்களையும் பெற்றிருந்தது. இந்த செல்பேசியில் செயல்படக்கூடிய பிரத்யேக மென்பொருள் களையும் அளித்தது. இவற்றோடு டிரைபாடு மற்றும் சோலார் சார்ஜர் ஆகியவற்றைச் சேர்த்து, இதழியலுக்கான தொகுப்பாக நோக்கியா முன் வைத்தது.

இதழாளர்கள் நோக்கில் பார்த்தால் இந்த மாற்றங்களை அற்புதம் என்றே புரிந்துகொள்ளவேண்டும். இதற்கு முன்னர் அதிகபட்சமாக செல்பேசி மூலம் தொடர் குறுஞ்செய்திகள் வாயிலாக செய்தியை அனுப்ப முடிந்த நிலை மாறி தற்போது, கீபோர்டு துணை கொண்டு நீளமான செய்திகளையும் டைப் செய்ய முடிந்தது. இது லேப்டாப்

சுமையில் இருந்து விடுவிப்பதாக இருந்தது. இந்த செல்பேசி மூலமே படம் எடுக்க முடிந்தது, தனியே காமிராவைக் கொண்டு செல்ல வேண்டிய தேவையையும் இல்லாமல் செய்தது. விளைவு, இத்தகைய செல்பேசி இருந்தால் போதும், இதழாளர்கள் எந்த இடத்தில் இருந்தும் செய்தி சேகரிப்பில் ஈடுபடலாம் என்னும் நிலை உண்டானது. ஆனால், இந்த மாற்றம் உடனடியாக நிகழ்ந்து விடவில்லை. படிப்படியாகவே நிகழ்ந்தது.

நவீன செல்பேசி காமிரா புகைப்படம் மற்றும் வீடியோ எடுக்கும் ஆற்றல் பெற்றிருப்பது களத்தில் இதழாளர்களுக்கு உதவியாக இருந்தாலும், இது இரண்டாம் பட்ச தேர்வாகவே இருந்தது. அதாவது வழக்கமான காமிரா பயன்படுத்த முடியாத அல்லது கையில் இல்லாத இடத்தில் செல்பேசியைக் கொண்டு படம் பிடிப்பது ஏற்றுக்கொள்ளப்பட்டது. அதோடு, திட்டமிடல் நிகழும் செய்திகளை உடனடியாக வெளியிடும் தேவை ஏற்படும் இடங்களில் செல்பேசிகள் கொண்டு செய்தி சேகரிப்பது பெரும் வரப்பிரசாதமாகக் கருதப்பட்டது.

இப்படி செல்பேசிகள் இதழாளர்களுக்கான வரப்பிரசாதமாக அமைந்தாலும், அவை ஒரு துணை சாதனமாகவே நீடித்த நிலையில், செயல்திறனில் ஏற்பட்ட தொழில்நுட்ப பாய்ச்சல் மற்றும் செயலிகள் வடிவில் நிகழத் துவங்கிய மென்பொருள் புரட்சி, நவீன செல்பேசியை எல்லாம் வல்ல சாதனமாக ஆக்கியது. ஆகவே, செல்பேசி எனும் சாதனத்தை மட்டுமே மையமாகக் கொண்ட செய்தி சேகரிப்பு, வெளியீடு முயற்சிகள் அதிகரிக்கத் துவங்கின. இதுவே செல்பேசி இதழியல் அலையாக உருவெடுக்கத் தொடங்கியது.

இந்த நிகழ்வுகளில் நோக்கியாவின் தாக்கம் என்பது அத்தனை முக்கியம் அல்ல; அந்த காலகட்டத்தில் செல்பேசிகள் ஸ்மார்ட்போன் களாக உருவெடுக்கத் தொடங்கியது இதழியலில் தாக்கத்தை ஏற்படுத்துவதாக இருந்தது என்பதே முக்கியம். நோக்கியா அதை உணர்ந்து, அதற்கேற்ற சாதனங்கள் மற்றும் மென்பொருள் தொகுப்பையும் வழங்கத் தொடங்கியது. பின், நோக்கியா எப்படி நவீன செல்பேசி புரட்சியில் பின் தங்கிப் போனது என்பது ஆய்வுக் குறியது என்றாலும், அது தனியே கவனம் செலுத்த வேண்டியதாகிறது.

இதனிடையே, பொதுமக்கள் மத்தியில் செல்பேசி பயன்பாடு அதிகரிக்கத் துவங்கியது. அவர்கள் செல்பேசி மூலமே பலவற்றை மேற்கொள்ளத் தொடங்கியது, முக்கியமாக செய்திகளை செல்பேசி வாயிலாகவே நுகரத் துவங்கியது ஆகியவை பெரும் தாக்கத்தை ஏற்படுத்தின. மற்ற துறைகளைவிட இதழியலில் இதன் தாக்கம் தீவிரமாக இருந்தது.

ஏனெனில் இதழியல் எப்போதுமே தொழில்நுட்பத்தின் தாக்கத்தை அதிகம் உணரும் துறையாக இருக்கிறது. அதிலும் குறிப்பாக இணையத்தின் வருகை மற்றும் டிஜிட்டல் தொழில்நுட்பங்களின் எழுச்சி, இதழியலைத் தலைகீழாக மாற்றியது என்றுகூடச் சொல்லலாம். இந்தத் தாக்கத்தின் நீட்சியாகவே நவீன செல்பேசியின் தாக்கத்தையும் புரிந்துகொள்ள வேண்டியிருக்கிறது.

டிஜிட்டல் இதழியலில் இருந்து செல்பேசி இதழியல்

இதழியல் துறையில் ஏற்கெனவே டிஜிட்டல் அம்சம் முன்னிலை பெற்றிருந்த காலம் இது.

ஆனால், டிஜிட்டல் பதிப்பு அல்லது இணைய பதிப்பு என்பது துவக்கத்தில் அச்சுப் பதிப்பின் நீட்டிப்பாகவே இருந்தது. இணையத்தில் இடம்பெற்றிருப்பது அவசியம் எனும் நிதர்சனம் உரைத்த நிலையில் ஊடகங்கள் இணைய பதிப்புகளை வெளியிடத் துவங்கின. அச்சில் வெளியான செய்திகள் அப்படியே இணையத்தில் பதிவேற்றப்பட்டன. இதற்கென இணையதளங்கள் வடிவமைக்கப் பட்டன. அல்லது அச்சுப்பிரதி அப்படியே மின் பிரதியாகப் பதிவேற்றப்பட்டது. 1990 களின் இறுதியில் இது போதும் என ஊடகங்கள் நினைத்தன. ஆனால் இணையத்தின் வளர்ச்சி அந்த நிம்மதியைக் குலைத்தது.

இணையம் என்பது ஏற்கெனவே உள்ள ஊடக உள்ளடக்கத்திற்கான நீட்டிப்பு வசதி மட்டும் அல்ல, அதுவே பிரதான வெளியீட்டு வசதி எனும் புதிய உண்மையை ஊடகங்கள் உணரத் துவங்கின. வாசகர்கள் அல்லது நேயர்கள் இணையவாசிகளாக மாறியதும், அவர்கள் இணையம் வாயிலாக பிரதானமாக செய்திகளை அணுகத் துவங்கியதாலும் இந்த மாற்றம் அவசியமானது.

அச்சு வடிவம் அல்லது தொலைக்காட்சி மூலம் செய்திகளைப் பெறுவதைவிட இணைய தலைமுறை இணையதளம் மூலம் செய்திகளைத் தெரிந்துகொள்வதில் அதிக ஆர்வம் காட்டின. இதே காலகட்டத்தில் வலைப்பதிவு எனும் ஜனநாயக பதிப்பு வசதி பிரபலமானது. மற்றும் இதன் தொடர்ச்சியாக சமூக ஊடகங்கள் எழுச்சி பெற்றது, இணைய வழிச் செய்திகளை பிரதானமாக்கியது.

இந்தப் போக்கை புரிந்துகொண்ட ஸ்டீவ் பட்ரி போன்ற முன்னோடி பத்திரிகையாளர்கள் டிஜிட்டல் பர்ஸ்ட் எனும் கருத்தாக்கத்தை வலியுறுத்தத் தொடங்கினர். அதாவது அச்சு ஊடகச் செய்திகளை இணையத்தில் மறு பதிப்பு செய்வதற்குப் பதில் முதலில்

இணையத்தில் வெளியிடவேண்டும் என வலியுறுத்தினர். இணையத்தில் உடனுக்குடன் செய்திகளைப் பகிர்ந்துகொண்ட பிறகு, ஆழமான அலசல்களை அச்சு ஊடகத்தில் வெளியிடலாம் எனும் நிலை உண்டானது.

செல்பேசிகளின் எழுச்சிக்குப்பிறகு இந்தக் கருத்தாக்கம் செல்பேசியில் முதலில் எனும் கருத்தாக்கமாக உருப்பெற்றது. நவீன தலைமுறை எல்லாவற்றையும் செல்பேசியிலேயே அணுகுவதால் செய்திகளையும் செல்பேசியில் முதலில் வழங்குவது தவிர்க்க இயலாதது எனும் கருத்து முன்வைக்கப்பட்டது. இதை ஏற்காதவர்கள் வாசகர்களை இழந்துகொண்டிருக்கின்றனர்.

'செல்பேசியில் முதலில்' எனும் கோட்பாட்டிற்கு ஏற்ப செல்பேசியில் உள்ளடகத்தை உருவாக்கிப் பகிர்ந்து கொள்வதும் முன்னிலை பெற்று வருகிறது.

அது மட்டும் அல்ல, தொழில்நுட்ப வளர்ச்சி ஊடக வகைகளையும் அதன் எல்லைகளையும் தாறுமாறாகக் கலைத்துப்போட்டு ஒன்று கலக்க வைத்திருக்கிறது. இதை 'கன்வர்ஜன்ஸ்' என்கின்றனர். அதாவது ஒன்றுக்கு மேற்பட்ட ஊடக வடிவங்கள் தங்கள் தனித்தன்மையை இழந்து ஒன்றோடு ஒன்று இணைவது. இந்த ஒருங்கிணைப்பு பல தளங்களில் அரங்கேறி வருகிறது. ஊடக வடிவ கலப்பில் இதைத் தெளிவாக உணரலாம்.

உதாரணத்திற்கு ஒரு காலத்தில் அச்சு ஊடகத்தில் வரி வடிவில் மட்டுமே செய்திகள் இடம்பெற்றன. அதிகபட்சமாக புகைப்படங்கள், கிராபிக்ஸ்களை சேர்க்கலாம் எனும் நிலை இருந்தது. அதேபோல தொலைக்காட்சிகள் காட்சி வடிவில் மட்டும் செய்தி வெளியிட்டன. வானொலி ஒலி வடிவில் இயங்கியது. ஆனால் இணைய தொழில்நுட்பம் இந்த எல்லைகளை எல்லாம் மாற்றி அமைத்தது.

அச்சு ஊடகம் இணையதளம் அமைத்த பிறகு, அதில் வீடீயோவையும் வெளியிடும் சாத்தியம் மற்றும் தேவை இரண்டும் உண்டானது. தொலைக்காட்சி ஊடகம் இணைய பதிப்பில் வரி வடிவில் செய்திகளை அளிக்க வேண்டியிருக்கிறது. இணையதளத்தில் ஒலி கோப்பாகவும் செய்திகளை வழங்கும் சாத்தியம் உருவாகி இருக்கிறது. இவை அனைத்தும் சேர்ந்து பல்லூடக உள்ளடக் கத்திற்கான தேவையை ஏற்படுத்தியுள்ளது.

அதாவது மூல ஊடகம் எதுவாக இருந்தாலும், உள்ளடக்கம் பல்லூடகத் தன்மையுடன் வெளியாவது அவசியமாகி இருக்கிறது. இளம் தலைமுறை வாசகர்களைக் கவர வேண்டும் எனில் தளத்தில்

யூடியூப் வடிவில் வீடியோ செய்தி அளிக்கவேண்டும். இன்னும் பல விதங்களில் உள்ளடக்கத்தை தேவைக்கேற்ப பலவிதங்களில் வழங்கியாக வேண்டிய அவசியம் உண்டாகியுள்ளது.

இந்தப் பல்லூடக உள்ளடக்கத் தேவையை நிறைவேற்றும் நிர்பந்தத்தின் விளைவாக செல்பேசி இதழியல் இயல்பாக எழுச்சி பெறத்துவங்கியிருக்கிறது. சூழலுக்கு ஏற்ப ஒரு செய்தியை வரி வடிவிலோ, புகைப்படத்தொகுப்பாக அல்லது வீடியோ தொகுப்பாக வழங்குவதில் நவீன செல்பேசி கைகொடுக்கிறது.

செய்திகளை பல்லூடகத் தன்மையில் நவீன செல்பேசியில் வழங்கும் சாத்தியமும் அதற்கான நிர்பந்தமும்தான் செல்பேசி இதழியலாக உருவெடுத்துள்ளது. செல்பேசி இதழியலின் இந்த எழுச்சி திடீரென அரங்கேறிய மாயமாகவும் தோன்றலாம். நவீன செல்பேசியிலேயே உள்ளடக்கத்தை உருவாக்கி வெளியிடும் ஆற்றல் நம்ப முடியாத தன்மையைக் கொண்டிருந்தாலும் இதற்கு முன் வரலாறு இல்லாமல் இல்லை.

ஊடகத்தின் முக்கிய போக்குகளை திரும்பிப் பார்க்கும்போது தொலைக்காட்சி வளர்ச்சியின் கிளையாக உருவெடுத்த வீடியோ இதழியல் இதற்கான முன்னோடியாக இருப்பதைப் புரிந்து கொள்ளலாம்.

காட்சி ஊடகமான தொலைக்காட்சி நிறுவனமயமான செயல் பாட்டைக் கொண்டிருந்தது. அதற்கு அதிக செலவிலான உபகரணங்களும், தனிக்குழுவும் தேவைப்பட்டன. செய்தியாள ரோடு, காமிராமேன் உள்ளிட்ட படப்பிடிப்புக் குழுவினர் தேவை. இந்த நிர்பந்தங்கள் ஒருவிதத்தில் தொலைக்காட்சி மூலமான செய்தி சேகரிப்பின் வீச்சைக் குறைத்ததாகக் கொள்ளலாம். எந்தச் செய்தி குறித்து தகவல்களைச் சேகரிக்கலாம் என்பதை தொலைக்காட்சி ஆசிரியர் குழுவும், தயாரிப்பாளர்களுமே தீர்மானித்தனர்.

இந்தப் பின்னணியில் சுயேட்சையான செயல்பாட்டை நாடிய இதழாளர்களும், படைப்பூக்கம் மிக்கவர்களும் தன்னிச்சையான வழிகளை நாடினர். அதாவது காமிரா குழுவினர் இல்லாமல், தனிநபராக தாங்களே காமிரா உள்ளிட்ட கருவிகளை எடுத்துக் கொண்டு களத்திற்குச் சென்று காணொலி வடிவில் செய்தி சேகரித்து அவற்றை தாங்களே தொகுத்து ஒளிபரப்பிற்கு ஏற்ற வடிவில் வழங்கினர். இந்தவகையான செய்தி சேகரிப்பு வீடியோ இதழியல் எனப் பிரபலமானது.

இந்தவகைச் செய்தியாளர்கள் வீடியோ இதழாளர்கள் என அழைக்கப்பட்டனர். ஒருவரே எல்லாவற்றையும் சுமந்து சென்று, ஒரு குழுவின் பணியைச் செய்ததால் இவர்கள் தனிநபர் இதழாளர் (சோலோ ஜர்னலிஸ்ட்) என அழைக்கப்பட்டனர். இவர்கள் பேக்பேக் ஜர்னலிஸ்ட் என்றும் குறிப்பிடப்பட்டனர்.

இதே காலகட்டத்தில் தொழில்நுட்ப முன்னேற்றத்தால் கையில் எடுத்துச்செல்லக்கூடிய வகையில் வீடியோ காமிராக்கள் அறிமுகமானது வீடியோ இதழாளர்களின் பணியை மேலும் எளிமையாக்கியது. காமிரா குழுவுக்கான பட்ஜெட் இல்லாத இடங்களுக்குச் செல்ல விரும்பிய இதழாளர்கள் அல்லது தாங்களே தரமான செய்தி படத்தை உருவாக்க விரும்பிய இதழாளர்கள் இவ்வாறு செயல்பட்டனர். இந்தப் போக்கு அறிமுகமான 1970களில் அமெரிக்காவின் மைக்கேல் ரோசன்பிளம் போன்றவர்கள் வீடியோ இதழியலுக்கான அடிப்படை நுட்பங்களை உருவாக்கி இந்த போக்கிற்கு வலு சேர்த்தனர். காமிராமேன் உதவியில்லாமல் இதழாளரே காட்சிகளை படமாக்கி நேர்த்தியாக கதை சொல்வதற் கான படமாக்கல் உத்திகளையும் இவர் வகுத்துக்கொடுத்தார்.

விஜே என சுருக்கமாகக் குறிப்பிடப்படும் இந்தப் போக்கு தொலைக்காட்சி இதழியலில் வலுப்பெற்றதன் அடுத்த கட்டமாக செல்பேசியின் எழுச்சிக்குப் பிறகு, நவீன செல்பேசியிலேயே உள்ளடக்கத்தை உருவாக்கும் ஆற்றலை முழுவதுமாக பயன் படுத்திக்கொள்ளும் செல்பேசி இதழியலாக உருவெடுத்துள்ளது.

வீடியோ இதழியலுக்கும், செல்பேசி இதழியலுக்கும் சில வேறுபாடு கள் இருப்பதாக இத்துறை வல்லுனர்கள் சிலர் கருதினாலும், வீடியோ இதழியலின் நீட்சியாக இதைக் கருதுவதன் மூலம் செல்பேசிய இதழியலின் எழுச்சியை சரியாகப் புரிந்துகொள்ளலாம்.

மோஜோ அடிப்படைகள்

5

செல்பேசி இதழியல் அடிப்படைகள்

செல்பேசி இதழியல் அடிப்படைகளை கற்றுக்கொள்வது மிகவும் எளிதானது. அதற்கு சில நாட்களே போதுமானது. ஆனால் செல்பேசி இதழியலில் தேர்ச்சி பெறுவது என்பது எளிதல்ல. அதற்கு முறையான பயிற்சியும், கடின உழைப்பும் அவசியம்.

செல்பேசி இதழியலில் சிறந்து விளங்க, செல்பேசி தொழில்நுட்பம் மற்றும் அதற்கான பலவிதமான செயலிகளைப் பயன்படுத்துவதில் தேர்ச்சி பெற்றிருப்பதோடு, இதழியலின் அடிப்படைகளிலும் அனுபவம் இருக்கவேண்டும். ஏனெனில், செல்பேசி இதழியலில், ‘செல்பேசி’ என்பது ஒரு கருவியாக மட்டுமே இருக்கிறது. மற்றபடி இதழியலுக்கான அடிப்படை நெறிமுறைகள், விதிகள், செயல்முறைகள் இதற்கும் பொருந்தும். முக்கியமாக இதழியலுக்கான அறம் செல்பேசி இதழியலிலும் கடைப்பிடிக்கப்பட வேண்டும்.

இணையம் சார்ந்த செய்தி வெளியீட்டை இணைய இதழியல் எனக் குறிப்பிடுகிறோம். டிஜிட்டல் தொழில்நுட்பம் செய்தி சேகரிப்பு, வெளியீடு, பகிர்வு ஆகியவற்றை எளிதாக்கி இருக்கிறது. மேலும் இணையம் மையமாகத் திகழும் புதிய ஊடகத்தின் தன்மை காரணமாக நவீன இதழியலின் அம்சங்கள் தலைகீழாக மாறியிருக்கிறது. வாசகர்கள் அல்லது பார்வையாளர்கள் என்பவர்கள் மறைந்து எல்லோரும் பங்கேற்பாளர்களாக ஆகியிருக்கின்றனர். இதில் எண்ணற்ற சாதகங்களும், பாதகங்களும் இருந்தாலும் இதழியலின்

அடிப்படை விதிகள் மாறிவிடவில்லை. அவை இணைய இதழியலுக்கும் பொருந்தும். இப்போது செல்பேசி இதழியலுக்கும் பொருந்தும். எதிர்காலத்திலும் பொருந்தும்.

செல்பேசி திரையில் ஆடியோ மற்றும் வீடியோவை எடிட் செய்யக் கற்றுக்கொள்ள அரை நாளே போதுமானது என்கிறார் செல்பேசி இதழியல் முன்னோடி மற்றும் பயிற்சியாளரான ஸ்டீபன் குவின். அதன் பிறகு பயிற்சி பெற்ற இதழாளர்களுக்கு செய்தி சேகரிப்பு என்பது மிகவும் எளிதான செயல்முறை என்கிறார் அவர். அடுத்ததாக அவர் சொல்லும் விஷயம்தான் முக்கியமானது. ‘செல்பேசி இதழியலின் முக்கிய அம்சம் கதை சொல்லும் கலையாகும். அதாவது தொழில்நுட்பம் மூலம் மேம்பட்ட இதழியலை அளிப்பது’ என்கிறார். இது தொழில்நுட்பத் திறனைக் கடந்தது. எனவே அரை நாளில் கற்றுக்கொள்ள முடியாதது என்கிறார். ஆக செல்பேசி இதழாளராக விளங்கவேண்டும் என்றால் அடிப்படையில் இதழாளராக இருக்க வேண்டும்.

காகிதக் குறிப்பேட்டுடன் செய்தி சேகரிக்கச் சென்றாலும் சரி, முழு தொலைக்காட்சிக் குழுவுடன் சென்றாலும் சரி அல்லது கையில் நவீன செல்பேசியுடன் செய்தி சேகரிக்கச்சென்றாலும் சரி, எது செய்தி, அதை எப்படிச் சொல்ல வேண்டும், அதனால் ஏற்படக் கூடிய தாக்கம் என்ன என்பதுபோன்ற விஷயங்களில் அக்கறை கொள்ளவேண்டும். இதழியல் என்பது, பொது நலனுக்கான செய்தி வெளியீடு என்பதை எப்போதும் மறக்கக்கூடாது.

செல்பேசியில் உள்ள காமிராவின் ஆற்றல் மேம்பட்டு வருவதும், செல்பேசியிலேயே எடிட் செய்யக்கூடிய, இணையத்தில் வெளியிடக் கூடிய வசதியை அளிக்கும் எண்ணற்ற செயலிகள் உருவாக்கப் படுவதும் வருங்காலத்தில் மேலும் பல இதழாளர்கள் செல்பேசியை தொழில்முறை பணிக்காக பயன்படுத்திக்கொள்வது அதிகரிக்கும் என்கிறார் குவின். செய்தியாளர்கள் எப்போதுமே தங்கள் வசம் செல்பேசி வைத்திருப்பதால் செல்பேசியில் படம்/ வீடியோ எடுப்பதும், அவற்றை உடனே இணையத்தில் வெளியிடுவதும் எளிதாக இருக்கிறது.

இந்த ஆற்றலை முழு அளவில் பயன்படுத்திக்கொள்ள செல்பேசி இதழியலுக்குத் தேவையான அடிப்படை நுட்பங்கள், மென்பொருள்கள் மற்றும் சாதனங்களை அறிந்துகொள்ள வேண்டும். இதற்கு முன், முதலில் நவீன செய்தி சேகரிப்பின் மூன்று அடுக்குகளைப் புரிந்துகொள்ள வேண்டும்.

செல்பேசி மூலம் செய்தி சேகரித்து வெளியிடுவது என்பது அடிப்படையில் மல்டிமீடியா எனச்சொல்லப்படும் பல்லூடகத் தன்மை கொண்டிருக்கிறது. அதாவது வரி வடிவச் செய்திகள், புகைப்படம், ஆடியோ , வீடியோ எல்லாம் இணைந்தது. செய்தியின் தன்மைக்கேற்ப இந்த அம்சங்களில் சில முதன்மை பெறலாம் அல்லது அனைத்துமே இடம்பெற்றிருக்கலாம்.

செல்பேசி அறிமுகமான ஆரம்ப காலத்தில், களத்தில் இருந்து அலுவலகத்தைத் தொடர்புகொண்டு செய்தியை விவரிப்பது அல்லது குறுஞ்செய்தி வழியே தகவல் அனுப்புவது இயல்பாக இருந்தது. பின்னர் காமிரா போன்கள் அறிமுகமானபோது செய்தியுடன் படங்களையும் எடுத்து அனுப்புவது சாத்தியமானது. ஆரம்ப கால போனில் படங்களின் தரம் அத்தனை துல்லியம் இல்லை என்றாலும், செய்திப்படம் என்ற வகையில் இந்தக் குறை ஏற்றுக் கொள்ளப் பட்டதாக இருந்தது.

ஆனால் காலப்போக்கில் செல்பேசி தொழில்நுட்பத்தின் எல்லையில்லா மேம்பாடு காரணமாக நவீன செல்பேசி காமிராவில் தரமான படங்களை எடுக்க முடிகிறது. மேலும் செல்பேசிகள் அதிவேக இணைய வசதி பெற்றிருப்பதன் காரணமாக அவற்றை உடனுக்குடன் இணையத்தில் வெளியிடுவது சாத்தியமாகிறது. வெளியிடும் முன் நேர்த்தியாக எடிட் செய்வதற்கான மென்பொருள்களும் செயலி வடிவில் கைகொடுக்கின்றன. இந்த அம்சங்களின் கூட்டு பலனே செல்பேசி மூலமான பல்லூடக செய்தி சேகரிப்பு சாத்தியமாகிறது.

பல்லூடக செய்தி சேகரிப்பு அடிப்படையில் மூன்று அடுக்குகளை அல்லது மூன்று வகையானதாக இருக்கிறது என்கிறார் குவின். உடனடிச் செய்தி முதல் வகையாகும். ஏற்கெனவே குறிப்பிட்டபடி, ஒரு செய்தியாளர் களத்தில் இருந்து அலுவலகத்திற்கு குரல்வழியாக அல்லது குறுஞ்செய்தியாக தகவல் அளிக்கலாம். அவற்றுடன் சில புகைப்படங்கள் அல்லது வீடியோவையும் இணைத்து அனுப்பலாம். செய்தி நடந்தவுடன் இணைய பதிப்பில் அதுபற்றிய ஆரம்ப கட்ட தகவலை வெளியிட இது மிகவும் ஏற்றது. தேவை எனில் செய்தியாளர் நவீன செயலிகள் மூலம் களத்தில் இருந்தே இவற்றை இணையத்தில் வெளியிடலாம்.

இரண்டாவது வகை அல்லது அடுக்கு என்பது, உடனடி செய்தி அல்லது பொது செய்தியின் அடுத்த கட்ட செய்தி சேகரிப்பாகும். செய்தியின் தன்மைக்கேற்ப அவை தொடர்பான கூடுதல் தகவல்கள், பின்னணி விவரங்கள், மக்களின் கருத்துக்கள், அடுத்த கட்ட வளர்ச்சி ஆகிய அம்சங்கள் இதில் இடம்பெற்றிருக்கலாம்.

உதாரணத்திற்கு சாலை விபத்து என்பது உடனடிச் செய்தியாக அமையும். விபத்தின் தன்மைக்கேற்ப அதன் விவரங்கள் அடுத்த கட்ட செய்தியாகும். மூன்றாவது வகை அல்லது அடுக்கு என்பது பத்திரிகை கட்டுரை செய்தி அல்லது வானொலி, தொலைக்காட்சி செய்திப்படம் பாணியிலானது. மிகவும் விரிவாகவும், ஆழமாகவும் இது அமைந்திருக்கும். இந்தவகைச் செய்திகளுக்கு பல நாட்கள் உழைத்து தகவல் சேகரிக்கவேண்டும். இதை கதை சொல்லலாகவும் புரிந்துகொள்ளலாம். வறட்சி சூழலிலும் புதுமையான விவசாய முறைகளைப் பயன்படுத்தி அதிக மகசூல் ஈட்டும் சாதனை விவசாயி பற்றிய செய்தியை இதற்கான உதாரணமாக சொல்லலாம். அல்லது, காதலனின் அமில வீச்சுக்கு இலக்கான பிறகு, அழகின் வரையறையை கேள்விக்குள்ளாக்கும் வகையில் தன்னம்பிக்கை யுடன் வாழும் இளம் பெண்ணின் கதையை உதாரணமாக சொல்லலாம். இதழியல் என்பதே மக்களுக்கான கதை சொல்லல்தானே.

எந்தவகையான செய்தி என்றாலும், அனைத்துக்குமே பல்லூடகத் தன்மை பொருந்தும். ஆனால் செய்தியின் தன்மை மற்றும் தீவிரத்திற்கு ஏற்ப ஊடக அம்சங்கள் தீர்மானிக்கப்படும். ஒரு சில செய்திகள் குறிப்பிட்ட ஊடகத்திற்கு ஏற்றதாக இருக்கும். உதாரணத்திற்கு பட்ஜெட் பற்றிய அலசல், அல்லது தேர்தல் முடிவுகளில் வாக்குகளின் அலசல் பற்றிய கட்டுரை எனில் அச்சு ஊடகம் அல்லது இணையத்தில் வெளியிடுவது ஏற்றதாக இருக்கும். மாறாக, தீ விபத்து எனில், செய்தியாளர் பக்கம் பக்கமாக எழுதுவதை விட, வீடியோ காட்சி அதை கச்சிதமாக வெளிப்படுத்தும். ஒரு சில செய்திகளுக்கு ஆடியோ பதிவு பொருத்தமாக இருக்கும். பொதுவாக உணர்வுகளை வெளிப்படுத்த வீடியோ ஏற்றதாகக் கருதப்படுகிறது.

ஆனால், இங்கே எத்தகைய படம் அல்லது வீடியோவை வெளியிடலாம் என்பதற்கான ஊடக அறத்தை நினைவில்கொள்ளவேண்டும். பொதுவாக ஊடகங்கள் கோரமான படங்கள், பார்ப்பவரின் மனநிலையைப் பாதிக்கக்கூடிய படங்களை வெளியிடுவதில்லை. தனிநபர்களை அடையாளப்படுத்தும் படங்களையும் பல நேரங்களில் வெளியிடுவதில்லை. கண்டதும் படமெடுப்பது, படமெடுத்ததும் பதிவேற்றும் வசதி சாத்தியமாகியுள்ள கால கட்டத்தில் இந்த நெறிமுறைகள் சவாலுக்கு இலக்காகி இருக்கிறது என்றாலும் இவை மீறப்பட வேண்டியவை என்பது அர்த்தம் அல்ல.

பொதுவாக செய்தி அறையில் உள்ள ஆசிரியர் குழு இதுபோன்ற விஷயங்களைத் தீர்மானிக்கிறது. குறிப்பிட்ட செய்தி வெளியாகும் போது, அதை எப்படி வெளியிடுவது என விவாதிக்கப்படும்போது

ஊடக அறம் சார்ந்த நெறிமுறைகள் முக்கிய பங்கு வகிக்கின்றன. செல்பேசி இதழியலுக்கும் இது பொருந்தும். இதழாளர் தவிர ஒருவர் சுயேட்சையாக செய்தி வெளியீட்டில் ஈடுபட்டாலும் இந்த அடிப்படை அறத்தை மீறாமல் இருக்கவேண்டும்.

பல்வேறு ஊடகங்களின் தன்மையை அறிந்திருப்பதோடு அவற்றின் பலம் மற்றும் பலவீனங்களை இதழாளர்கள் நன்கு உள்வாங்கிக் கொள்ளவேண்டும். இதற்கான பயிற்சியும் அவசியம்.

இதில் முதல் அடுக்கு செய்திக்கு செல்பேசி இதழாளர்கள் மிகவும் பொருத்தமானவர்கள். செய்தி நிகழும் இடத்தில் இருந்து தாமதம் இல்லாமல் முதல் கட்ட பதிவுகளை செல்பேசியிலேயே அளித்து விடலாம். இரண்டாம் அடுக்கு மற்றும் மூன்றாம் அடுக்கு செய்திகளுக்கும் செல்பேசி இதழியல் பொருத்தமாக இருக்கும். ஆனால் அதற்கு கூடுதல் பயிற்சி.

இந்த இடத்தில் குவின் சொல்லும் செல்பேசி இதழியல் வேறுபாடு களை அறிந்துகொள்வது பொருத்தமாக இருக்கும். செல்பேசி இதழியலுக்கு பலவிதமான வரையறைகள் சொல்லப்படுகின்றன. செல்பேசி மூலம் செய்தி சேகரிப்பு மற்றும் வெளியீடு எனப் புரிந்துகொள்ளப்பட்டாலும், முழுக்க முழுக்க செல்பேசியை மட்டும் பயன்படுத்துவது செல்பேசி இதழியலா அல்லது கையில் எடுத்துச்செல்லக்கூடிய எந்த வகையான தொழில்நுட்பத்தையும் உடன் பயன்படுத்துவது செல்பேசி இதழியலா எனும் கேள்வி இருக்கிறது.

செல்பேசி காமிரா போதுமானது அல்ல எனும் சூழலில் டி.எஸ்.எல்.ஆர் காமிரா பயன்படுத்தலாம். உதாரணமாக வன விலங்குகளை படம் பிடிப்பது எனில், கூடுதல் துல்லியம் கொண்ட காமிரா நல்லது. அதேபோல செல்பேசியில் படம் பிடித்துவிட்டு லேப்டாப்பில் எடிட் செய்துகொள்ளலாம். இவையும் செல்பேசி இதழியலின் அம்சங்களாகவேகொள்ளப்படுகின்றன. சூழலுக்கு ஏற்ப சாதனங்களைத் தேர்வு செய்வதே முக்கியம் எனக் கருதப்படுகிறது.

பிரதானமாக செல்பேசியை செய்தி சேகரிப்பிற்குப் பயன்படுத்துவது தான் செல்பேசி இதழியலின் ஆதார அம்சம். அது தரக்கூடிய எளிதான அணுகுதல் முக்கியமாக அமைகிறது. அதே நேரத்தில் செல்பேசியில் படம் எடுத்து, தேவையான செயலிகளை பயன்படுத்தி எடிட் செய்து பகிர்வது அடிப்படை செல்பேசி இதழியல் எனச் சொல்லும் குவின், மாறாக, செல்பேசி இதழியலுக்காக என்றே பிரத்யேகமாக உருவாக்கப்பட்ட வெரிகோடர்

டெக்னாலஜிஸ் நிறுவன மென்பொருள் தொகுப்பைப் பயன்படுத்தி செய்தி சேகரிப்பது முழு வீச்சிலான செல்பேசி இதழியல் என்கிறார்.

செல்பேசி செய்தி சேகரிப்பிற்கான பிரத்யேக மென்பொருள்கள் போலவே, பிரத்யேக உபகரணங்கள் தொகுப்பும் உருவாக்கப் பட்டுள்ளன என்பதை நினைவில்கொள்ளவேண்டும்.

செல்பேசி இதழியல் எனும்போது அதில் வானொலி வசதியும் முக்கிய அங்கம் வகிப்பதை மனதில்கொள்ளவேண்டும். செல்பேசியில் குரல்களைப் பதிவுசெய்து வெளியிட பிரத்யேக செயலிகள் இருக்கின்றன. குரல் வழி பதிவுகள் மூலம் பாட்காஸ்டிங் ஒலிபரப்பிலும் ஈடுபடலாம். உலகின் பெரும் பகுதி இன்னமும் அச்சு ஊடகம் மற்றும் இணைய ஊடகம் சென்றடைய முடியாதவையாக இருப்பதை மறந்துவிடக்கூடாது. இத்தகைய பின் தங்கிய பகுதிக்கு செய்திகளைக் கொண்டு செல்லக்கூடிய சிறந்த வழியாக செல்பேசிகள் இருக்கின்றன. அதிலும் செல்பேசி வானொலி வழியாக இத்தகைய பகுதியில் உள்ள மக்களுக்குத் தேவையான செய்திகளை அளிக்கலாம். இந்தியாவில் சட்டீஸ்கர் மாநிலத்தில் ஆதிவாசிகளுக்கான செல்பேசி வானொலி செய்தி சேவையை வழங்கும் ஜிநெட்ஸ் வாராவை இதற்கான உதாரணமாகக் குறிப்பிடலாம்.

இவைதவிர புகைப்படங்களை தனியாகவும் வெளியிடலாம். இன்ஸ்டாகிராம் அல்லது ஸ்னேப்சேட் புகைப்பட பகிர்வு சேவைகள் மூலம் புகைப்படங்களை வெளியிடலாம். மேலும் புகைப்படங்களுடன் குரல் பதிவை இணைத்து ஆடியோ ஸ்லைடு காட்சிகளையும் உருவாக்கலாம். சவுண்ட்ஸ்லைட்ஸ் போன்ற மென்பொருள்கள் இதற்காக இருக்கின்றன.

இதேபோலவே வீடியோ பதிவு செய்தி வீடியோ அல்லது தொலைக்காட்சி பதிவாகப் பகிர்ந்துகொள்ளலாம். ஆடியோ மற்றும் வீடியோ பதிவுகளை செல்பேசியிலேயே எடிட் செய்யலாம்.

செய்தியை பதிவு செய்தவுடன், அவற்றைச் செய்தி அறைக்கு அனுப்பி வைப்பதற்கான முறைகளை அறிந்துகொள்ள வேண்டும். கோப்புகளை அனுப்ப இணைய இணைப்பு போதுமானதா எனப் பார்க்கவேண்டும். வை-பை வசதியைப் பயன்படுத்தலாம். கோப்புகளை இமெயில் இணைப்பாகவும் அனுப்பலாம். சில நிறுவனங்கள் இதற்கான பிரத்யேக எப்டிபி பகிர்வு வசதியும் அளிக்கின்றன. பகிர்வு வசதியில் பிரச்னை எனில், லேப்டாப் அல்லது கம்ப்யூட்டருக்கு கோப்புகளை மாற்றி வேகமாக இணைப்பு

மூலம் அனுப்பி வைக்கலாம். செய்தியை அனுப்புவதற்கான தொழில்நுட்ப வழிகளை அறிந்து கொள்வதோடு, அவை தொடர்பான பாதுகாப்பு அம்சங்களையும் அறிந்திருக்கவேண்டும். உதாரணத்திற்கு முக்கிய செய்தி எனில் அதை பொதுஇட வைபையில் பகிர்வது சரியாக இருக்காது. அதி ரகசிய செய்திகளை என்கிரிப்ட் செய்வதும் அவசியமாகலாம். ஒரு சில செயல்கள் இருப்பிடம் உள்ளிட்ட தகவல்களைத் திரட்டிக்கொள்ளலாம். இந்த அம்சங்களை எல்லாம் அறிந்து பாதுகாப்பான பகிர்வு முறையைத் தேர்வு செய்ய வேண்டும்.

இணைப்பு: ஸ்டீபன் குவின் எழுதிய ஆசிய பிராந்தியத்திற்கான செல்பேசி இதழியல் அறிமுகம் புத்தகத்தில் வரும் செல்பேசி இதழியல் செய்தி சேகரிப்பு தொடர்பான பகுதி இதற்கான அடிப்படையாக அமைகிறது.

6

களத்தில் இறங்கும் முன் கவனிக்க வேண்டியவை

செல்பேசியைக் கொண்டு கதை சொல்ல களத்தில் இறங்கும்போது அடிப்படையாக சில விஷயங்களை மனதில்கொள்ளவேண்டும். செல்பேசியை எப்படிக் கையாள்வது என்பதைத் தெரிந்துகொண்டு செயல்பட்டால், தொழில்முறை நோக்கில் நேர்த்தியாக படம் பிடிப்பது சாத்தியம். செல்பேசி படங்கள் பல நேரங்களில் அமெச்சூர்த்தனமாக இருக்கக் காரணம், காமிராவின் தரம் அல்ல, மாறாக செல்பேசியை முறையாக கையாளத் தவறியதுதான். செல்பேசியை சரியான முறையில் கையாள்வதற்கான வழிகள்:

செல்பேசி எப்படி இருக்க வேண்டும்!

செல்பி எடுப்பது என்றால் நீங்கள் செல்பேசியை எப்படி வேண்டுமானாலும் வைத்துக்கொள்ளலாம். ஆனால் செய்தி நோக்கில் படம் எடுக்கும்போது, செல்பேசியை எப்போதும் பக்கவாட்டில் வைத்திருப்பதே சரியானது. குறிப்பாக வீடியோ காட்சிகளை படம் பிடிக்க இது அவசியம். காரணம் வழக்கமாக வைத்திருப்பதுபோல நீளவாட்டில் செல்பேசியை வைத்துப் படம் எடுக்கும்போது திரையில் தோன்றும் காட்சி அகன்ற திரையில் பொருத்தமாக இருக்காது. யூடியூப் போன்ற தளங்களில் சில வீடியோக்களைப் பார்க்கும்போது, நடுவே நீளமாகப் படம் தோன்ற

இரு பக்கமும், கருப்பு பட்டைகள் தெரிவது இதனால்தான். இதைத் தவிர்க்கத்தான் எப்போதும் செல்பேசியை பக்கவாட்டில் வைத்திருக்க வேண்டும்.

ஆனால், நீங்கள் வீடியோவை பிரதானமாக செல்பேசியில்தான் பகிர்ந்துகொள்ள இருக்கிறீர்கள் என்றால், நீளவாட்டிலும் வைத்திருக்கலாம். ஆனால் ஒன்று, எப்படி படம் எடுத்தாலும், அதே முறையில் எல்லாக் காட்சிகளையும் படம் எடுக்கவேண்டும். ஒரு காட்சி நீளவாட்டிலும், இன்னொரு காட்சி பக்கவாட்டிலும் இருந்தால் பின்னர் எடிட் செய்யும்போது சிக்கலாகிவிடும்.

ஏரோப்பிளேன் மோடு

களத்தில் இறங்குவதற்கு முன், முதலில் உங்கள் செல்பேசியில் செட்டிங்ஸ் பகுதிக்குச்சென்று, ஏரோப்பிளேன் மோடை இயக்க வேண்டும். இதன் மூலம், படம் எடுத்துக்கொண்டிருக்கும்போது இடையே அழைப்பு வருவதைத் தவிர்க்கலாம். பேட்டியின் நடுவே செல்பேசியில் பேசுவது சரியாக இருக்காது என்பதோடு, படம் எடுப்பதையும் பாதிக்கலாம்.

நிலைத்து நில்லுங்கள்

செல்பேசியில் எடுக்கப்படும் படம் அல்லது வீடியோவின் தரம் மோசமாக இருக்க முக்கியக் காரணம், அவை சரியான முறையில் எடுக்கப்படாததே. அதாவது படம் எடுக்கும்போது ஏற்படும் அசைவுகள் அல்லது காமிராவை பிடித்திருக்கும்போது ஏற்படும் நடுக்கம் ஆகியவை படத்தின் துல்லியத்தை பாதிக்கிறது. இதைத் தவிர்க்க செல்பேசியை அசையாமல் நிலையாக பிடித்திருக்க வேண்டும். இதற்கு சிறந்த வழி செல்பேசியை வைத்துக்கொள்ள டிரைபாடு சாதனத்தை நாடலாம். அசையாமல் செல்பேசியை பிடித்துக்கொள்ள உதவும் பிரத்யேக ஸ்டாண்ட்களும் இருக்கின்றன. இவை எதுவும் இல்லை என்றால், ஒரு கையில் போனை வைத்துக் கொண்டு இன்னொரு கையால் அந்த கையை ஆடாமல் பிடித்துக் கொள்ளலாம். சுவரில் சாய்ந்து நிற்பதன் மூலம் அசைவைக் குறைக்கலாம்.

ஒலியில் கவனம்

நல்ல வீடியோவுக்கு மிகவும் முக்கியமானது என்னதெரியுமா? துல்லியமான ஒலி (ஆடியோ) தான். வீடியோவில் சில இடங்கள் மங்கலாக இருந்தால்கூட பார்வையாளர்கள் அதிகம் பொருட் படுத்தமாட்டார்கள். ஆனால் வீடியோவில் யாரேனும் பேசும் போது ஒலி சரியாகக் கேட்கவில்லை என்றால், பார்வையாளர்கள் கடும்

அதிருப்தி அடைவார்கள். மோசமான ஒலியை உங்களால் ஈடு செய்யவும் முடியாது. எனவே வீடியோ எடுக்கும்போது ஒலியில் தனி கவனம் செலுத்தவேண்டும். செல்பேசியில் உள்ள மைக் போதுமானதல்ல என்று தோன்றினால் தனியே மைக் பொருத்திக் கொள்ளலாம். மேலும் இயன்றவரை பேசுபவர் அருகே சென்று செல்பேசியை வைத்திருப்பது ஒலி நன்றாகப் பதிவாக உதவும். கையால் செல்பேசியை பிடித்திருக்கும்போது, மைக் பகுதியை கை மறைக்காமல் இருப்பதை உறுதி செய்துகொள்ளவேண்டும்.

மைக்கில் ஒலி நன்றாக பதிவாக, காற்று வீச்சைத் தடுக்கும் விண்ட்ஷீல்ட் கவசத்தையும் பயன்படுத்தலாம்.

ஒளியிலும் கவனம்

படம் எடுக்கப் போதுமான வெளிச்சம் உள்ளதா என்பதை முக்கியமாகக் கவனிக்க வேண்டும். செல்பேசியில் படம் எடுக்கும் போது இயற்கை ஒளியை இயன்ற அளவு பயன்படுத்திக்கொள்ள வேண்டும். வெளிச்சம் நேர்திசையில் வராமல் எதிர்திசையில் வருமாறு பார்த்துக்கொள்ள வேண்டும். ஜன்னல் போன்றவற்றில் இருந்து வரும் வெளிச்சம் பேட்டி அளிப்பவர் முகத்தின் மீது விழுவதைத் தவிர்க்க வேண்டும். பின்னணியில் மரம் அல்லது கம்பம்/ தூண்கள் இருக்கக்கூடாது. இல்லை எனில் அவை பேசுபவர் தலையில் இருந்து நீட்டிக்கொள்வது போலத் தோன்றலாம். அதேபோல தேவையில்லாத பொருள்கள் பின்னணியில் தோன்று வதைத் தவிர்க்க வேண்டும்.

லென்ஸ்

படம் எடுப்பதற்கு முன் செல்பேசி காமிரா லென்சை மெல்லிய துணியால் துடைத்துவிடவேண்டும். பாக்கெட்டில் வைத்திருப்பதால் அதில் தூசி படர்ந்திருக்கலாம். இது படத்தின் தரத்தை பாதிக்கும். எனவே முதலில் லென்சை மறக்காமல் துடைத்து தூய்மையாக வைத்திருக்க வேண்டும்.

புதுவித ஜூம்

சிறந்த முறையில் கதை சொல்ல பலவித காட்சிகள் தேவை. எனவே பல கோணங்களில் படம் எடுத்துக்கொள்ளுங்கள். எப்போதும் வெளிநாட்டில் படம் எடுப்பதுபோல நினைத்துக்கொண்டு செயல்படுங்கள் என்பதே மோஜோ பயிற்சியாளர்கள் சொல்லும் அறிவுரை. வெளிநாட்டில் படம் எடுக்கும்போது, ஒரு காட்சி தேவை எனில் மீண்டும் போய் படமெடுக்க முடியுமா? இதைத்

தவிர்க்க, எல்லா கோணங்களிலும் படம் எடுத்துக்கொள்வதுபோல எப்போதுமே, வாய்ப்புள்ள கோணங்களில் எல்லாம் படம் எடுத்துக்கொள்ளுங்கள்.

அருகாமை காட்சிகள் தேவை எனில் ஜூம் வசதியைப் பயன்படுத்த வேண்டாம். அதற்கு மாறாக கால்களால் ஜூம் செய்யவும் என்கின்றனர். அதாவது நீங்கள் நடந்து சென்று அருகாமையில் படம் பிடிக்கவும்.

சரி பாருங்கள்

படம் எடுத்தவுடன் அல்லது ஆடியோ பதிவு செய்தவுடன் அந்த இடத்திலேயே அது எவ்வாறு பதிவாகி இருக்கிறது என பார்த்துக்கொள்ளவும். சரியாகப் பதிவாகவில்லை எனில் மீண்டும் ஒரு முறை எடுத்துக்கொள்ளலாம். பின்னர் அலுவலகம் சென்ற பிறகு படம் பதிவாகவில்லை எனத்தெரிந்தால் எதுவும் செய்ய முடியாது.

7

மோஜோ கதை சொல்வது எப்படி?

நவீன செல்பேசிகள் மூலம் ஒளிபரப்பு தரத்தில் வீடியோ எடுக்க முடிவதும், அதை செல்பேசியிலேயே எடிட் செய்து தொழில்முறையாக தொகுக்க முடிவதும் இதழாளர்களுக்கு புதிய வாயில்களை திறந்து விட்டுள்ளன. இந்த சாதக அம்சங்களைப் பயன்படுத்திக்கொண்டு பல முன்னணி இதழாளர்கள் செல்பேசியிலேயே கதை சொல்லத் துவங்கியுள்ளனர். இதழியல் துறையைச் சாராத பலரும்கூட இந்த ஆற்றலைப் பயன்படுத்தி அருமையான கதைகளை உருவாக்கி வருகின்றனர்.

இவ்வாறு செல்பேசி மூலம் உருவாக்கப்படும் பல்லூடகத் தன்மை கொண்ட செய்திகள் மோஜோ கதைகள் எனப் பிரபலமாக குறிப்பிடப்படுகின்றன. இந்தவகையான கதை முயற்சிகள் மோஜோ கதை வடிவம் மீது பெரும் ஆர்வத்தை ஏற்படுத்தியிருக்கிறது.

இந்த இடத்தில் கதை சொல்லுதல் பற்றிப் பேசியாக வேண்டும். கதை என்றால் என்ன? ஓர் இதழாளருக்கும் கதைகளுக்கும் என்ன தொடர்பு? இதழாளர்கள் ஏன் கதை சொல்லவேண்டும் என்பது போன்ற கேள்விகள் எழலாம். கதை எனும்போது புனைவு என்று மட்டும் நினைத்துவிடக்கூடாது. சொல்லப்படும் எல்லாமே கதைகள்தான். பதிவு செய்யப்படும் எல்லாமே கதைகள்தான். உண்மையில் மனிதகுல வரலாறே கதைகள் மூலம்தான் சொல்லப் படலாயிற்று. எனவேதான், பத்திரிகைகளில் படிக்கும் செய்திகளும்,

காட்சி ஊடகங்களில் காணும் செய்திகளும், எல்லாமே அடிப்படையில் கதைகள்தான்.

பொதுவாக இதழியல் உலகில் செய்தியை அதிலும் குறிப்பாக புதிய பார்வை கொண்ட செய்திகள் கதைகள் என்றே குறிப்பிடப் படுகின்றன. இதற்கு காரணம் அவை சுவாரஸ்யமாக இருப்பது மட்டும் அல்ல, உயிரோட்டமாக இருப்பதும்தான்.

இதழியல் அடிப்படை அம்சங்களை கச்சிதமாக விளக்கும் அமெரிக்கன் பிரஸ் இன்ஸ்டிடியூட் இணையதளம், ஒரு நல்ல கதைக்கான அம்சத்தை அழகாக விளக்குகிறது. எது வேண்டுமானாலும் செய்தியாக இருக்கலாம். ஆனால் எல்லாமே செய்தியாகச் சொல்ல தகுதி வாய்ந்தவை அல்ல. 'ஒரு செய்தியை செய்தியாகச் சொல்லும் தகுதி கொண்டதாக மாற்ற இதழாளர்கள் பின்பற்றும் சரி பார்த்தல் மற்றும் கதை சொல்லுதல் ஆகிய செயல்முறையே இதழியலாகும்.'

ஒரு நல்ல கதை என்பது தகவல் சொல்வதைவிட, குறிப்பிட்ட அந்தத் தலைப்பிற்கு மதிப்பைச் சேர்க்கிறது. உண்மையில் இதழியல் என்பதே ஒரு குறிக்கோளுடன் கதை சொல்லுதல் ஆகும்.

இப்படி செய்தி நோக்கிலான கதைகளை சுவாரஸ்யமாக சொல்வதை செல்பேசிகள் மேலும் எளிதாக்கியுள்ளன. இவற்றைத்தான் மோஜோ கதைகள் என்று சொல்கிறோம்.

சரி, மோஜோ கதையை உருவாக்குவது எப்படி? இதற்குத் தேவையான உபகரணங்கள் எவை? என்னவிதமான செயலிகளைப் பயன்படுத்தலாம்? இதற்கான நுட்பங்கள் என்ன? இப்படி பல கேள்விகள் எழலாம்.

இந்தக் கேள்விகளுக்கான பதில்களைத் தெரிந்துகொள்வதற்கு முன் மனதில்கொள்ளவேண்டிய முக்கியமான ஒரு விஷயம், மோஜோ கதை சொல்லல் என்பது தொழில்நுட்பம் சார்ந்தது என்பதை விட கதை சொல்லல் சார்ந்தது என்பது ஆகும். மோஜோ என சுருக்கமாகக் குறிப்பிடப்படும் மோஜோ என்பது அடிப்படையில் இதழியல் நோக்கிலான கதை சொல்லலே. எனவே செல்பேசி காமிராவை இயக்குவது, செயலிகளை கையாள்வது ஆகியவற்றை எல்லாம் கற்றுக்கொள்வதற்கு முன், முதலில் கதை சொல்வதன் அடிப்படை அம்சங்களில் கவனம் செலுத்தவேண்டும். ஏனெனில் ஊடகங்களில் வழக்கமாக கதை சொல்ல என்ன உத்திகளும், வழிகளும் பின்பற்றப் படுகின்றனவோ அவையே மோஜோவிலும் கடைப்பிடிக்கப் படுகின்றன.

செல்பேசி காமிரா கையில் இருப்பதால் நினைத்த மாத்திரத்தில் காட்சிகளை பதிவு செய்யத் தொடங்கிவிடமுடியாது. அவ்வாறு செய்வதில் எந்தத் தடையும் இல்லை. ஆனால் அவை இதழியல் கதைகளாக இருக்காது என்பதே விஷயம். மாறாக, செல்பேசி எனும் கருவி அளிக்கும் அனைத்துச் சாத்தியங்களையும் சரியாகப் பயன்படுத்திக்கொண்டு பல்லூடகத் தன்மை கொண்ட கதைகளை உருவாக்கி பகிர்ந்துகொள்ள விரும்பினால், அதற்கு ஆய்வும், திட்டமிடலும் அவசியம். அதன் பிறகே களத்தில் இறங்கலாம்.

எந்தக் கதையை உருவாக்க விரும்பினாலும், முதலில் அதற்கான அடிப்படை கரு, அதாவது ஐடியா மனதில் இருக்கவேண்டும். இந்தக் கருவை எங்கிருந்து வேண்டுமானாலும் பெறலாம். நாளிதழ் அல்லது இணையதள செய்திகளில் இருந்து கிடைக்கும் பொறி கருவாக அமையலாம். அல்லது நம்மைச்சுற்றி நடக்கும் விஷயங்கள், கேள்விப்படும் தகவல்கள் கருவாக உருவாகலாம்.

இந்தக் கருவை ஒரு காகிதத்தில் எழுதி வைக்கவேண்டும். ஒரு வரி தலைப்பாக அல்லது சில வரி விவரிப்பாக அது இருக்கலாம். 'காமிரா கையில் வந்த பிறகும் எழுத்தா?' எனக் கேட்கத் தோன்றலாம். எந்த சாதனத்தில் கதை சொல்வதாக இருந்தாலும், அதற்கு அடிப்படையாக எழுத்தாக்கம் தேவை. அனுபவம் வாய்ந்தவர்கள் இதை மனதிலேயே செய்துகொள்ளலாமே தவிர தவிர்ப்பதற்கில்லை. எழுத்தாக்கத்தில் தான் கதைகள் உருவாகின்றன.

காமிராவில் காட்சிகளை படம் பிடிக்க களத்தில் இறங்கும் முன், கதைக்கு ஏற்ப எந்தவகையான காட்சிகளை, எப்படி எடுக்கப் போகிறோம் என்று நன்றாக யோசித்து அதை எழுதி வைத்துக் கொள்ளவேண்டும். அனிமேஷன் அல்லது செய்திப் படங்களுக்கு ஸ்டோரி போர்டு எழுதுவது போலத்தான் இதுவும். பலவிதமான காட்சிகளைப் படமாக்கலாம். நேர்காணல்களைச் சேர்க்கலாம். பொதுமக்களிடம் கருத்து கேட்கலாம். இவற்றில் நாம் சொல்ல விரும்பும் கதைக்கு ஏற்றவை எவை என்பதைத் தீர்மானிக்க வேண்டும். கதையின் மையம் என்ன என்பதிலும் அதை எப்படி நகர்த்திச்செல்வது என்பதிலும் தெளிவாக இருக்க வேண்டும்.

இந்த அம்சங்களை எல்லாம் தீர்மானிக்க ஆய்வு செய்வதும் அவசியம். தொடர்புடைய செய்திகளைப் படித்துத் தகவல்களைத் திரட்ட வேண்டும். இணையத்திலும் தகவல்களைத் தேடித் தொகுத்து வைத்துக்கொள்ளலாம். ஆனால் கதையைச் சிறப்பாகச் சொல்வதற்குத் தேவையான புரிதல் கிடைக்கும் அளவுக்கு ஆய்வு செய்யவேண்டும்.

கதைக்கான திட்டமிடலை ஸ்டோரிபோர்டு வடிவில் உருவாக்கும் போது காட்சி மொழியில் யோசிக்கவேண்டும். நாம் சொல்ல இருப்பது சில நிமிட கதையோ அல்லது கால் மணி நேர கதையோ எதுவாக இருந்தாலும், அத்தனை நிமிடங்களுக்கு ஓடக்கூடிய காட்சிகளை அப்படியே தொடர்ச்சியாக அல்லது வெவ்வேறு சூழலில் படமாக்கி வைத்துக்கொண்டு பின்னர் எடிட்டிங்கில் தொகுத்துக்கொள்ளலாம் என்று நினைக்க முடியாது. அத்தகைய காட்சிப் பதிவுகள் அலுப்பூட்டக்கூடியவையாகவே இருக்கும்.

தொழில்முறை நேர்த்தியுடன் காட்சிகளைப் பதிவு செய்யவேண்டும் எனில், காட்சி மொழியில் யோசிக்கவேண்டும். பார்வையாளர்கள் மனதில் தாக்கத்தை ஏற்படுத்தும்வகையில் கதையை எப்படி ஒவ்வொரு கட்டமாக நகர்த்திச்செல்லவேண்டும் என யோசிக்க வேண்டும். இதற்கு வரிசை முறையில் காட்சிகளை அமைத்துக் கொள்வது ஏற்றது என்கின்றனர். ஆங்கிலத்தில் சீக்வென்ஸ் எனக் குறிப்பிடப்படுகிறது. பலவகையிலான ஷாட்கள் தான் இதற்கு அடிப்படை.

முதலில் ஒரு பரந்த காட்சியுடன் துவங்குவது, பின்னர் இடைப்பட்ட காட்சிகள் மற்றும் குளோஸ் அப் காட்சிகளை பயன்படுத்திக் கொள்ளலாம். கதையின் போக்கிற்கு ஏற்ப இந்தவகைக் காட்சி களை எடுத்துக்கொள்ளலாம். பொதுவான விதியாக, கதை நிகழும் களத்தை உணர்த்த பரந்த காட்சியை, நிறுவும் காட்சியாகப் பயன்படுத்தலாம் என்கின்றனர். ஒரு நிறுவும் காட்சி, அதன் பிறகு இடைப்பட்ட காட்சி, தொடர்ந்து நெருக்கமான காட்சி என மாறும் போது ஒரு சில நொடிகளில் பார்வையாளர்களுக்கு ஆர்வத்தை ஏற்படுத்திவிடலாம். அதன்பிறகு காட்சிகளாகவே கதை நகர வேண்டும்.

எந்த இடத்தில் பின்னணி குரலை பயன்படுத்தலாம், எந்த இடத்தில் கதை மாந்தர்களைப் பேசவைக்கலாம் என்பதை கதையின் தன்மைக்கேற்ப தீர்மானிக்கலாம். காட்சிகளைப் படமாக்கும்போது, ஒலி மற்றும் ஒளி தொடர்பான பால பாடங்களையும் மறந்துவிடக் கூடாது.

எளிமையான கதையோ, பல அடுக்குகள் கொண்ட சிக்கலான கதையோ அதற்கு ஓர் அமைப்பு இருக்கவேண்டும். ஓர் ஆரம்பம், நடுப்பகுதி பின்னர் முடிவு எனும்விதமாக கதை அமைப்பு இருக்க வேண்டும். இந்த மைய அமைப்பின்படி, சொல்ல விரும்பும் கதை, அதன் முக்கிய அம்சங்களுக்கு ஏற்ப காட்சிகளை அமைத்துக் கொள்ளலாம்.

கதை முடியும்போது அதன் நோக்கம் தெளிவாக உணர்த்தப் பட்டிருக்க வேண்டும். கதை ஒரு கேள்வியை எழுப்பியிருந்தால் அதற்கான பதிலை அளித்திருக்கவேண்டும். அல்லது அது தொடர்பான சிந்தனையையாவது தூண்டிவிட்டிருக்கவேண்டும். கதை ஒரு பிரச்னையை முன்வைத்தால் அதற்கான தீர்வை நோக்கி நகர்ந்திருக்க வேண்டும். விவாதம் அல்லது சர்ச்சையை மையமாகக் கொண்டிருந்தால் அதன் முக்கிய கோணங்கள் பற்றிய புரிதலை அளித்திருக்கவேண்டும். தனிமனிதர்கள் பற்றிய பதிவு எனில் அவர்களை நாம் ஏன் பொருட்படுத்த வேண்டும் அல்லது அவர்களிடம் இருந்து கற்றுக்கொள்ளவேண்டியவை என்ன என்று உணர்த்த வேண்டும்.

ஆய்வு, எழுத்து, காட்சி அமைப்பு, திட்டமிடல் இவை எல்லாம் சரியாக இருக்கும்போதே சிறந்த கதையை உருவாக்க முடியும். இதை இன்னும் சிறப்பாகச் செய்ய, காட்சி அமைப்பு உத்திகளை அறிந்திருக்கவேண்டும். வீடியோ இதழியலின் நீட்சியாக சொல்லப்படும் அந்த நுணுக்கங்களை அடுத்ததாகப் பார்க்கலாம்.

8

கதை சொல்லுதலின் ஐந்து அடிப்படை அம்சங்கள்

செய்திகளுக்கு ஒரு வடிவம் இருக்கிறது. செய்திக்கட்டுரைகளுக்கும் ஒரு வடிவம் இருக்கிறது. இவற்றில் என்ன எல்லாம் இருக்க வேண்டும் என்பதற்குத் தெளிவான இலக்கணம் இருக்கிறது. தொலைக்காட்சி செய்திகளுக்கும் இவை பொருந்தும். இணைய செய்திகளும் இதற்கு விதிவிலக்கல்ல.

செல்பேசி மூலம் சொல்லப்படும் கதைகளுக்கும் இந்த அடிப்படைகள் பொருந்தவே செய்யும். நவீன செல்பேசிகள் பல்லூடகத்தன்மையோடு கதை சொல்வதை எளிதாக்கி இருக்கின்றனவே தவிர செய்திக்கான அடிப்படை அம்சங்களில் எதையும் மாற்றிவிடவில்லை. எனவே செல்பேசியில் சொல்லப்படும் கதைகளும் இந்த இலக்கணத்திற்கு உட்பட்டிருக்க வேண்டும்.

அதாவது செய்தியின் ஆதார அம்சங்களான யார், என்ன, எப்போது, எங்கு, ஏன் மற்றும் எப்படி (who, what, when, where and why) ஆகியவற்றைக் கொண்டிருக்கவேண்டும். செல்பேசி இதழியலில் ஈடுபடும் எவரும் இந்த இலக்கணத்தை மீற முடியாது. இந்த அம்சங்களைக் கடைப்பிடிப்பதற்கான எளிய வழியைச் செல்பேசி இதழியல் முன்னோடிகளில் ஒருவரான இவோ புரும், ஸ்கிராப் வடிவில் முன்வைக்கிறார்.

ஸ்கிராப் என்பது, ஸ்டோரி, கேரக்டர்ஸ், ரிசல்யூஷன், ஆக்சுவாலிட்டி மற்றும் புரொடக்‌ஷன் ஆகிய ஐந்து வார்த்தைகளின் முதல் எழுத்துகளாக அமைகின்றன. இந்த ஐந்து கருத்தாக்கங்களையும் தான் இவோ புரும், பல்லூடக கதை சொல்லலின் ஐந்து அடிப்படை அம்சங்கள் என்கிறார். தொலைக்காட்சி மற்றும் வீடியோ இதழியலில் இந்த அம்சங்களே தனக்கு வழிகாட்டியாக இருந்தன என்கிறார் அவர்.

இந்த அம்சங்கள் பற்றி விரிவாகப் பார்க்கலாம்.

ஸ்டோரி என்பது கதையைக் குறிக்கிறது. செய்தி அம்சத்தைக் குறிப்பதாகவும் புரிந்துகொள்ளலாம். களத்தில் இறங்கிச் செயல்படு வதற்கு முன் என்ன கதை அல்லது என்ன செய்தி என்பது தெளிவாகத் தெரிந்திருக்கவேண்டும். அதாவது எதற்காக இந்த நிகழ்வைப் பற்றிச் சொல்ல முயற்சிக்கிறோம் எனத் தெளிவான புரிதல் இருக்க வேண்டும். இதை 'என்ன' எனும் அம்சமாகக் கருதலாம்.

அடுத்ததாக கேரக்டர்ஸ் என்பதை செய்தியின் பாத்திரங்கள் எனப் புரிந்துகொள்ளலாம். செய்தியை நமக்குச் சொன்னவர் அல்லது செய்தி தெரியவரக் காரணமானவர் என வைத்துக்கொள்ளலாம். பெரும்பாலும் இந்த அம்சமே கதை அல்லது செய்தியின் துவக்கமாக அமைகிறது. கதையின் நோக்கம், அதில் இடம்பெற வேண்டிய பாத்திரங்கள், நிகழும் இடங்கள் ஆகியவை குறித்த தெளிவை அளிக்கவும் இது உதவுகிறது. யார் எனும் அம்சமாக இது அமைகிறது.

அடுத்ததாக வருவது ரிசல்யூஷன். தெளிவு என இதைப் புரிந்து கொள்ளலாம். கதையின் துவக்கம், இடைப்பட்ட பகுதி மற்றும் முடிவை இது குறிக்கிறது. செய்தியின் போக்கைத் தீர்மானிப்பது கடினம் என்றாலும், அதன் அமைப்பு பற்றிய தெளிவான சித்திரம் இருப்பது அவசியம். ஏன் எனும் கேள்விக்கான பதிலாக இது அமைகிறது.

நான்காவது அம்சம் ஆக்சுவாலிட்டி. நிகழ்வுகள் என இதைப் புரிந்து கொள்ளலாம். கதையை விவரிக்கத் தேவையான, நிகழ்வுகள், நேர்காணல்கள், துணை காட்சிகள், பின்னணி என எல்லாவற்றையும் இது குறிக்கிறது. எவற்றை, யாரை, எங்கே, எப்போது படம் பிடிப்போம் என்பதை இது உணர்த்துகிறது.

ஐந்தாவது மற்றும் இறுதி அம்சம் மேல் சொன்ன எல்லாவற்றையும் களத்தில் ஒன்றிணைப்பதாகும். தயாரிப்பு நிலை இது. எங்கே செல்ல வேண்டும், என்ன செய்யவேண்டும், எப்படிச் செய்யவேண்டும் போன்ற முக்கிய அம்சங்கள் இதன் மூலம் நிறைவேறுகிறது.

இந்த ஐந்து அம்சங்களும் கதை சொல்லும்போது சாத்தியமாக வேண்டும் என்றால் அதற்காக திட்டமிட வேண்டும். அதற்கு முன் போதுமான ஆய்வில் ஈடுபட வேண்டும். எல்லாவற்றையும்விட முக்கியமாக நம்மிடம் வலுவான கதை அல்லது செய்தி இருக்க வேண்டும். அது சுவாரஸ்யமானதாகவோ, தகவல் நோக்கிலோ அல்லது உணர்வு பூர்வமாகவோ இருக்கலாம். ஆனால், அத்தகைய கதை அல்லது செய்தி கையில் இருந்தால் மட்டுமே களத்தில் இறங்கிச் செயல்பட முடியும். இல்லை என்றால் அவை வெற்று காணொலியாகவே அமையும். அவற்றில் சில பார்வையாளர்களைக் கவரலாம், இன்னும் சில வைரலாகி புகழ் பெறலாம். ஆனால் கவனத்தை ஈர்ப்பதால் மட்டுமே அவை செய்திகளுக்கு நிகரானவை ஆகிவிடாது.

மோஜோ வடிவில் சிறந்த கதை சொல்லவேண்டும் எனில், இவோ புரும் விவரிக்கும் ஸ்கிராப் இலக்கணத்திற்குப் பொருந்தி வர வேண்டும். இந்த இலக்கணப்படி செயல்படுவதற்குத் தேவையான திட்டமிடலையும், வழிமுறைகளையுமே புருமே குறிப்புகளாக வழங்கியுள்ளார்.

‘கதைக்கான தெளிவான கரு, அதைச் செயல்படுத்துவதற்கான அம்சங்கள் பற்றிய தெளிவு ஆகியவற்றோடு குறிப்பேட்டையும் கையில் எடுத்துக்கொண்டு களமிறங்க வேண்டும்’ என்கிறார் புரும்.

முதல் விஷயம் நாம் எடுக்க விரும்பும் மோஜோ கதை சாத்தியமானதா என யோசிக்கவேண்டும். இந்த கட்டத்தில் ஸ்கிராப்பில் குறிப்பிடப்படும் தயாரிப்பு நிலை தொடர்பான அம்சங்களை யோசிக்கவேண்டும் என்கிறார். படமாக்கக் கூடிய காட்சிகளையே திட்டமிட வேண்டும். அவை களத்தில் சாத்தியமா என யோசிக்க வேண்டும். எடுத்துக்காட்டாக, வரிசையாக பனை மரங்கள் பின்னணியில் அமைந்த சாலையில் ஒரு காட்சி தேவை என நீங்கள் நினைக்கலாம். ஆனால் நீங்கள் உள்ள சூழலில் பனைமரங்கள் இல்லாத நிலையில் என்ன செய்வது? இதற்காக விரும்பிய வகையில் காட்சிகளை அமைப்பதுபற்றி கனவு காணக்கூடாது என்றில்லை. நீங்கள் சொல்ல இருக்கும் கதைக்குத் தேவையான காட்சி அமைப்புகள் பற்றித் தாராளமாக யோசிக்கலாம். ஆனால் அவற்றின் நடைமுறை சாத்தியம் பற்றியும் யோசிப்பது செயலாக்கத்தில் பேருதவியாக இருக்கும் என்பதே விஷயம்.

அடுத்ததாக நாம் எடுக்க விரும்பும் கதைக்கு ஏற்ற உபகரணங்களை தேர்வு செய்துகொள்ளவேண்டும். டிரைபாடு, மைக் போன்றவை தேவையா எனத் தீர்மானித்துக்கொள்ளவேண்டும்.

இந்த ஆய்விற்குப் பிறகு களத்திற்கு செல்பேசி காமிராவுடன் செல்லலாம். ஆனால், களத்திலும் ஆய்வு செய்யவேண்டியிருக்கும் என்பதை நினைவில் கொள்ளுங்கள். இதற்காக அங்கும் இங்கும் அலையும் நிலை வரலாம், தயாராக இருங்கள். நீங்கள் எதிர்பார்க்கும் காட்சி அமைப்பு அல்லது நீங்கள் நேர்காணல் செய்ய இருக்கும் சரியான நபரை கண்டடைய மெனக்கெடவேண்டும். களத்தில் தெரிய வரும் விஷயங்களுக்கு ஏற்ப உங்கள் திட்டத்தையும் மாற்றிக் கொள்ள வேண்டி வரலாம். இதற்காகக் கவலைப்படவேண்டாம்.

படப்பிடிப்பைத் துவங்கும் முன், எப்படி காட்சிகளை எடுக்கப்போகிறோம் என்பது தொடர்பாக உங்களிடம் தெளிவான ஒரு திட்டம் இருக்கவேண்டும். கதைக்கு அடிப்படையான ஒரு வரையறை இருக்க வேண்டும். ஓர் ஆரம்பம், இடைப்பட்ட பகுதி மற்றும் முடிவு என அனுமானம் செய்துகொண்டு அதற்கேற்ற காட்சிகளை மனதில் திட்டமிட்டுக்கொள்ளலாம். ஏற்கெனவே சொன்னதுபோல் களத்தில் மாற்றங்கள் செய்துகொள்ளலாம் என்றாலும், காட்சிகளுக்கான ஓர் அடிப்படை அமைப்பு இருப்பது வழிகாட்டியாக அமையும். கதையின் மையக்குரு பாதிக்கப் படாமல் இருக்கவும் உதவும்.

கதை அமைப்பு என்பதை மிக எளிதாக ஐந்து புள்ளி திட்டமாக உருவாக்கிக்கொள்ளலாம். அதாவது ஓர் ஆரம்பம், இடைப்பட்ட பகுதி, முடிவு மற்றும் இவற்றின் இடையே ஒரு முக்கிய அம்சம் இடம்பெறுமாறு வைத்துக்கொள்ளலாம். சிறிய குறிப்பேட்டில் இதை எழுதி வைத்துக்கொள்ளலாம். ஆரம்ப காட்சி என்ன, அதில் இடம்பெற வேண்டிய அம்சம் என்ன, அடுத்த காட்சிகள் எவை, எங்கு நேர்காணல் வரும் என்பதுபோன்ற குறிப்புகளை எழுதி வைத்துக்கொள்ளலாம். படப்பிடிப்பின்போது கவனிக்கும் விஷயங்களையும் இதில் குறித்துக்கொள்ளலாம்.

கதைக்காக பலரை நேர்காணல் செய்யலாம் எனும் நிலை இருந்தால் அவர்களில் மிகவும் சுவாரஸ்யமானவர்களைத் தேர்வு செய்து கொள்ளுங்கள். இந்தக் கட்டத்தில், கதையை உங்களுக்குக் கூறியவர் அல்லது யார் மூலம் கதையைத் தெரிந்து கொண்டீர்களோ, அவர்கள் படத்தில் கதை சொல்ல பொருத்தமானவரா? என்றும் யோசியுங்கள். ஆம், எனில் அவரையே தேர்வு செய்துகொள்ளலாம்.

கதைக்கேற்ற அம்சங்களிலும் கவனம் செலுத்தவேண்டும். உங்களுக்குத் தேவையான பின்னணிக் காட்சிகள் என்ன என யோசிக்கவேண்டும். முடிந்தவரை விதவிதமான காட்சிகளை படம் பிடித்துக்கொள்ள வேண்டும். கதையின் தன்மைக்கேற்ப கிரிக்கெட்

விளையாடும் மாணவர்கள், பள்ளியில் இருந்து திரும்பும் மாணவர்கள், பேரணியாக செல்பவர்கள், பேசிக்கொண்டிருப்பவர்கள், பணியில் ஈடுபட்டிருப்பவர்கள் போன்ற காட்சிகளை படமாக்கிக்கொள்ளலாம். (காட்சிகளை படமாக்கும்விதம்பற்றி தனியே பார்க்கலாம்.) மூல காட்சியின்மீது இணைக்க, அல்லது விவரணை செய்ய இந்தக் காட்சிகள் உதவும். கதை நிகழும் இந்தக் காட்சிகள் உயிர்த்துடிப்புடன் பார்வையாளர்களைக் கவரும்.

கதைக்கான நேர்காணலில் ஈடுபடும்போது காமிரா முன் பேசுபவர்களை சக மனிதர்களாக, உங்களைப்போன்ற கதை சொல்லிகளாகப் பார்ப்பது அவசியம். இந்த உணர்வு இருக்கும்போது அவர்கள் பற்றி மேலும் அறிந்துகொள்ளவும் தோன்றும். அவர்களை சரியான சூழலில் வைத்து பேச வைக்க முடியும். நேர்காணல் காண்பவர் சொல்லும் விஷயத்தை அப்படியே பயன்படுத்திக் கொள்வதை விட, அவர் சொல்லும் கருத்துக்களை பகுதி பகுதியாகப் பிரித்து, பொருத்தமான இடங்களில் சிறந்த பகுதியை பயன்படுத்திக் கொள்ளும் வகையிலான படத்தொகுப்பு ஏற்றதாக இருக்கும்.

காட்சி அமைப்புகளின் வரிசையில் நேர்காணல் காண்பவரை நேரடியாக அறிமுகம் செய்யலாம் அல்லது, அவர்களைப்பற்றிய அறிமுகக் குறிப்புகளை அளித்துவிட்டு பேச வைக்கலாம். நீங்கள் அறிமுகம் செய்து வைக்கிறீர்கள் எனில், அவர்களைப்பற்றி குறிப்பிடும்போது அவர்கள் திரையில் காண்பிக்கப்பட வேண்டும். இதுதான் மரபு என்பதோடு கதை ஓட்டத்திற்கும் பொருத்தமாக இருக்கும். கதையின் கருவுடன் தொடர்புடைய ஒரு விஷயத்தில் நேர்காணல் செய்யப்படுபவர் ஈடுபட்டிருந்தால் அது தொடர்பான ஒரு காட்சியை பதிவு செய்துகொள்ளவேண்டும். உதாரணமாக அவர் நெசவுத் தொழிலாளி என்றால், நெசவு செய்வது போன்ற காட்சி அவசியம். இதை மறக்காமல் இருப்பது நல்லது.

கதையை விவரிக்க பொதுவாக பி.டி.சி எனப்படும் பர்சன் டு காமிரா முறையை நீங்கள் கையாளலாம். அதாவது காமிராவை பார்த்துப் பேசியபடி அறிமுகம் செய்வது. இதுதவிர ஒரு சில காட்சிகளைக் காண்பித்து, இசைக்கோர்ப்புடன்துவங்கும் முறையையும் கையாளலாம்.

ஆனால் முதலில் கதை எங்கே நிகழ்கிறது என்பதை பார்வையாளர்களுக்கு குழப்பம் இல்லாமல் உணர்த்திவிடவேண்டும். நாம் வயல்வெளியில் இருக்கிறோமோ அல்லது கால்பந்து மைதானத்தில் இருக்கிறோமா என்பதை உணர்த்தவேண்டும். இதற்காக வைடு ஷாட் எனப்படும் அகன்ற காட்சியை பயன்படுத்தலாம். இதை கதை நிறுவும் காட்சி என்றும் குறிப்பிடுகின்றனர். இந்தக் காட்சி நீளமாக

இல்லாமல், நறுக் என இருப்பது நல்லது. இதனுடன் இணைந்த காட்சிகளை வரிசையாக படமாக்கிக்கொள்ளவும்.

எல்லா நேரங்களிலும் பரந்த காட்சியைத்தான் முதல் காட்சியாக வைக்கவேண்டும் என்றில்லை. கதைக்கேற்ப குளோஸ் அப் காட்சிகளைக் காண்பித்துவிட்டு, நிறுவும் காட்சிக்கு வரலாம். அறிமுக வர்ணனையை இந்தக் காட்சிகளுடன் இணைத்துக்கொள்ளலாம். அறிமுக வர்ணனையை கதை சூழலில் படமாக்கிக்கொள்ள வேண்டும். அறிமுக வர்ணனையை துவக்கத்தில்தான் வைக்க வேண்டும் என்றில்லை, பொருத்தமான எந்த இடத்திலும் பயன்படுத்தலாம்.

அறிமுக வர்ணனை துடிப்புடன் இருக்கவேண்டும். வெற்றுப் பரப்போ, அர்த்தமில்லா அமைதியோ நிலவக்கூடாது. நடந்தபடி பேசவும் முயற்சிக்கலாம். பேசுவதை காமிரா பார்த்துப் பேச வேண்டும். குறிப்புச்சீட்டை பார்த்துப் பேசக்கூடாது. இதை முன்கூட்டியே பேசிப் பார்த்துக்கொள்ளவேண்டும்.

கதை மற்றும் நேர்காணலில் பேசுபவர் குறிப்பிடும் விஷயங்களுக்கு பொருத்தமான காட்சிகளை படம் பிடித்து வைத்துக்கொண்டு, அதை தொடர்புடைய இடத்தில் இணைத்துக்காட்டலாம். உதாரணத்திற்கு உள்ளூர் மக்கள் பற்றிய குறிப்பு வந்தால், திரையில் உள்ளூர்வாசிகளை இணைத்துக்காட்டலாம்.

காட்சிகளை படம் பிடிப்பதில் நாம் கவனம் செலுத்தினாலும், ஒலி முக்கியம் என்பதை மறந்துவிடக்கூடாது. பேசுபவர்கள் சொல்வது தெளிவாக பதிவாகவேண்டும். தேவை எனில் தனி மைக் பயன்படுத்தலாம் அல்லது பேசுபவர் அருகே சென்று பதிவு செய்யலாம். ஆனால் ஒலி முக்கியம். சுற்றுப்புற ஒலிகளையும் கவனிக்கவேண்டும். கட்சிகள் பதிவாக போதுமான வெளிச்சம் இருப்பதையும் உறுதி செய்துகொள்ள வேண்டும்.

இயன்றவரை பலவிதமான ஷாட்கள் எடுத்து வைத்துக்கொண்டால் காட்சிகளைத் தொகுக்கும்போது கைகொடுக்கும். இதன் மூலம் பார்வையாளர்களுக்கு சுவாரஸ்யம் ஏற்படும்வகையில் கதை சொல்லலாம் (ஷாட்கள் அமைப்பு பற்றித் தனியே பார்க்கலாம்).

கதையின் முக்கிய அம்சங்களை உணர்த்த சுவரொட்டிகள், கையேடுகள், புள்ளிவிவரங்கள் போன்றவற்றை பொருத்தமான இடங்களில் பயன்படுத்தலாம். திட்டமிடலின்போதே இவற்றை யோசித்து வைத்திருக்க வேண்டும்.

நீங்கள் கவனத்தில்கொள்ள வேண்டியவை:

கதை என்ன?

- கதை ஈர்ப்புடையதா?
- இதை விவரிக்க வலுவான விஷயங்கள் உள்ளனவா?
- கதையின் தாக்கம் என்ன?

கதை மாந்தர்கள் யார்?

- கதையில் வரும் பாத்திரங்கள் சுவாரஸ்யம் அளிப்பவர்களா?
- கதையின் பிரதான பாத்திரம் ஈர்ப்பு மிக்கவரா?
- கதை மாந்தர்களின் ஊக்கம் என்ன? அவர்கள் சந்திக்கும் சவால்கள் என்ன?
- அவர்கள் நமக்கு கற்றுத்தருவது என்ன?

கதை அமைப்பு

- கதை அமைப்பு சுவாரஸ்யமாக, பார்வையாளர்களுக்கு தகவல் அளிக்கும் வகையில் உள்ளதா?
- தெளிவான அமைப்பு இருக்கிறதா?
- கதை எப்படி முடிகிறது. அது சொல்லும் செய்தி என்ன?
- மேற்கொண்டு புரிதலை அளிக்க வல்லதாக இருக்கிறதா?

நிகழ்களம் என்ன?

- கதையை எப்படி படமாக்குவது என அறிந்திருக்க வேண்டும்.

கதை பாணி

- கதையை திட்டமிட்டபடி எடுத்து முடிக்க முடியும் என்ற உறுதி வேண்டும்.

மோஜோ நுணுக்கங்கள்

9

காட்சி ஆதாரம் வேண்டும்!

நவீன செல்பேசியின் காமிராவைக்கொண்டு படம் எடுப்பது எளிதானது. இந்தத் திறனைக் கொண்டு செல்பேசியிலேயே செய்திக் கதைகளை உருவாக்குவதும் சாத்தியம்தான். ஆனால் அது எளிதானது அல்ல. அதற்கு அடிப்படையான நுட்பங்களைக் கற்றுத்தேர வேண்டும். இதழியல் நோக்கில் பயிற்சியும் தேவை. ஏனெனில் செல்பேசி காமிராவை இயக்கி காட்சிகளைப் பதிவு செய்வதால் மட்டுமே அது செய்திக் கதைகளின் தன்மையைப் பெற்றுவிடாது. காட்சிகளைப் படம் எடுப்பதற்கு என்று அடிப்படையான நெறிமுறைகள் இருக்கின்றன. இவற்றுக்கு உட்பட்டுச் செயல்படும்போதே, செல்பேசியில் எடுத்துத் தொகுக்கப்பட்ட படங்கள் ஈர்ப்பு மிக்கதாகவும், தொழில்முறைத் தன்மையுடனும் இருக்கும்.

இப்படி காட்சி ஊடகத்திற்கான இலக்கணப்படி படம் எடுக்க வேண்டிய அவசியத்தை செல்பேசி இதழியல் பயிற்சியாளரான இவோ புரும், காட்சி ஆதாரம் எனக் குறிப்பிடுகிறார். மோஜோவுக் கான கையேட்டில், ஸ்மார்ட்போன் மூலம் காட்சி ஆதாரங்களை உருவாக்குவது எனும் தலைப்பிலான கட்டுரையில் இது பற்றி அவர் விவரிக்கிறார்.

காட்சி நிருபணம் அல்லது காட்சி ஆதாரம் என புரும் குறிப்பிடுவது, செய்திக்கதைகளைச் சொல்வதற்குத் தேவையான நல்ல

காட்சிகளைத் தான். அதாவது ஒரு செய்திக் கதையை வலுவாகச் சொல்ல எந்த வகையான காட்சிகள் தேவை என உணர்ந்து அதற்கேற்ப படம் பிடிக்க வேண்டும். இதற்கான வழிமுறை களையும் அவர் விவரிக்கிறார்.

முதலில் தாங்கள் சொல்ல விரும்பும் கதைக்கு ஏற்ற செல்பேசி இதழியல் உபகரணங்களைத் தேர்வு செய்யவேண்டும். நவீன செல்பேசி அடிப்படைத் தேவை என்றாலும், கதையின் தன்மைக் கேற்ப அதிகத் திறன் வாய்ந்த படம் எடுக்க டி.எஸ்.எல்.ஆர் காமிரா தேவைப்படலாம். அல்லது சக்தி வாய்ந்த லென்ஸ் தேவைப் படலாம். செல்பேசியை அசையாமல் வைத்திருக்க தனியே சாதனம் தேவைப்படலாம். படங்களை எடுத்தபிறகு அவற்றை லேப்டாப் பிற்கு மாற்ற வேண்டி வரலாம். இவற்றை எல்லாம் குறிப்பிட காரணம், செல்பேசி இதழியலில் தொழில்நுட்பத்தைவிட செய்தி சேகரிப்பு மற்றும் கதை சொல்லல் அம்சங்களே பிரதானமானது என்பதாகும்.

சரியான உபகரணங்களைத் தேர்வு செய்தபிறகு களத்தில் இறங்கி மெனக்கெட தயாராக இருக்கவேண்டும். எல்லாவற்றுக்கும் தயாராக இருந்தால், தொலைக்காட்சி படக்குழுவினரைப்போலவே தொழில்முறையிலான காட்சிகளைப் படமாக்கலாம்.

தயாராவது என்றால், உடனடிச் செய்திகளை படம் பிடிக்கச் செல்லும் போது முன்கூட்டியே அந்த நிகழ்வு தொடர்பான அடிப்படை மற்றும் கூடுதல் தகவல்களைத் தெரிந்துகொள்ள வேண்டும். இணையம் மற்றும் சமூக ஊடகங்களை இதற்காக பயன்படுத்திக்கொள்ளலாம். செய்திக்கான முக்கிய அம்சம் என்ன? யாரிடம் எல்லாம் பேச வேண்டும் என்று யோசிக்கவேண்டும். எந்தவிதமான காட்சிகளை படமாக்க உள்ளோம் என ஒரு திட்டம் இருக்கவேண்டும். கோப்பு காட்சிகள் தேவைப்படுமா, அங்கே எவ்வளவு நேரம் இருக்க வேண்டியிருக்கும் என்பது போன்ற விஷயங்களையும் மனதில் கொள்ள வேண்டும்.

இவைத்தவிர செல்பேசியில் படம் பிடிப்பதற்கான அடிப்படை பால பாடங்களையும் நினைவில்கொள்ளவேண்டும். செய்திக்கான ஆய்வை செய்துமுடிக்கும்போது, படம் பிடிப்பதற்கான ஐந்து புள்ளி திட்டம் உருவாகி இருக்கும். எந்தச் செய்தி அல்லது கதையும், ஒரு துவக்கம், இடைப்பட்ட பகுதி மற்றும் முடிவைக் கொண்டிருக்கும். இவற்றுக்கு மத்தியில் நிகழ்வை வளர்த்தெடுக்கும் முக்கிய அம்சமும் இருக்கும். இவையே ஐந்து புள்ளி திட்டம் எனக் குறிப்பிடப்படுகிறது. ஒரு துண்டுக் காகிதத்தில் இந்த அம்சங்களைக் குறித்து வைத்துக்கொள்வது களத்தில் வழிகாட்டும்.

அடுத்த கட்டமாக ஸ்கிராப் அம்சம் சரியாக இருக்கிறதா என்பதை உறுதி செய்திகொள்ளவேண்டும். கதை என்ன? அதில் வரும் பாத்திரங்கள் யார்? கதையின் அமைப்பு என்ன? அதன் நிகழ்வுகள் எவை, தயாரிப்புக்கான திட்டமிடல் என்ன? ஆகிய அம்சங்களை இதன் மூலம் கதையில் கொண்டு வரலாம்.

காட்சிகளைப் படம் பிடிக்கும்போது, இயன்றவரை நிகழ்வுக்கு அருகாமையில் சென்று படம் பிடிப்பதும், காமிராவை அசையாமல் நிலையாக வைத்திருப்பதும் முக்கியம். தேவையெனில் டிரைபாடு சாதனத்தை பயன்படுத்தலாம் அல்லது செல்பேசிக்கான ஹோல்டர் சாதனம் மூலம் கையில் அசையாமல் வைத்திருக்கலாம்.

இங்கு சில குறிப்புகள்:

- ஒரு சுவர்மீது சாய்ந்தபடி நிலையாக நிற்கலாம் அல்லது முழங்கையை மேஜைமீது வைத்துக்கொள்ளலாம்.
- செல்பேசி காமிராவை ஓரிடத்தில் நிலையாக வைத்திருக்கலாம் என்றாலும், காட்சிகள் போக்கிற்கு ஏற்ப படம் பிடிக்க வசதியாக கையில் இருக்கவேண்டும்.
- முழங்கையை உடலுக்கு அருகே வைத்திருந்தால் காமிரா மூலம் ஒரு முக்கோண வடிவை உருவாக்கலாம். காட்சி எடுக்க இது உதவும் என்றாலும், இதே முறையில் நடப்பது கடினம்.
- காமிரா கோணங்களை மாற்றி படம் எடுக்கும்போது, உடல் எடையின் மையத்தை உணரும்வகையில் முழங்கால் மற்றும் முழங்கையை வளைத்துக்கொள்ளவும்.

இந்த முன்னேற்பாடுகள் மூலம் காட்சிகளை அசைவு இல்லாமல் படம் எடுப்பதோடு, கதை நிகழ் களத்திற்கு அருகாமையிலும் இருக்கலாம். ஒலியும் துல்லியமாகப் பதிவாகும்.

இவை எல்லாவற்றுக்கும் முதலில் உங்கள் கதை நிகழ் களத்தையும், நேர்காணல் செய்பவர்கள் எங்கே இருக்கின்றனர் என்பதையும், அவசர காலத்தில் வெளியேறும் வழியையும் கவனித்து வைக்க வேண்டும்.

இனி காமிரா கோணத்தை கவனிக்கலாம். காமிரா கையாளப்படும் விதம் மற்றும், எடுக்கப்படும் காட்சிகளின் தன்மைக்கேற்ப உங்கள் கதையின் பாணி அமையும். இந்த பாணிக்கு ஏற்பவே காட்சிகளை எடிட் செய்து தொகுப்பதும் அமையும்.

காட்சிகளைப் பதிவு செய்யும்போது, ஒரே நீளமான காட்சியாக எடுத்துத் தள்ளுவதைத் தவிர்க்கவேண்டும். தொழில்முறை படம் பிடித்தலின் முதல் பாலபாடம் இதுதான். நேர்த்தியான கதை சொல்லுதலுக்கு சிறு சிறு காட்சிகளாக படம் பிடிக்கவேண்டும். அந்த சிறு காட்சிகளும் ஒரு தொடர் வரிசையில் ஒன்றுக்கு ஒன்று தொடர்பு கொண்டிருக்கவேண்டும். ஆங்கிலத்தில் இதை சீக்வன்ஸ் என்கின்றனர். கதை நிகழ்வை காமிராவில் பின் தொடர்ந்தபடி, ஒரு காட்சியில் இருந்து அடுத்த காட்சிக்குச் செல்ல, மாறுபட்ட திரை அளவு கொண்ட சிறு காட்சிகளைப் பயன்படுத்தவேண்டும்.

உதாரணத்திற்கு, கால்பந்து பயிற்சியை படம் பிடிப்பது என்றால், மைதானத்தில் கால் பந்தாட்டப் பயிற்சியை பரந்த காட்சியாகக் காண்பிப்பதன் மூலம் பயிற்சி நடக்கும் இடம் மற்றும் அதில் பங்கேற்பவர்களை உணர்த்தலாம். அதன் பிறகு தனிப்பட்ட வீரர்களை மத்திய காட்சிகளாகக் காண்பித்து, அவர்கள் செயல்களை நெருக்கமான காட்சியாகக் காண்பிக்கலாம். அடுத்தடுத்து இடம்பெறும் இந்தக் காட்சிகள் கால்பந்து பயிற்சியை உயிரோட்டமாக பார்வையாளர்கள் மனதில் பதிய வைக்கும்.

இந்தக் காட்சிகள் படத்தொகுப்பின்போது, மூல காட்சியின்மீது கூடுதல் தகவல்களை பதிய வைக்க உதவும். இப்படி தொடர் வரிசையில் காட்சிகளைப் படம் பிடிப்பது, திரையில் வலுவான உணர்வை உருவாக்க அவசியம். இதற்கு, ஐந்து சிறு காட்சி முறை வலியுறுத்தப்படுகிறது.

ஐந்து ஷாட் முறை:

- கைகள் - என்ன நிகழ்கிறது என்பதைக் காண்பிக்கிறது. நெருக்கமான கோணத்தில் இருப்பதால் உணர்வுபூர்வமானது.
- முகம் - செயலைச் செய்வது யார் எனக் காண்பித்து, அவரது உணர்வைப் புரிய வைக்கும்.
- இரண்டு ஷாட் - முகம் மற்றும் கைகளுக்கு இடையிலான உறவை உணர்த்தும். அந்த இரண்டு காட்சிகளும் வேறுபட்டு நிற்பதைத் தவிர்க்க உதவும். தொகுப்பில் எந்த இடத்திலும் பயன்படுத்தலாம்.
- தோள்பட்டை மீதான காட்சி - கொஞ்சம் சிக்கலான காட்சி. நிறைய பயிற்சி தேவை. நாற்காலியில் ஏறி நின்றுகொண்டும் எடுக்கலாம். படம் எடுக்கப்படுபவரின் தலை மற்றும் கைகள் இடையே காட்சியைப் பதிவு செய்யலாம்.

- சிறப்பு காட்சி - திட்டமிடாமல் களத்தில் தீர்மானமாகும் விசேஷ காட்சி.

நன்றாக எடுக்கப்பட்ட பெரும்பாலான காட்சிகளில் இந்த ஐந்து சிறு காட்சி அமைப்பை பார்க்கலாம். இவைதான் பார்வையாளர்களுக்கு ஈர்ப்பை ஏற்படுத்துகின்றன. ஆனால் உடனடிச் செய்திகளை படம் பிடிக்கும்போது, இப்படி திட்டமிட்டு வெவ்வேறு கோணத்திலான காட்சிகளை அடுத்தடுத்து எடுப்பது சிக்கலானதுதான். காட்சிகளை திட்டமிட்டுக்கொண்டிருந்தால் நிகழ்வுகளைக் கோட்டை விட வேண்டியிருக்கும். எனவே இந்தவகையான காட்சிகளை முன்கூட்டியே யோசித்து திட்டமிட்டுக்கொள்வது நல்லது. அனுபவம் வாய்ந்த காட்சி இதழாளர்கள், படமாக்கும்போதே தொடர் வரிசையில் காட்சிகளை யோசித்து திட்டமிட்டு, தங்கள் உள்ளம் மற்றும் காமிராவில் எடிட் செய்யும் திறன் கொண்டிருக்கின்றனர். இது முதல் முறையில் வந்துவிடாது. தொடர் பயிற்சி அவசியம். நிகழ்வுகளை காட்சிரீதியாகப் பார்த்து, அவற்றை திரையில் கற்பனை செய்து எப்படி எடுக்கவேண்டும் என தன்னிச்சையாகத் தோன்றும் அளவுக்கு ஆழமான பயிற்சி அவசியம்.

தொடர் வரிசையில் காட்சிகளை எப்படி படம் பிடிப்பது என்பதை நன்றாக உள்வாங்கிக்கொள்ளவேண்டும். பொதுவாக இவை, பரந்த காட்சி, மத்திய காட்சி, நெருக்கமான காட்சி ஆகியவற்றைக் கொண்டிருக்கும். உதாரணத்திற்கு ஒருவர் சைக்கிளில் வீட்டிற்கு வரும் காட்சியை எடுத்துக்கொள்வோம். அவர் சைக்கிளில் வந்து வாயில் அருகே நிற்பதை பரந்த காட்சியாக வைக்கலாம். அதன் பிறகு சைக்கிளில் இருந்து இறங்கும் காட்சியை மத்திய காட்சியாகவும், வாயில் கதவைத் திறப்பதை ஒரு காட்சியாகவும், பின்னர் சைக்கிளை தள்ளிச்செல்வதை பரந்த காட்சியாகவும், சைக்கிளை நிறுத்திவிட்டு, வாயில் கதவை மூடிவிட்டு வீட்டின் கதவை நோக்கிச் செல்வதையும் காண்பிக்கலாம். ஒவ்வொரு சிறு அசைவும் முக்கியமாக இருக்கலாம். கதையின் தன்மைக்கேற்ப இத்தகைய காட்சிகளில் எந்த அளவுக்கு விவரங்கள் தேவை எனத் தீர்மானிக்க வேண்டும்.

ஆனால் தொடர் வரிசை காட்சி அமைப்புகளை தீர்மானிப்பதற்காக எல்லாவற்றையும் கவனிப்பதிலேயே நேரத்தைச் செலவிடுவதாக அமைந்துவிடக்கூடாது. கதையோட்டத்தில் கவனம் செலுத்தவே இந்தமுறை. தேவையெனில் குறிப்பிட்ட வகைக் காட்சியை மீண்டும் எடுத்துக்கொள்ளலாம்.

கதைக்குத் தேவையான காட்சி அம்சங்களைப் படம் பிடிக்கும்போது மனத்தில்கொள்ளவேண்டிய பிரேம் அமைப்புகள் இவை:

- மிகவும் பரந்த காட்சி – இதில் கதையின் மையப் பாத்திரத்தைப் பார்க்கலாம். ஆனால் கதை நிகழும் இடம் பெரிதாக இருக்கும்.
- பரந்த காட்சி - சுற்றுப்புறம், பாத்திரத்தின் உயரம், கதையின் தொடர்பை காணலாம்.
- மத்திய காட்சி - பாத்திரத்தின் விவரங்களை உணர்த்தும். சுற்றுப்புறமும் ஓரளவு பதிவாகும். கதைக் களத்தில் காமிராவை பார்த்து விவரிக்க இந்தக் காட்சி பிரேம் பயன்படும்.
- ஓரளவு நெருக்கமான காட்சி - செய்திகளில் அடிக்கடி பயன்படும் காட்சி. உணர்வுகளைத் தெரிவிப்பதோடு, கதை பின்புலத்தையும் உணர்த்தக்கூடியது. நேர்காணலில் அதிகம் பயன்படுத்தப்படுகிறது. மிகவும் நெருக்கமான காட்சி மற்றும் மத்திய நெருக்கமான காட்சிக்கு இடையே பயன்படுத்தப் படுகிறது.
- மிகவும் நெருக்கமான காட்சி - நுட்பமான விவரங்கள் மற்றும் உணர்வுகளைக் காண்பிக்க ஏற்றது. இதற்கு ஏற்ற லென்சைப் பயன்படுத்தலாம். காட்சியை ஜூம் செய்தால் காமிரா நகர்வை உணர்த்தும்.

மேலும் காட்சி பிரேம்களில் அதிக அளவில் தலைக்கு மேல் வெற்றிடமோ, காலியான முன்பகுதியோ இல்லாமல் இருக்க வேண்டும். இதற்கு ரூப் ஆல் தேர்ட் விதியைக் கடைபிடிக்க வேண்டும். பிரேமை, பக்கவாட்டிலும், நேர்வாட்டிலும் இரு பக்கத்திலும் மூன்று கற்பனைக் கோடுகள் கொண்டதாகப் பிரித்துக் கொண்டு, அவை இணையும் இடங்களில் கண்கள் போன்ற முக்கிய அம்சங்கள் இருக்குமாறு பார்த்துக்கொள்வதை இந்த விதி வலியுறுத்துகிறது. உதாரணத்திற்கு காமிராவைப் பார்த்துப் பேசும் காட்சியைப் படமாக்கும்போது, நீங்கள் ஒரு பக்கமாக நின்று கொண்டு, எஞ்சிய இடத்தில் கதைக்களனை உணரச் செய்யலாம்.

மூலக்காட்சிமீது ஒட்ட வைக்கும் காட்சி வரிசையைப் படமாக்கும் போது, பிரேம் அளவை மட்டும் அல்ல காமிரா கோணத்தையும் மாற்றிக்கொள்ளலாம்.

ஒவ்வொரு காட்சியை எவ்வளவு நேரம் படமாக்குகிறோம் என்பதும் முக்கியம். புதியவர்கள் காட்சிகளை போதுமான நேரம் படமாக்காமல் இருக்கும் தவறைச் செய்வதுண்டு. அல்லது

காட்சியைவிட்டு அடிக்கடி வெளியேறிக்கொண்டே இருக்கலாம். கதைசொல்லும்போது பயன்படுத்தக்கூடிய அளவிலான நேரத்தில் சிறு காட்சிகளைப் படமாக்கிக்கொள்ள வேண்டும்.

உண்மையில் இதை அனுபவத்திலேயே உணர முடியும். காட்சிகளை எடுத்து முடித்துவிட்டு, எடிட் செய்ய அமரும்போது தான் காட்சிகள் எப்படி இருக்கின்றன, எப்படித் தேவைப் படுகின்றன என்பது புரியும். இப்படி பலமுறை செய்யும்போது எந்தவகையான காட்சிகளை எடுக்க வேண்டும், எந்தக் காட்சிகளைத் தவிர்க்கவேண்டும் எனும் புரிதல் ஏற்படும்.

தொடர் வரிசை காட்சிகளை எடுத்துவிட்டு, நன்றாக நீளம் ஓடும் காட்சிகளையும் எடுத்துக்கொள்ளவேண்டும். சில நேரங்களில் இத்தகைய நீளமான காட்சிகள் சுவாரஸ்யமான முறையிலும் அமையலாம். தேநீர் விருந்துக் காட்சிகள் என இவை குறிப்பிடப்படுகின்றன. ஜப்பானிய பாரம்பரிய பழக்கமான தேநீர் விருந்து நிகழ்ச்சிபோல இதில் சிறு அசைவு கூட சுவாரஸ்யமாக அமையலாம். ஆனால் எல்லா இடங்களிலும் இந்தக் காட்சியை எதிர்பார்க்க முடியாது.

காமிரா அசைவை மேற்கொள்ளும் முறையும் முக்கியமானது. அடிப்படையில் இரண்டு விதமான நகர்வுகள் சாத்தியம். ஒன்று காட்சி பிரேமுக்குள் நிகழும் நகர்வு. மற்றொன்று பிரேமுக்கு வெளியே காமிராவில் நிகழும் நகர்வு. முதல் காட்சியில் பிரேம் நிலையாக இருக்கும், இரண்டாம் காட்சியில் பிரேமை சுற்றிய நகர்வுகள் கதைக்களன் நிகழ்வை உணர்த்தும்.

இது தொடர்பான காட்சி முறைகள்:

- தொடர் காட்சி - அடுத்து என்ன நடக்கப்போகிறது என்பதை ஊகித்து அதற்கேற்ப பிரேமை விட்டு காட்சி நகரும்போது படம் பிடிக்கத் தயாராக இருப்பது. இதை முன்பே ஊகித்து அதற்கேற்ற இடத்தில் இருக்கவேண்டும்.

- நிலையான காட்சி - இங்கு பிரேமுக்குள் எல்லாம் நிகழும். காமிராவை நகர்த்தத் தேவையிருக்காது. ஆனால், தேவைக் கேற்ப காமிராவை மாற்றவும் தயாராக இருக்கவேண்டும்.

- வெளியேறுதல் காட்சி - படம் எடுக்கப்படுபவரை காமிராவால் பின் தொடர்ந்துகொண்டே இருப்பதைவிட அவர் வெளியே செல்ல அனுமதிக்கலாம். அவரை பின் தொடர்ந்து சென்று, அமர்ந்திருப்பதுபோல் அடுத்த காட்சியைக் காண்பித்தால்

தொடர்பு இல்லாமல் இருக்கலாம். இந்த நபர் எப்படி இங்கு வந்து அமர்ந்தார் எனும் கேள்வி, பார்ப்பவர் மனதில் தோன்றலாம். ஆனால் முதல் காட்சியில் இருந்து வெளியேறுவது காண்பிக்கப்பட்டால் இந்தச் சிக்கல் இல்லை.

காமிராவை பான் செய்யலாம். அதாவது பக்கவாட்டில் இருபக்கமும் கொண்டு சென்று படம் பிடிக்கலாம். டில்ட் செய்யலாம். அதாவது மேலும் கீழும் காமிராவை கொண்டுசென்று படம் பிடிக்கலாம். டிராக் செய்வது. அதாவது படம் பிடிக்கப்படும் நபரை பின் தொடர்ந்து படமாக்குவது. ஓரிடத்தில் இருந்து இன்னொரு இடம் செல்லும் போது பயன்படும் காட்சி முறை.

இதேபோல திரையை நோக்கியிருக்கும் திசையும் முக்கியமானது. ஒலி மற்றும் ஒளி அமைப்பும் மிகவும் முக்கியம். காட்சிகள் பதிவாக போதிய வெளிச்சம் தேவை. காமிரா பின் பக்கத்தில் இருந்து வெளிச்சம் வர வேண்டும். மைக்கில் ஒலி துல்லியமாக பதிவாவதை உறுதி செய்துகொள்ளவேண்டும்.

சிறந்த முறையில் கதை சொல்ல, இந்த முறையில் காட்சிகளை பதிவு செய்ய வேண்டும்.

10

ஐந்து காட்சிகள் விதி

செல்பேசி வீடியோ நுணுக்கங்களை இப்போது இன்னும் நெருக்கமாக பார்க்கலாம். இதுவரை கொஞ்சம் பரந்த காட்சியாகவும், மத்திய காட்சியாகவும் பார்த்தவற்றை இனி நெருக்கமாகப் பார்க்கலாம். ஒருவிதத்தில் இதுதான் வீடியோவின் மொழி. சின்னச் சின்னக் காட்சிகளாக (ஷாட்ஸ்) எடுத்து அவற்றை வரிசையாகக் கோர்த்து ஒரு செய்தியைச் சொல்வது.

சின்னச் சின்னக் காட்சிகள் நெருக்கமானதாக இருக்கலாம், மத்திய காட்சியாக இருக்கலாம், வேறு கோணங்களில் எடுக்கப்பட்டதாக இருக்கலாம். பலவித கோணங்களில், பலவிதமாக எடுத்து அவற்றை வரிசைப்படுத்தி தொகுப்பதன் மூலம் காட்சிரீதியாக ஒரு விஷயத்தை மிக எளிதாக உணர்த்தலாம்.

சின்னச் சின்னக் காட்சிகளாக எடுக்கவேண்டும் என்று சொல்வதில் இருந்தே ஒரு விஷயத்தை தெளிவாகப் புரிந்துகொள்ளலாம். செல்பேசி வீடியோவை நீளமாக எடுக்கக்கூடாது. அவை சின்னச் சின்னக் காட்சிகளின் வரிசையாகவே அமையவேண்டும்.

முதல் முறையாக செல்பேசியில் படம் எடுக்கக்கூடிய எவரும் செய்யக்கூடிய தவறும் இதுதான். ஒரேவிதமான கோணத்தில் நிற்காமல் படம் எடுத்துத் தள்ளுவது. இதனால் பார்வையாளர் களுக்கு அயர்ச்சியே உண்டாகும். சுவாரஸ்யமாகப் பார்க்கக்கூடிய எந்த வீடியோவை எடுத்துக்கொண்டாலும், அது பல

கோணத்திலான காட்சிகளின் தொகுப்பாக இருப்பதைப் புரிந்து கொள்ளலாம். பல நேரங்களில் இந்த வித்தியாசத்தை உணராமல் கூட இருக்கலாம். ஆனால் நல்ல வீடியோக்களை நாம் பார்த்து ரசிப்பதற்கான காரணம் அடிப்படையில் அதில் சொல்லப் பட்டிருக்கும் செய்தி காட்சி மொழி இலக்கணப்படி, சின்னச் சின்னக் காட்சிகளின் நேர்த்தியான தொகுப்பாக இருப்பதே.

ஆக, செல்பேசியில் படம் எடுப்பது எளிதானது. ஆனால் நல்ல படம் எடுப்பது என்பது அத்தனை எளிதல்ல. அதற்கு பயிற்சி தேவை. காட்சி மொழி பற்றிய புரிதல் தேவை. கதை சொல்லும் ஆற்றலும் வேண்டும். இவை எல்லாம் இருந்தால்தான் சிறந்த முறையில் செல்பேசி இதழியலில் கதை சொல்ல முடியும்.

இதற்கான எளிய வழிகளில் ஒன்றாக ஐந்து காட்சிமுறை முன் வைக்கப்படுகிறது. ஏற்கெனவே சுருக்கமாக பார்த்ததுபோல, ஐந்து காட்சிமுறை என்பது அடிப்படையில் ஐந்து வெவ்வேறு விதமான சிறு காட்சிகளை படம் பிடித்து பின்னர் அவற்றை வரிசையாக அமைப்பதாகும்.

இந்த உத்தி தொலைக்காட்சி இதழாளர்களால் பெரும்பாலும் கடைப்பிடிக்கப்படுகிறது. தொலைக்காட்சி இதழாளர்களில் சுயேட்சையாக செயல்படும் வீடியோ இதழாளர்களும் இதையே பின்பற்றுகின்றனர். செல்பேசி இதழியல் வீடியோவுக்கும் இதுவே அடிப்படையாகிறது. வீடியோ இதழியல் முன்னோடிகளில் ஒருவரான மைக்கேல் ரோசன்பிளம் (Michael Rosenblum) இந்த முறையை பிரபலமாக்கியவராகக் கருதப்படுகிறார். கள அனுபவத்தில் இந்த உத்தியைக் கையாண்டு தேர்ச்சி பெற்ற ரோசன்பிளம், பிபிசி உள்ளிட்ட தொலைக்காட்சி இதழாளர்களுக்கு இதில் பயிற்சி அளித்திருக்கிறார்.

பரந்த, மத்திய, நெருக்கமான வெவ்வேறு காட்சிகள் மூலம் காட்சி நோக்கில் ஒரு விஷயத்தைப் புரிய வைக்க இந்தமுறை கைகொடுக்கிறது. செல்பேசி மூலம் கதை சொல்ல முற்படும் எவருக்கும், இந்தமுறை தங்கள் கதைக்குத் தேவையான காட்சிகளை படம் பிடிப்பதில் உதவியாக இருக்கும்.

ஐந்து காட்சி முறை:

1. **கைகளின் நெருக்கமான தோற்றம்:** கைகளால் மேற்கொள்ளப்படும் செயலை நெருக்கமாகக் காட்டுவது. மிக நெருக்கமாகவும் படமாக்கலாம். இந்தக் காட்சி மூலம் பார்வையாளர்கள் மனதில்

ஆர்வத்தைத் தூண்டி எதிர்பார்ப்பை உண்டாக்கலாம்.

2. **முகத்தின் நெருக்கமான தோற்றம்:** அடுத்ததாக முகத்தை நெருக்கமாகப் படம் பிடிக்க வேண்டும். தலையின் மேல் பகுதியை விட்டுவிட்டுக்கூட நெருக்கம் காட்டலாம். ஆனால் கண்கள் தெரிய வேண்டும்.

3. **பரந்த காட்சி:** என்ன செய்து கொண்டிருக்கிறார் அல்லது என்ன நடக்கிறது என்பதைக் காட்டும் பரந்த காட்சியை படமாக்க வேண்டும். கட்சியுடனான தொடர்பு, சூழல் மனநிலை, இருப்பிட தகவல் ஆகியவற்றை இதன் மூலம் உணர்த்த முடியும்.

4. **தோள்பட்டை மீதான காட்சி:** இதுவரை காண்பிக்கப்பட்ட காட்சிகளை ஒன்றிணைத்து, எப்படி செய்யப்படுகிறது என்பதை உணர்த்தும்வகையில், காமிராவில் படம் பிடிக்கப்படுபவரின் தோள்பட்டை மேலிருந்து பார்ப்பதுபோல எடுக்கப்படும் காட்சி.

5. **சிறப்பு காட்சி:** இவைதவிர கொஞ்சம் வித்தியாசமான முறையில் விசேஷ காட்சி ஒன்றைப் படம் பிடிக்கவேண்டும். இதற்கான கோணத்தை படம் எடுப்பவர் தீர்மானித்துக் கொள்ளலாம். பார்வையாளர்கள் என்ன தெரிந்துகொள்ள வேண்டும் என்பதன் அடிப்படையில் அது அமையலாம். கதையின் சூழல் மற்றும் இருப்பிடமும் இதை தீர்மானிக்க உதவும்.

6. **ஆறாவதாக,** நேர்காணல் செய்யும் காட்சியைக் கூடுதலாக எடுத்துக் கொள்ளலாம். இதை தேவையான இடத்தில் பயன்படுத்திக் கொள்ளலாம்.

உதாரணத்திற்கு http://www.mulinblog.com/five-shot-sequence-tutorial-and-example/ என்கிற இதைக் கிளிக்கி இந்த வீடியோ காட்சியைப் பாருங்களேன்.

இதில் முதல் காட்சியில் கையில் பேனா போன்ற சாதனத்தை வைத்து ஏதோ ஒன்று வரையப்படுவதுபோலத் தோன்றுகிறது. இரண்டாவது காட்சியில் குனிந்த வாக்கில் முகத்தில் தீவிர கவனம் தோன்றுகிறது. மூன்றாவது பரந்த காட்சியில் அவர் என்ன செய்கிறார் எனக் காண்பிக்கப்பட்டு, அடுத்த காட்சியில் மேல்புறக் கோணத்தில் அவர் செய்வது உணர்த்தப்படுகிறது. ஐந்தாவது காட்சி அவர் எங்கே இந்தச் செயலில் ஈடுபட்டிருக்கிறார் எனக் காண்பிக்கிறது.

இந்த விதியை அப்படியே பின்பற்ற வேண்டும் என்றில்லை.

ஆனால் சிறந்த முறையில் வீடியோ படம் எடுக்க இது நல்ல வழிகாட்டல். ஏனெனில் ஒரு நல்ல வீடியோ கதைக்கு வலுவான தனிப்பட்ட காட்சிகள் தேவை. இத்தகைய தனிப்பட்ட காட்சிகள் வரிசையாக அமையும்போது தெளிவான முறையில் கதை சொல்லப்படுகிறது.

இந்தமுறையில் காட்சிகள் படமாக்கப்படுவதைக் கூர்ந்து கவனித்தால், செய்திக்கான அடிப்படை கூறுகளை இவை உணர்த்துவதைப் புரிந்துகொள்ளலாம். பொதுவாக முதல் காட்சியில் ஒரு புதிர்தன்மை இருக்கிறது. இதன் மூலம் என்ன நடக்கிறது எனக் காண்பிக்கப்படுகிறது. செய்தியின் என்ன அம்சம் இது. (WHAT) . அடுத்த நெருக்கமான காட்சி யார் (WHO) என்பதை உணர்த்துகிறது. மூன்றாவது காட்சி எங்கே (WHERE) எனும் கேள்விக்கு விடையாகிறது. ஏன் (WHY) என்பதற்கும் பதில் அளிக்கிறது. அடுத்த காட்சி எப்படி (HOW) என்பதைப் புரிய வைக்கிறது.

இந்தக் காட்சி வரிசைகளுக்கு என்ன அவசியம் என்று பார்க்கலாம். ஒன்றுக்கு ஒன்று தொடர்பில்லாத காட்சிகளைக் காணும்போது பார்வையாளர்களுக்கு குழப்பம் ஏற்பட்டு, சொல்லப்படும் கதையில் ஈர்ப்பு ஏற்படுவதற்குப் பதிலாக அந்நியத்தன்மை உண்டாகும். ஆனால் வரிசையாகக் காட்சிகள் அமையும்போது சீரான முன்னேற்றம் ஏற்பட்டு அது முடிவடையும்போது அடுத்த காட்சிக்குத் தயாராகிறோம். இது பார்வையாளர்களுக்கு என்ன பார்த்துக்கொண்டிருக்கிறோம் என்பதைத் தெளிவுபடுத்துகிறது. மேலும் தொடர்ச்சியான ஒன்று நிகழ்வதையும் புரிய வைக்கிறது. காட்சி மொழியில் இது முக்கிய அங்கம் வகிக்கிறது. தொடர் வரிசையிலான காட்சி அமைப்பை திரைப்படங்கள் உள்ளிட்ட எல்லா காட்சி ஊடகங்களிலும் காணலாம்.

மேலும் தொடர் வரிசையில் காட்சிகளை அமைப்பதன் மூலம் நேரத்தையும் சுருக்கலாம். ஒரு நிகழ்வை முழுவதும் காண்பிக்காமலேயே அதன் தன்மையை சிறு காட்சிகள் வரிசையாகப் புரிய வைக்கலாம்.

உதாரணத்திற்கு ஒருவர் வீட்டைப் பூட்டிக்கொண்டு பைக்கில் வெளியே செல்லும் காட்சியை அப்படியே முழுவதும் காண்பிக்காமல், அவர் வீட்டை விட்டு வெளியேறுவதை பாதங்களை காண்பித்து, முகத்தை காண்பித்து, பைக்கை எடுப்பது, வெளியேறுவது என வரிசையாகக் காண்பிப்பதன் மூலம் உணர்த்திவிடலாம். முழு காட்சியை எடுக்க ஒரு நிமிடத்திற்கு மேல் ஆகலாம் என்றால் இந்த

முறையில் 20 நொடிகளில் விஷயத்தைச் சொல்லிவிடலாம். பார்வையாளர்களும் இதைப் புரிந்து கொள்வார்கள்.

இப்படிப் படமாக்குவதன் மூலம் வீடியோ காட்சி தொழில்முறைத் தன்மையுடனும் காட்சி அளிக்கும். கதை சொல்லலின் திசை மற்றும் நோக்கத்தையும் இது உணர்த்தும்.

இந்தமுறையில் காட்சிகளைப் படமாக்க முதலில் கதையில் குறிப்பிட்ட முக்கியமான செயலை அடையாளம் காணவேண்டும். இதற்கு கவனத்தில்கொள்ளவேண்டிய விஷயம், அடுத்ததாக என்ன நிகழப்போகிறது என்பதை ஊகித்து அதற்கேற்ப செயல்படும் தன்மை பெற்றிருக்கவேண்டும். அடுத்த காட்சியை ஊகித்து அதை படமாக்கத் தயாராக இருக்கவேண்டும்.

இது மிகவும் சவாலானதுதான். ஆனால் சொல்ல இருக்கும் கதையை உள்வாங்கிக்கொண்டு அதற்கான கதைப்பலகையை உருவாக்கி வைத்துக்கொண்டு, காட்சிகள் மூலம் விஷயத்தை எப்படிச் சொல்லலாம் எனத் திட்டமிடுவதன் மூலம் இது சாத்தியமாகும். எனினும் இதற்கு அனுபவமும், பயிற்சியும் அவசியம்.

மற்றொரு முக்கியமான விஷயம், சிறந்த முறையில் வீடியோ கதை சொல்ல விதவிதமான மாறுபட்ட காட்சிகள் தேவை. பலவிதமான கோணங்களில் எடுக்கப்பட்ட காட்சிகள் வரிசையாக ஒன்றிணைக்கப் படும்போது பார்வையாளர்களுக்கு இயல்பாக ஈர்ப்பு உண்டாகும்.

வெவ்வேறு கோணத்தில் காட்சிகளை எடுக்கும்போது காமிராவை அசையாமல் நிலையான முறையில் நிறுத்தி காட்சிகளை பதிவு செய்ய வேண்டும். காமிராவை பேன் செய்வதோ, ஜூம் செய்வதோ தவிர்க்கப்படவேண்டும். குறைந்தது 10 முதல் 15 விநாடிகள் காட்சியை பதிவு செய்யவேண்டும்.

காமிரா மூலம் எண்ணற்ற கோணங்களில் காட்சிகளை படம் பிடிக்கலாம். எந்த இரண்டு காட்சி கோர்வைகளும் ஒன்றாக இருக்காது என்றாலும், எல்லாவற்றையும் அடிப்படையில் இரண்டுவிதமான அமைப்புகளின் கீழ் வகைப்படுத்தலாம்.

இரண்டு காட்சிகள்: இரண்டு வெவ்வேறு விதமான காட்சிகள்கூட ஒரு தொடர் வரிசையாக அமையலாம். ஒருவர் பூங்காவில் அமர்ந்திருக்கும் பரந்த காட்சி மற்றும் அவர் முக பாவனைகளை நெருக்கமான காட்சியாக அடுத்தடுத்துக் காண்பிப்பதன்மூலம் அவர் பத்திரிகை படித்துக்கொண்டிருப்பதை உணர்த்தலாம். இவை பெரும்பாலும் வெவ்வேறு கோணத்தில், வெவ்வேறு தொலைவில் எடுக்கப்பட்ட அடுத்தடுத்த காட்சிகள்.

மூன்று காட்சிகள்: இந்த காட்சி அமைப்பில், பரந்த காட்சி, நெருக்கமான காட்சி மற்றும் மத்திய காட்சிகள் என வெவ்வேறு கோணம், தொலைவில் எடுக்கப்பட்ட காட்சிகள் மூலம் ஒரு தொடர்ச்சியை உண்டாக்கலாம். பெரும்பாலும் இதை பரந்த காட்சியில் இருந்து துவக்கலாம். இந்த அமைப்புகளை ஒருமுறை கற்றுக்கொண்டால் பின்னர் இயல்பாக பின்பற்றத்துவங்கி விடலாம்.

11

காட்சி மொழியின் சொற்கள்

சொற்களைக் கையாள்வதில் இதழாளர்களும் எழுத்தாளர்களைப் போன்றவர்கள்தான். சொற் சிக்கனத்தை முக்கியமாகக் கருதுவதோடு, சரியான வார்த்தைகளை தேர்வு செய்வதிலும் கவனமாக இருக்கின்றனர். மனதுக்குள்ளேயே அடித்து திருத்தி எழுதிப்பார்த்து, அதற்கேற்ற வார்த்தைகளையும், வாக்கியங்களையும் தேர்வு செய்து, சொல்ல வந்த விஷயத்தைச் சரியாகவும், சுவாரஸ்யமாகவும் சொல்ல முற்படுகின்றனர். அதனால்தான் நேர்த்தி கைகூடுகிறது.

எளிய சொல் போதுமானதாக இருக்கும் இடத்தில் கடினமான சொல்லைப் போடுவதில் இதழாளர்களுக்கு உடன்பாடில்லை. கட்டுரை, பத்தி, என எந்த வடிவத்தில் இருந்தாலும் சொல்ல வந்த செய்தி வாசகர்களுக்கு எளிதாகப் புரிவதோடு, அவர்களுக்கு ஈடுபாடு அளிப்பதாகவும் இருக்கவேண்டும் என நினைக்கின்றனர். அச்சு ஊடகத்திலும் சரி, இன்று இணைய ஊடகத்திலும் சரி, இந்த அடிப்படை நுணுக்கங்களில் மாற்றம் இல்லை.

எழுத்து வடிவிலான கதையை உருவாக்கும்போது இதழாளர்களுக்கு, அதற்கு தேவையான அடிப்படை உத்திகளில் போதிய அனுபவமும், பயிற்சியும் இருக்கிறது. சரியான ஆக்கத்தை உருவாக்க அவர்கள் பாடுபடத் தயாராக இருக்கின்றனர்.

ஆனால், செல்பேசியை மையமாகக்கொண்டு ஓர் ஆக்கத்தை உருவாக்கும்போது அதற்கான நெறிமுறைகள் என்ன?

வழிகாட்டுதல் என்ன? என்ற குழப்பம் ஏற்படலாம். செல்பேசியில் எடுக்கப்படும் வீடியோக்கள் பொதுவாக பயனர்கள் உருவாக்கம் எனக் குறிப்பிடப்பட்டாலும், அவை தரம் குறைந்தவையாக இருக்க வேண்டும் என அர்த்தம் இல்லை. பயனர்கள் உருவாக்கம் தரம் குறைந்ததாக இருக்கும் என்பதும் தவறான அபிப்பிராயமே. பயனர்கள் உருவாக்கம் என்பது செல்பேசியை கையாண்டு ஊடக ஆக்கங்களை உருவாக்கும் எளிமையையும், சாத்தியத்தையுமே குறிக்கிறதே தவிர அதன் தரத்தை அல்ல.

செல்பேசி வைத்திருக்கும் எவரும், ஒரு நிகழ்வை படம் பிடித்து வெளியிடலாம் என்பதே புதிய ஊடகத்தின் தனித்தன்மை. இது குடிமக்கள் இதழியல் எனக் கொள்ளப்படுகிறது. செல்பேசி இதழியலில் இது முக்கிய அங்கமாகவும் இருக்கிறது. ஆனால், தற்செயலாக எடுக்கப்பட்ட உடனடி செய்தி பதிவுகளில் மட்டுமே தரம் ஒரு பிரச்னையாகக் கருதப்படுவதில்லையே தவிர மற்றபடி, செல்பேசி கொண்டு கதைகளை உருவாக்கும்போது அதற்கான அடிப்படை அம்சங்களையும், இலக்கணத்தையும் புறந்தள்ளிவிட முடியாது.

அந்த வகையில் ஆர்வலர்களும் சரி, தொழில்முறை இதழாளர்களும் சரி காட்சி மொழியின் அடிப்படைகளைப் புரிந்துகொண்டு செயல்படுவது அவசியமாகிறது.

ஒரு செய்தி அல்லது கட்டுரை எப்படி நேர்த்தியாக எழுதப்பட வேண்டுமோ அதுபோலவே ஒரு வீடியோவும் நேர்த்தியாக எடுக்கப்படவேண்டும். இதற்கான விதிகளை செல்பேசி இதழியல், தொலைக்காட்சி ஒளிபரப்பு மற்றும் வீடியோ இதழியலில் இருந்து கடன் வாங்கிக்கொள்கிறது என்பதை ஏற்கெனவே பார்த்தோம். திரைப்படம் மற்றும் விளம்பர படங்களிலும் பார்க்கக்கூடிய இந்த அடிப்படை உத்திகளை மனதில் கொள்வது பயனுள்ளதாக இருக்கும்.

காட்சிகளைத் தொடர்ச்சியாகப் படமாக்காமல், சிறு காட்சிகளாகத் தொடர் வரிசையாக படம் பிடிப்பதே இதற்கான அடிப்படை. இதை களத்தில் கதை சொல்லும்போது மேலும் சிறப்பாகப் பயன்படுத்த காட்சி மொழி தொடர்பான எளிய அடிப்படை உத்திகள் இவை:

செல்பேசி இதழியலுக்கான நேர்த்தியான வீடியோவை உருவாக்கு வதற்கான வழிகாட்டுதல்களில் வடிகட்டிப்பார்த்தால், மூன்று விதமான காட்சிகள் முன்வைக்கப்படுவதை புரிந்துகொள்ளலாம். 'வைடு ஷாட் 'எனப்படும் பரந்த காட்சி. 'மிடில் ஷாட்' எனப்படும் மத்திய காட்சி மற்றும் 'குளோஸ் அப்' எனப்படும் நெருக்கமான

காட்சிகள்தான் இவ்வாறு குறிப்பிடப்படுகின்றன. இந்த காட்சிகளை இன்னும்கூட பிரித்து வகைப்படுத்திக்கொள்ளலாம் என்றாலும், இவைதான் அடிப்படை.

ஆக, ஒரு நல்ல வீடியோவில் இந்த மூன்று வகையான காட்சிகள் பயன்படுத்தப்பட்டிருக்க வேண்டும். இந்தக் காட்சிகளின் தன்மை மற்றும் தேவையை உணரும்போது இயல்பாக காட்சி வழி கதை சொல்லல் சாத்தியமாகும்.

பரந்த காட்சி என்பது ஓர் அறிமுகம்போல, கதைக்களன் அல்லது சூழலை படம் பிடிக்க உதவுகிறது. ஒரு செய்திக்கட்டுரையின் அறிமுகப் பத்திக்கு நிகரானதாக இதைக் கருதலாம். பரந்த காட்சியில் கதையின் பாத்திரமும் இருத்தல் நல்லது. கதையின் பின்னணிக்கு மத்தியில், கதையின் பாத்திரம் முழு அளவில் இடம்பெற்றிருப்பதை இந்த வகை காட்சிக்கான வரையறையாகச் சொல்கின்றனர்.

மத்திய காட்சி என்பது, பரந்த காட்சியில் இருந்து இன்னும் சற்று அருகே செல்வது. இந்தக் காட்சியில், கதையின் மைய பாத்திரம் இன்னும் நெருக்கமாகத் தெரிவார். அவரது முழு உடல் பகுதியும் காண்பிக்கும் தேவை இல்லாமல், இடுப்பளவு தோற்றம் போதுமானதாகக் கொள்ளப்படுகிறது. பாத்திரத்தை படம் பிடிக்கும் போது, காட்சியை அவரது முழங்கால் பகுதியில் வெட்டாமல் சற்று மேல் அல்லது சற்று கீழ் வெட்டவேண்டும் என வலியுறுத்தப் படுகிறது. அதேபோல பாத்திரத்தின் தலைப்பகுதிக்கு மேலும் போதிய வெளி இருக்கவேண்டும்.

நெருக்கமான காட்சி என்பது பாத்திரத்தின் தோற்றத்தை விட்டு விட்டு, அவரது செயல் அல்லது உணர்வை நெருக்கமாக படம் பிடிப்பது.

அடிப்படையில் இந்த மூன்றுவகையான காட்சிகளை படம் பிடிப்பது, அவற்றைக் கொண்டு வெவ்வேறு வரிசைகளை அமைப்பதன் மூலம் காட்சிகளால் கதை சொல்ல முடியும். எந்தவகைக் காட்சிகள் எப்போது தேவை என்பது கள அனுபவத்தில் கற்று தேரக்கூடியது.

வெரிபையி மீடியா உருவாக்கியுள்ள செல்பேசி இதழியலுக்கான அறிமுக வழிகாட்டியில் மூன்று அடிப்படை நுணுக்கங்கள் விவரிக்கப்படுகின்றன.

அவை, டபிள்யூஎம்டி, டிரிபிள் ஷாட் மற்றும் மூவ் ஆர் ஸ்டான் ஸ்டில்.

டபிள்யூஎம்டி என்பது, மூன்று வகையான அடிப்படை காட்சிகளைக் குறிக்கிறது. இந்த மூன்று காட்சிகள் ஒரு தொடர்ச்சியாக அமைந்து அந்தத் தொடர்ச்சி ஒரு கதை சொல்ல உதவுகிறது.

டிரிபிள் ஷாட் என்பது, இந்த மூன்று வகையான காட்சிகளிலும் மூன்று காட்சிகளை படம் பிடித்து வைத்துக்கொள்வதைக் குறிக்கிறது. இது எடிட்டிங்கில் தேவையான அனைத்துக் காட்சி களையும் அளிக்கும்.

மூவ் ஆர் ஸ்டாண்ட் ஸ்டில் என்பது, ஒரு காட்சியை அதன் பிரேமுக்குள் படம் பிடிப்பதா அல்லது, காட்சி இயக்கத்தைப் பின் தொடர்ந்து படம் பிடிப்பதா என்பதைத் தீர்மானிப்பதாகும். இந்த வகை காட்சியே தொழில்முறை வீடியோவின் முக்கிய அம்சமாகிறது.

வீடியோ கதை சொல்லலில் மாறுபட்ட காட்சிகள் மற்றும் தொடர் வரிசை எனும் பதிவில் அமெரிக்காவின் நியூஜெர்சி டிஜிட்டல் இதழியல் வல்லுனரான மூ லின், கீழ் கண்ட வழிகளை விவரிக்கிறார்:

எப்போது வீடியோ காட்சிகளை படமாக்க முற்பட்டாலும், காட்சிகள் எப்படி இறுதி தொகுப்பில் பயன்படுத்தப்படும் என்பதை யோசிக்க வேண்டும். இதற்கான சிறந்த வழி தனிக்காட்சிகளாக எடுக்காமல், தொடர் வரிசையாக காட்சிகளை படம் பிடிப்பதாகும். ஒரு காட்சி எத்தனை அழகாக இருந்தாலும் சரி, அது மற்ற காட்சிகளுடன் தொடர்புகொள்ளக்கூடியதாக இல்லை எனில் பயனில்லை.

இதற்கு அடிப்படை கட்டுமானமாக விளங்கும் காட்சிகள்:

பரந்த காட்சி: ஒரு குறிப்பிட்ட இடம் அல்லது மனிதரை முழுவதும் காட்டும் காட்சி. களத்தை நிறுவ இவை உதவுகின்றன. கதை மாந்தர்களின் இயக்கத்தையும் நிறுவலாம். லாங் ஷாட் என்றும் சொல்லப்படுகிறது.

மத்திய காட்சி: கதை மாந்தரின் இடுப்பளவு தோற்றத்தைக் குறிக்கும் காட்சி. கைகளின் செயல்பாட்டையும் காண்பிக்கலாம்.

நெருக்கமான காட்சி: மனிதர்களின் குறிப்பிட்ட செயலை நெருக்க மாகச் சித்தரிக்கிறது. பெரும்பாலும் முகத்தை மட்டும் காண்பிக்கலாம்.

ஒரு நல்ல வீடியோவுக்கு பலவகையான மாறுபட்ட காட்சிகள் தேவை. ஒரே வகையான காட்சி அலுப்பூட்டும். மாறுபட்ட கோணத்திலான காட்சிகளைச் சரியான வரிசையில் தொகுக்கும் போது காட்சி வழி கதை சொல்லுதல் மேம்படும்.

எந்த நல்ல வீடியோவிலும் இதைக் காணலாம். ஒரே மாதிரியான காட்சிகள் தொடர்ந்து வருவதில்லை.

சொல்லப்படும் கதைக்கு ஏற்ப, பலவகையான காட்சிகளைப் பல கோணங்களில், வெவ்வேறு தொலைவில் இருந்து படம் பிடித்துக் கொள்ளவேண்டும். பார்க்கும் ஒவ்வொரு சூழலுக்கும், ஒரு பரந்த காட்சி, ஒரு மத்திய காட்சி, இரண்டு நெருக்கமான காட்சிகள் இருந்தால் சிறப்பு. இவை 25:25:50 எனும் விகிதத்தில் இருக்கலாம் என்பது பொதுவான வழிகாட்டுதல்.

பரவலாக வலியுறுத்தப்படும், ஐந்து ஷாட் முறை இதை ஒட்டியே அமைவதை உணரலாம்.

அமெரிக்காவின் மிசௌரி பல்கலைக்கழகத்தின் கன்வர்ஜன்ஸ் இதழியல் பேராசிரியர் ருபேன் ஸ்டெர்ன் (Reuben Stern) இதை இன்னும் அழகாக விவரிக்கிறார்:

வீடியோ தொகுப்பை உருவாக்கும்போது, அவை ஒன்றிணைந்து கதை சொல்லக்கூடிய பகுதிகளை உருவாக்குகிறீர்கள் என்பதை நினைவில் கொள்ளவும். வார்த்தைகளைக்கொண்டு வாக்கியங் களையும், வாக்கியங்களைக்கொண்டு பத்திகளையும் உருவாக்குவது போலத்தான் இதுவும். இங்கே எல்லாம் காட்சிகளாக இருக்கின்றன. வார்த்தை என்பது சிறு காட்சியாகவும், தொடர் காட்சிகளை வாக்கியமாகவும் கொள்ளலாம். இவை இணைந்து வலுவான கதையாக உருவாகின்றன.

காட்சிகள் அடிப்படை:

நிறுவும் காட்சி (Establishing shot): இந்தக் காட்சி பார்வையாளர் களுக்கு நாம் எங்கிருக்கிறோம் என உணர்த்துகிறது. இவை ஒரு கட்டிடத்தின் வெளிப்பகுதியாக அல்லது பின்னணியாக, ஓர் இடமாக இருக்கலாம். இங்குதான் கதையின் ஒரு பகுதி நிகழ்கிறது.

பிரதான காட்சி (Master shot): நிறுவும் காட்சியைப் போன்றது. கதை மாந்தர்களை களத்தில் பொருத்துகிறது. அல்லது அவர்களுக்கு இடையிலான தொடர்பை உணர்த்துகிறது. ஒரே இடத்தில் பல்வேறு செயல்களில் ஈடுபட்டுள்ளவர்களை படம் பிடிக்கும் போது, இந்த காட்சி ஒரே இடத்தில் பலர் இருப்பதை பார்வை யாளர்கள் புரிந்துகொள்ள உதவும்.

தொலைவு காட்சி (Long shot): காட்சி முழுவதும் ஒரு மனிதர் இடம்பெற்றிருப்பார்.

மத்திய காட்சி (Medium shot): மனிதரின் ஒரு பகுதியை மட்டுமே காண முடியும். ஆனால் அவர் இருப்பை உணரலாம். இடுப்பளவு அல்லது மார்பளவு காட்சிகள்.

நெருக்கமான காட்சி (Close up): ஒரு மனிதரின் முகம் அல்லது கை அல்லது ஒரு செயலை உணர்த்துகிறது.

மிக நெருக்கமான காட்சி (Extreme close-up): இன்னும் கூடுதல் விவரங்களை நுட்பமாக அளிக்கும் காட்சி.

தொடர் வரிசை காட்சி விதங்கள்:

செயல் - எதிர் செயல் (Action - Reaction): ஒரு செயலுடன் துவங்கி, பின்னர் அதற்கு பதில் அளிப்பவரின் செயலை உணர்த்துகிறது.

செயல் - வெட்டு - செயல் (Action - Cutaway - Action): ஒரு செயலில் துவங்கி வேறு ஒன்றுக்குச் சென்று மீண்டும் செயலுக்குத் திரும்புதல்.

இயக்கத்தின் செயல் (Match on Action): தொடரும் ஒரு செயலை காண்பித்து, அது தொடர்பான வேறு ஒரு கோணத்தைக் காண்பிப்பது. முதலில் வெட்டிய இடத்தில் இருந்து இது தொடரும். உதாரணமாக ஒரு கூடைப்பந்து வீரர் பந்தை எரியும் காட்சியை மத்திய காட்சியாக காண்பித்து, பந்து வெளியேறுவதில் காட்சியை வெட்டி, பின்னர் பந்து அவர் கைக்கு வருவதை நெருக்கமான காட்சியாகக் காண்பிக்கலாம்.

தொகுப்பு (Montage): ஓரிடத்தில் ஒரு செயலைக் குறிக்கும்வகையில் தொடர் வரிசையிலான தொடர்புடைய காட்சிகள். செயல் தொடர்ச்சியாக இருக்கவேண்டிய அவசியம் இல்லை. இதை விவரங்களின் தொகுப்பாகக்கொள்ளலாம்.

குறுக்கு வெட்டு (Cross cutting): இரண்டு வெவ்வேறு இடங்களில் நடக்கும் காட்சிகள், ஒரே நேரத்தில் நடப்பதுபோன்ற உணர்வைத் தரும் வகையில் வெட்டப்பட்டிருப்பது. திரைப்படங்களில் அதிகம் காணலாம்.

ஜம்ப் கட் (Cross cutting): ஒரு காட்சியில் இருந்து மனிதர் அல்லது பொருள் திடீரென தாவுவதுபோல காட்சி வெட்டப்படுவது.

12

உடனடிச் செய்திகளைப் படம் பிடிப்பது எப்படி?

பிரேக்கிங் நியூஸ் எனக் குறிப்பிடப்படும் உடனடிச் செய்திகள் செல்பேசியில் படம் பிடித்து ஒளிபரப்ப மிகவும் ஏற்றவை. இது பரவலாக அறியப்பட்டதுதான். கடந்த சில ஆண்டுகளாகவே பெரும்பாலான முக்கிய நிகழ்வுகளின்போது, சம்பவ இடத்தில் தற்செயலாக இருந்தவர்கள் எடுத்த புகைப்படமோ, வீடியோ காட்சியோ அந்தச் செய்திகளுக்கான முக்கிய பதிவாக அமைவதை பார்த்து வருகிறோம்.

பஸ் விபத்தோ, போலீஸ் தடியடி காட்சியோ செல்பேசியில் படம் பிடிக்கப்பட்டு, சமூக ஊடகங்களில் பகிரப்பட்டு இணையவெளி முழுவதும் வைரலாக பரவுவதை பலமுறை உணர்ந்திருக்கிறோம். சென்னையில் பிரபல துணிக்கடையில் தீ விபத்து ஏற்பட்டபோது, அந்தக் கட்டிடம் சரிந்து விழுந்த காட்சி பயனாளி ஒருவரால் செல்பேசியில் படம் பிடிக்கப்பட்டதுதான்.

எனினும், மற்ற நிகழ்வுகள் தொடர்பாக செய்தி சேகரிப்பதற்கான நெறிமுறைகள் இருப்பதுபோலவே, உடனை செய்திகளை செல்பேசியில் படம் பிடிப்பதற்கும் வழிமுறைகள் இருக்கின்றன. தற்செயலாக சம்பவ இடத்தில் இருப்பவர்களும் சரி, தொழில்முறை

இதழாளர்களும் சரி, இதழியல் மாணவர்களும் சரி இவற்றை அறிந்திருக்கவேண்டும்.

செல்பேசியில் செய்திகளைப் படம் பிடிப்பதற்கான முதல் வழி, அதன் காமிராவில் படம் பிடிக்கும் அடிப்படைகளை அறிந்திருக்க வேண்டும். அனைத்து பாலபாடங்களும் தெரியாவிட்டாலும்கூட, காமிரா இயக்கத்தில் இருப்பதும், காட்சிகள் பதிவாவதும் அறிந்திருக்கவேண்டும். இயன்றவரை காமிராவில் சாத்தியமான உச்சபட்ச துல்லிய அமைப்பில் படம் பிடிக்கவேண்டும். செல்பேசியில் போதிய சேமிப்பு இருப்பதையும் உறுதி செய்துகொள்ள வேண்டும்.

இதன் பிறகு எந்த இடத்தில் நடைபெறும் நிகழ்வுகளையும் படம் பிடிக்க நீங்கள் தயாராக இருக்கலாம். ஆனால், களத்தில் நிகழ்வுகளை படம் பிடிக்க முயலும்போது, உங்கள் பாதுகாப்பு அம்சத்தையும் மனதில்கொள்ளவேண்டும். நிகழ்வுகளில் கவனம் செலுத்தும் போது, அருகே வரும் வாகனத்தைக் கவனிக்காமல் இருப்பது போன்ற செயல் களால் ஆபத்தை உருவாக்கிக்கொள்ளக்கூடாது. ஆர்வ மிகுதி அல்லது பதற்றம் காரணமாக உங்களுக்கு நீங்களே பாதகமான விளைவை ஏற்படுத்திக்கொள்ளாமல் இருப்பது முக்கியம். தொழில்முறை இதழாளர்கள் இதை இயல்பாகவே கைவரப்பெற்றிருப்பார்கள். இதழியல் ஆர்வம்கொண்ட சாமானியர்கள் இதில் சர்வ ஜாக்கிரதையாக கவனம் செலுத்த வேண்டும். அதேபோல கலவரம் போன்ற நிகழ்வுகளை படம் பிடிக்கும்போது, தாக்குதல் போக்கு நம் பக்கம் திரும்பாமலும் பார்த்துக்கொள்ளவேண்டும்.

பாதுகாப்பை அம்சத்தை உறுதி செய்துகொண்டபிறகு, நிகழ்வை படம் பிடிக்க கச்சிதமான இடத்தைத் தேர்வு செய்து அங்கிருந்து காட்சிகளைப் பதிவு செய்யவேண்டும். இயன்றவரை நிகழ்வின் அருகே சென்று படம் பிடிக்கவேண்டும்.

பொதுவாக பரந்த காட்சியாக படம் பிடிப்பதில் துவங்கி, நிகழ்வு நடைபெறும் சூழல் மற்றும் அதன் தன்மை உணர்த்தலாம். காட்சியில் அடுத்த நிகழ்வு எங்கே தாவும் என்பதை ஊகித்து அதை படம்பிடிக்கவும் தயாராக இருக்கவேண்டும். நிகழ்வை பின் தொடர்ந்துகொண்டே இருக்கவேண்டும்.

படம் பிடிக்கும்போது காமிராவில் அசைவுகள் இல்லாதவகையில் இரு கைகளாலும் வாகாகப் பிடித்திருக்கவேண்டும். காட்சிகள் நிலையாகப் பதிவாகவேண்டும். தேவை எனில் காமிரா ஹோல்டர் அல்லது டிரைபாடு சாதனம் பயன்படுத்தலாம்.

காட்சிகளைப் பதிவு செய்யும்போது, அருகாமையில் சாட்சியாக உள்ளவர்களின் கருத்துக்களையும் கேட்டு பதிவு செய்வது பொருத்தமாக இருக்கும். கூட்டத்தில் உள்ளவர்கள் கருத்துக்களையும் கேட்டு பதிவு செய்யலாம். காட்சிகளை ஜூம் செய்ய வேண்டாம். நெருக்கமான காட்சி தேவை எனில் அருகாமையில் சென்று படம் பிடிக்கவேண்டும். நிகழ்வு தொடர்பான ஒலியும் துல்லியமாகப் பதிவாவதை உறுதி செய்துகொள்ளவேண்டும்.

இப்படி படம் பிடித்த பிறகு இதை ஊடக அலுவலகங்களுக்கு அனுப்பி வைக்கலாம். சாமானியர்கள் எனில் சமூக ஊடகங்களில் பகிர்ந்துகொள்ளலாம்.

காட்சிகளைப் படம் பிடிக்கும்போது, நமது பாதுகாப்பை உறுதி செய்து கொள்வதுபோலவே, எந்தவிதமான காட்சிகளை பதிவு செய்யலாம் என்பது தொடர்பான அடிப்படை அறத்தையும் மனதில் கொள்ளவேண்டும். தனிமனிதர்களைப் பாதிக்கும் காட்சிகளை படம் பிடிப்பது அவசியம் இல்லாதது. நாம் படம் பிடிக்கும் காட்சிகள் செய்தி நோக்கில் மக்களுக்கு எந்த அளவு அவசியமானது மற்றும் பயன் தரக்கூடியது எனும் கேள்வியைக் கேட்டுக்கொள்ள வேண்டும். நிகழ்வுகள் நடைபெறும்போது செல்பேசி காமிராவுடன் நாம் அருகாமையில் இருந்தால் மிகப்பெரிய வாய்ப்பு என்றாலும், கண்ணில் படும் காட்சிகளை எல்லாம் படம் பிடித்துக்கொண்டிருக்க வேண்டும் என்றில்லை.

13

மோஜோவுக்கு தேவையான திறன்கள்

செல்பேசி இதழியலுக்குத் தேவையான திறன்களை, இத்துறை முன்னோடிகளில் ஒருவரான, கிளன் முல்கஹி, தகவல் வரைபட மாக அளித்திருக்கிறார். 'வெற்றிகரமான டிஜிட்டல் இதழாளராகத் திகழ்வதற்கான குறிப்புகள்' எனும் தலைப்பில் இந்தத் தகவல் வரைபடம் அமைந்திருப்பதும் பொருத்தமானதே. ஏனெனில், செல்பேசி இதழாளராகத் திகழ்வது என்பது டிஜிட்டல் இதழாளராகத் திகழ்வதுதான். டிஜிட்டல் இதழியலின் தனிச்சிறப்பாக அமையும் பல்லூடகத்தன்மையின் தேவையே, செல்பேசி இதழியலாக பரிணமத்திருக்கிறது.

புகைப்படக்கலை திறன்:

புகைப்படம் இணைக்கப்பட்ட டிவிட்டர் குறும்பதிவு இருமடங்கு அதிகம் பகிரப்படும் வாய்ப்பு இருக்கிறது. ஆயிரம் வார்த்தைகள் சொல்வதை ஒரு படம் சொல்லிவிடும். இப்படிச் சொல்லிக்கொண்டே போகலாம். விஷயம் என்னவெனில், புகைப்படக்கலையில் தேர்ச்சி பெற்றிருப்பதே செல்பேசி இதழியலில் சிறந்து விளங்கத் தேவையான முதன்மைத் திறன். கண்ணாடி இல்லா காமிரா அல்லது டி.எஸ்.எல்.ஆர் காமிராவை உடன் வைத்திருப்பதை மோஜோ + என்று கருதலாம்.

காட்சிரீதியாகக் கதை சொல்வதில், உங்கள் புகைப்பட கலை முக்கிய பங்கு வகிக்கிறது. இதில் தேர்ச்சி கொள்ளுங்கள்.

வானொலி அனுபவம்

செல்பேசி இதழியலில் சிறந்து விளங்குவது என்பது ஒலியின் முக்கியத்துவத்தைப் புரிந்துகொள்வதாகும். சரியான மைக் கொண்டு ஒலிப்பதிவு செய்வது, ஒலியை எடிட் செய்ய அல்லது மிக்ஸ் செய்ய எந்தச் செயலிகளை பயன்படுத்த வேண்டும் என அறிந்திருப்பது மிக முக்கியம். நீங்களே சொந்த வானொலி தொகுப்பு அல்லது பாட்காஸ்டிங்கை உருவாக்கலாம். மற்ற பல்லூடக உள்ளடக்கத்திற்கான அடிப்படையாக இது அமையும்.

தொலைக்காட்சி இலக்கணம்

சிறந்த காட்சி கதைகளை உருவாக்கும்போது தொலைக்காட்சி இலக்கணத்தை அறிந்திருப்பது அவசியம். காட்சி அளவுகள் ஏன் முக்கியம், கோணங்கள் ஏன் முக்கியம் போன்றவற்றை அறிந்திருக்கவேண்டும். இவை அனைத்தும் கதை சொல்லலின் உளவியல் தன்மையில் தாக்கம் செலுத்துகிறது. தொடர் வரிசையில் காட்சிகளை அமைப்பது காட்சிரீதியான கதை சொல்லலின் அடிப்படை என்பதோடு, எடிட்டிங்கிலும் முக்கிய அங்கம் வகிக்கிறது. படம் பிடிக்கக் கற்றுக்கொள்ளவேண்டும் எனில் எடிட் செய்யவும் கற்றுக்கொள்ளவேண்டும்.

அச்சு வெளியீடு

நாளிதழ் அல்லது பத்திரிகையில் பணியாற்றுவதன் மூலம் கிடைக்கக்கூடிய இதழியல் மொழி மற்றும் ஒழுங்கு உள்ளடக்க உருவாக்கத்தில் மிகவும் உதவியாக இருக்கும். இந்த உள்ளடக்கம் இணையத்திற்கு அல்லது செல்பேசி சார்ந்த பல்லூடக அனுபவமாக இருக்கலாம். எப்படி பார்த்தாலும், அச்சு ஊடக அனுபவம் உங்களுக்கு உதவியாக இருக்கும்.

சமூக ஊடகம்

இதழாளரின் பணி இனியும் நேர்க்கோட்டிலானது இல்லை. சமூக ஊடகப் பயன்பாட்டையும் நீங்கள் கற்றுத்தேறவேண்டும். ஒவ்வொரு வகை ஊடகத்திலும் எது செல்லுபடியாகும் என அறிந்து, உங்கள் பார்வையாளர்களை சென்றடைய ஏற்றவகையில் எழுதக் கற்றுக்கொள்ளவேண்டும். இதன் மூலம் உங்கள் டிஜிட்டல் பிராண்டை உருவாக்கிக்கொள்ளலாம்.

உள்ளூரும், உலகமும்

சில நேரங்களில் உங்களுக்கான பார்வையாளர்களைக் கண்டறிவதில் சிக்கலை உணரலாம். ஆனால் உங்கள்

பார்வையாளர்கள், ஒரே நேரத்தில் உள்ளூர் மற்றும் உலக அளவில் இருப்பதை உணரவும். சர்வதேச அளவில் தாக்கத்தை ஏற்படுத்தக்கூடிய உள்ளூர் உள்ளடக்கத்தைத் தேடவும்.

தொழில்நுட்பம் அஞ்சேல்

தொழில்நுட்பத்தில் பாய்ச்சல் ஏற்பட்டு வரும் வேகத்தைப் பார்த்தால் மிரட்சியாகத்தான் இருக்கும். ஆனால் நவீன தொழில்நுட்பப் போக்குகளை அறிந்திருப்பது அவசியம். வாய்ப்புகள் உருவாகும்போதே அவற்றைக் கண்டறியவேண்டும். தொழில்நுட்ப விவாதக் குழுக்களில் இணைந்து நவீனப் போக்குகள் மீது ஒரு கண் வைத்திருக்கவும்.

கோடிங் அறிவு

இது எல்லோருக்குமானது இல்லை என்றாலும்கூட, கம்ப்யூட்டர் நிரல்களை எழுதுவதற்கான அடிப்படை கோடிங் திறனைக் கற்றுக்கொள்வது நல்லது. இதை கற்றுக்கொள்ளும் அனுபவம் ஹேக்கத்தான் போன்ற நிகழ்வுகளில் பங்கேற்க வைத்து செழுமையான அனுபவம் தரும்.

14

மோஜோ செயல்முறை திட்டம்

செல்பேசி இதழியல் எல்லையில்லா சாத்தியங்களைக் கொண்டது, எல்லோருக்கும் எளிதானது என்றாலும் நடைமுறையில் இது அத்தனை சுலபம் அல்ல. அதிலும் செல்பேசி சார்ந்த செய்தி சேகரிப்பு - வெளியீட்டில் பழக்கம் இல்லாத ஆரம்ப கட்டத்தில் இது கடினமானதாகவே இருக்கலாம். தற்செயலாக ஒரு புகைப்படம் அல்லது வீடியோவை எடுத்துப் பயன்படுத்திக்கொள்வது என்பது வேறு. அதையே முறையாக செய்தி சேகரிப்பு நோக்கில் மேற்கொள்வது என்பது வேறு.

செல்பேசி இதழியலால் ஈர்க்கப்படும் சாமானியர்களுக்கும் சரி, இத்துறையின் வாய்ப்புகளைப் பயன்படுத்திக்கொள்ள நினைக்கும் தொழில்முறை இதழாளர்களுக்கும் சரி, இது மிகவும் சவாலானது. செல்பேசியில் எடுக்கப்படும் படம் ஒளிபரப்பு தரத்தில் இல்லாமல், அமெச்சூர்த்தனமாக அமைய இந்தச் சவால்களும் ஒரு காரணம்.

செல்பேசியை செய்தி சேகரிப்பில் பயன்படுத்துவது எளிதானது மற்றும் அவசியமானது என்றாலும், அதில் நேர்த்தியும், தேர்ச்சியும் வெளிப்பட தகுந்த பயிற்சி தேவை. செல்பேசி இதழியல் தொடர்பான புரிதலும் அவசியம். எந்த இடத்தில், எந்த வகையான செய்திக்கு, செல்பேசியை எப்படி பயன்படுத்துவது ஏற்றதாக இருக்கும் என்ற தெளிவு இருந்தால் மட்டுமே, சிறப்பாகச் செயல்பட முடியும்.

ஆனால், இது ஒன்றும் சாத்தியமில்லாத கலை அல்ல. பயிற்சியும், ஈடுபாடும் இருந்தால் கைவரக்கூடிய கலைதான். செல்பேசி இதழியலுக்கான அடிப்படைகளை கற்றுத் தேர்வதோடு, இந்த நுணுக்கங்களை நடைமுறைப்படுத்தும் செயல்முறையையும் அறிந்திருக்க வேண்டும். செல்பேசி இதழியல் பயிற்சியாளர்கள் இதை செயல்முறை திட்டம் (ஒர்க் புளோ) என்கின்றனர்.

செல்பேசி இதழியல் என்பது வளர்ந்து வரும் துறையாக இருப்பதால் அதற்கான விதிமுறைகள் இன்னமும் தெளிவாக வரையறுக்கப்படவில்லை. புதிய ரக செல்பேசிகள், அவற்றுக்கான இயங்குதளங்கள், புதிய செயலிகள் ஆகியவை செய்தி சேகரிப்பிற்கான புதிய வழிகளை நாட வைக்கும் என்கிறார் செல்பேசி இதழியல் பயிற்சியாளரான கெய் டிஜென் (Guy Degen). செல்பேசி இதழியல் தொடர்பான உற்சாகம் அளிக்கக்கூடிய அம்சமாக இது அமைந்தாலும், களத்தில் இறங்கும் முன் ஓரளவுக்கேனும் திட்டமிடல் தேவை என்கிறார் டிஜென்.

செல்பேசி கொண்டு உள்ளடக்கத்தை உருவாக்க முயற்சிக்கும் போது திட்டமிடலில் உதவக்கூடிய வரைபடத்தையும் அவர் முன்வைக்கிறார். மிக எளிதாக அமைந்திருக்கும் அந்த வரைபடத்தில் செல்பேசி இதழியல் மூலம் சாத்தியமாகக்கூடிய பல்வேறுவிதமான உள்ளடக்கங்களை விவரித்து, அவை ஒவ்வொன்றுக்கும் தயாராகும் குறிப்புகளை வழங்கியுள்ளார். இவற்றுக்கான செயலிகளையும் குறிப்பிட்டுள்ளார்.

இமெயில் - வரி வடிவச் செய்தி, நேரலை வீடியோ, வீடியோ, புகைப்படங்கள், ஆடியோ, வலை, சமூக ஊடகம், வலைப்பதிவு, வரைபடம் - இருப்பிடம் மற்றும் இளவுட் சேவைகள் ஆகிய உள்ளடக்க அம்சங்களை அவர் பிரதானமாகக் குறிப்பிடுகிறார். இதில் வலையை முதல் அம்சமாகக் கருதலாம். செய்தி அல்லது உள்ளடக்கத்திற்கான துவக்கமாக அமையும் ஆய்வு செய்யும் கட்டமாக இது அமைகிறது. கோப்புகளை அனுப்பி வைப்பதற்கான வழிகளை அறிவதும் இதில் அடங்கும். செல்பேசியில் இருந்தே தகவல் முதல் கட்ட தகவல் சேகரிப்பில் ஈடுபடுவதாக இது அமைகிறது.

ஆடியோ மற்றும் வீடியோ அடுத்த அம்சங்களாகப் புரிந்து கொள்ளலாம். நேர்காணல், வீடியோ கிளிப், காமிராவை நோக்கிய வர்ணனை, டைம்லேப்ஸ் வீடியோ, வலைப்பதிவு வீடியோ மற்றும் கேலரி ஆகியவற்றை வீடியோ பதிவுகளால் உருவாக்கலாம். இவை ஒவ்வொன்றையும், செய்தி வெளியீடு அல்லது கதை சொல்லலில்

எந்த இடத்தில் பயன்படுத்திக்கொள்ள முடியும் என்று அறிந்திருக்க வேண்டும். உதாரணமாக, ஒரு வல்லுனர் அல்லது செய்தியை கண்ணால் பார்த்தவரின் கருத்துக்களை விவரிக்கும்போது, பொருத்தமான இடத்தில் அவர் சொல்வதை சிறு வீடியோ கிளிப்பாக பதிவு செய்து ஒளிபரப்பலாம்.

இவற்றுக்கு உதவக்கூடிய செயலிகளையும், சேவைகளையும் அறிந்திருக்கவேண்டும். அவற்றில் சில; யூடியூப், விமொயோ - வீடியோக்களை பதிவேற்ற, புரோகாமிரா, பிளிமிக்புரோ – படம் பிடிப்பதற்கான செயலி, டைம்லேப்ஸ், ஸ்கைப்.

ஆடியோ பதிவுகளை நேர்காணல், குரல் வழி செய்தி, செய்தி தொகுப்பு மற்றும் கிளிப்பிற்கு பயன்படுத்தலாம். ஆடியோ வடிவில் முழு நீள நேர்காணல் செய்யலாம். ஒரு நிகழ்வை குரல்வடிவ செய்தியாக விவரிக்கலாம். இணையதளத்தில் வெளியாகும் செய்தியின் நடுவே, ஒருவரது கருத்து இடம்பெற்றால் அதை ஆடியோ பதிவாகக் கேட்கும் வசதியையும் அளிக்கலாம்.

இதற்கு உதவக்கூடிய செயலிகள்: சவுண்ட்கிளவுட், ஆடியோபூம், ஸ்கைப், பர்ஸ்ட்வீடியோ, வாயுஸ்மெமோ, வேவ்பேட்.

உடனடி அல்லது முக்கிய செய்தி என்றால் வீடியோ மூலம் நேரலை செய்யலாம். முக்கிய நேர்காணலையும் நேரலையாக வழங்கலாம். இதழாளரும் களத்தில் இருந்து காமிராவை பார்த்து செய்தியை வீடியோ பதிவாக விவரிக்கலாம். பாம்பூசர், பெரிஸ்கோப், பேஸ்புக் லைவ் ஆகிய செயலிகள் இதற்கு ஏற்றவை.

புகைப்படங்களை பலவிதங்களில் பயன்படுத்தலாம். செய்திக்கு வலு சேர்க்க புகைப்படத்தைப் பயன்படுத்தலாம். டிவிட்டரில் தகவல் பகிரும்போது உடன் புகைப்படத்தையும் இணைக்கலாம். புகைப்பட தொகுப்புகளை உருவாக்கலாம். புகைப்படங்களுடன் ஒலியை இணைத்து ஆடியோ புகைப்பட தொகுப்பையும் உருவாக் கலாம். புரோகாமிரா உள்ளிட்ட காமிரா செயலிகள் இதற்கு ஏற்றவை.

செய்தியை ஊடகங்களின் இணையதளத்தில் பதிவேற்றுவதோடு சமூக ஊடகங்கள் மற்றும் வலைப்பதிவுகளிலும் பகிர்ந்து கொள்ளலாம். சமூக ஊடகங்கள் எனும்போது பேஸ்புக், டிவிட்டர். இன்ஸ்டாகிராம் உள்ளிட்ட சேவைகள் அடங்கும். உடனடி செய்திகள் அல்லது மேலதிக விவரங்களைப் பகிர்ந்துகொள்ள சமூக ஊடகங்கள் ஏற்றவை. செய்திகளோடு, புகைப்படம், வீடியோவை யும் பகிர்ந்துகொள்ளலாம். சம்பந்தப்பட்ட சமூக ஊடக செயல் பாடுகளை அறிந்திருக்கவேண்டும்.

இதேபோலவே வலைப்பதிவிலும் செய்தி வெளியிடலாம். சமூக ஊடகங்களைவிட வலைப்பதிவில் விரிவான ஆழமான செய்திகளை வெளியிடலாம். செய்திகளுடன் புகைப்படம் அல்லது வீடியோவை இணைக்கலாம். வீடியோ பதிவாகவேகூட செய்திகளை பகிரலாம். வேர்ட்பிரஸ், டம்பிளர், மீடியம் உள்ளிட்ட வலைப்பதிவு சேவைகளைப் பயன்படுத்திக்கொள்ளலாம்.

உள்ளடக்கத்தின் தன்மைக்கேற்ப சிலவற்றில் இருப்பிடம் சார்ந்த தகவலை வரைபடத்தில் உணர்த்தி கூடுதல் புரிதலை ஏற்படுத்தலாம். தீ விபத்து பற்றிய செய்தி எனில், அதன் நிகழ்விடத்தை கூகுள் வரைபடத்தில் சுட்டிக்காட்டலாம்.

கிளவுட் சேவைகளைப் பயன்படுத்துவது பதிவு செய்த காட்சிகளை யும் கோப்புகளையும் பாதுகாப்பாக சேமித்து வைப்பதற்கான வழியாகும்.

இந்த வரைபடம், வழிகாட்டும் நோக்கிலானது. இதழாளர்கள் தங்கள் தேவைக்கேற்ற செயல்முறை திட்டத்தை உருவாக்கிக் கொள்ளலாம்.

இந்தத் திட்டமிடலில், மேலும் ஓர் எளிய வழியையும் டிஜென் முன்வைக்கிறார். ஆங்கில எழுத்தான பி யை அடிப்படையாக கொண்டு ஆறு பி வழி என இதை அவர் குறிப்பிடுகிறார். அவை:
பர்பஸ் – நோக்கம்: செய்தியின் நோக்கம் எனத் தெளிவாக அறிந்திருக்க வேண்டும். இதற்குத் தேவையான சாதனங்கள், செயலிகள் என்ன எனத் தீர்மானிக்க வேண்டும்.

பிளான் – திட்டம்: செய்திக்குத் தேவையான ஊடக அம்சங்கள் என்ன? யாரை நேர்காணல் செய்ய இருக்கிறேன் என்பனவற்றை திட்டமிட வேண்டும். செல்பேசி உபகரணங்கள் மற்றும் செயலிகளின் தேவையையும் தீர்மானிக்கவேண்டும்.

புரொடக்ஷன் – தயாரிப்பு: செய்தியைப் பதிவு செய்யத் தேவையான செயலிகள் என்ன? - எனத் தீர்மானிக்கவேண்டும்.

பப்ளிசிங்- வெளியீடு: செய்தியை வெளியிட அல்லது அனுப்பி வைக்கத் தேவையான செயலிகளை தீர்மானிக்கவேண்டும்.

கிராஸ் பொசிஷனிங்- சமூக ஊடக பகிர்வுகள்: செய்திகளை வேறு எந்த வழிகளில் எல்லாம் பகிர வேண்டும் எனத் திட்டமிடுவது.

பொசிஷன் - வரைபடம்: இருப்பிடம் உணர்த்தும் வரைபடச் சேவையைப் பயன்படுத்துவது. ஹாஷ்டேக் பயன்பாடு.

இவற்றை வழிகாட்டியாகக் கொண்டு செல்பேசி மூலமான செய்தி சேகரிப்பை திட்டமிடலாம்.

முதல் கட்டமாக உள்ளூர் நிகழ்வுகளை பதிவு செய்து பார்ப்பது சரியான பயிற்சியாக அமையும். பொதுமக்களின் கருத்து கேட்பு போன்றவற்றையும் பயிற்சியாக மேற்கொள்ளலாம். இதன் மூலம் நடைமுறை செயல்பாட்டை எளிதாக உள்வாங்கிக்கொள்ளலாம்.

என்ன செய்யப்போகிறோம்? நோக்கம் என்ன? எப்படி படம் பிடிக்கப்போகிறோம்? என்ன உபகரணங்கள் தேவை? போன்ற அம்சங்களையும் முதலிலேயே தீர்மானித்துக்கொள்ளவேண்டும் என்கிறார் டிஜென்.

நவீன இணைய சேவைகள் உதவியோடு, உள்ளடக்கத்தை பலவிதங்களில் பகிர்ந்துகொள்ளமுடியும். டிவிட்டரில் தகவல்களை பகிரலாம். வீடியோ தொகுப்பாக செய்தியை அளிக்கலாம். நேரலை செய்யலாம். ஒன்றுக்கு மேற்பட்ட ஊடக வடிவங்களை பயன்படுத்தலாம். இதழாளர் தேர்வு செய்யும் செய்திக்கு இவற்றில் பொருத்தமானவை எவை என அறிந்து அதற்கேற்ப செயல்பட வேண்டும்.

15

ஸ்மார்ட்போனில் எடிட்டிங் செய்வது எப்படி?

ஸ்மார்ட்போனில் வீடியோக்களை எடுக்கத் துவங்கிய பின், ஏதேனும் ஒரு கட்டத்தில் எடிட்டிங் செய்வது தொடர்பாகக் கற்றுக் கொள்ளத் தோன்றும். அல்லது, எடிட்டிங் செய்ய கற்றுக்கொள்ள வேண்டும் எனும் எண்ணம் தோன்றும் கட்டத்தில்தான், ஒருவர் மோஜோ கதை சொல்லலுக்கான பாதையில் முன்னேறி வந்திருக்கிறார் எனக் கொள்ளலாம்.

எடிட்டிங் எனப்படும் படத்தொகுப்பு கலையின் முக்கியத்துவத்தை உணர்வதே மோஜோ கதை சொல்லலில் முக்கிய அம்சமாக அமைகிறது. இதை உணரும்போது, நீங்கள் இதுவரை இருந்த போதாமையில் இருந்து விடுபட்டு வீடியோ கதை சொல்லலுக்கான முக்கிய அம்சத்தைப் புரிந்துகொண்டிருக்கிறீர்கள் எனக் கொள்ளலாம். இந்தப் புரிதல் நீங்கள் எடுக்கும் வீடியோவின் தரத்தில் வெளிப்படுவதையும் பார்க்கலாம்.

பொதுவாக திரைப்படம், தொலைக்காட்சி அல்லது யூடியூப் வீடியோ பற்றிப் பேசும்போது மற்ற அம்சங்கள்போல் எடிட்டிங் அத்தனை கவனம் பெறுவதில்லை. காட்சிகளின் பின் ஒளிந்திருக்கும் நுட்பம் என்பதால் இருக்கலாம். ஆனால், காட்சிரீதியாகக் கதை சொல்வதை முழுமையாக்குவது எடிட்டிங்தான். திரைப்படக்கலை தொடர்பான தொழில்நுட்பங்களை அறிந்தவர்கள் இதை நன்கறிந் திருப்பார்கள். ஆனால், பார்வையாளர்கள் பெரும்பாலும் எடிட்டிங் நுட்பம் பற்றி அறிவதில்லை.

திரை மொழியைச் சாத்தியமாக்குவதில் முக்கியமாக விளங்கும், எடிட்டிங்கை காட்சிகளை வெட்டி ஒட்டுவது என்று மட்டும் புரிந்து கொள்வதற்கில்லை. ஒரு காட்சி, எந்தக் காட்சியைத் தொடர்ந்து எப்படி வரவேண்டும், அடுத்தடுத்த காட்சிகளின் அமைப்பு எப்படி இருக்க வேண்டும், அவை ஒன்றை ஒன்று தொடரும் விதத்தில் இருக்கும் ஒத்திசைவும், ஒருவிதத் தாள லயமும், எப்படி திரையில் காட்சி மொழியாக விளங்குகிறது என்பதையும் பெரும்பாலானோர் அறிவதில்லை.

கதைக்கு ஓர் ஓட்டம் தேவை. அது ஒரு துவக்கத்தையும், முடிவையும், அதை நோக்கிப் பாயும் தொடர் பகுதியையும் கொண்டிருக்க வேண்டும். காட்சிகளில் இந்தத் தொடர்ச்சியை எடிட்டிங்தான் சாத்தியமாக்குகிறது. நீளமான காட்சி, காமிரா நகரும் காட்சி, நெருக்கமான காட்சி, பரந்த காட்சி எனப் பலவிதக் காட்சிகளாக நாம் திரையில் கதை விரிவதைப் பார்க்கிறோம். நாம் இந்த வேறுபாடுகளைப் பெரிதாக கவனிப்பதில்லை. ஆனால் நம் விழிகள் இந்தக் காட்சி மொழியைப் புரிந்துகொள்ளப் பழகியிருப்பதால் காட்சிகளின் நகர்வை உணர்ந்துகொள்கிறது. அதனால்தான், ஒரு காட்சியில் இருந்து இன்னொரு காட்சிக்குத் தாவும்போது, இடையே வேறு ஒரு துண்டுக் காட்சி இரண்டையும் இணைத்து புதிய திசையில் நம் உணர்வுகளை அரவணைத்துச்செல்வதை நாம் உணர்கிறோமே தவிர அறிவதில்லை.

திரையில் திடீரென ஒரு பெண்ணின் முகம் மட்டும் நெருக்கமாக சில நொடிகள் தோன்றி மறைவதும், அதன் தொடர்ச்சியாக ஒரு பாத்திரத்தின் மீது அதன் தாக்கத்தை உணர்வதும் திரையில் ஒரு மாயம் போல நிகழ்கிறது. ஒரு ரசிகராக எல்லோரும் எடிட்டிங் நுட்பத்தை அறிந்திருக்கவேண்டும் என்றில்லை. ஆனால், ஒரு நல்ல வீடியோ எடுக்க விரும்பினால், அதைவிட முக்கியமாக வீடியோ வழியே கதை சொல்ல விரும்பினால் எடிட்டிங்கின் அடிப்படைகளைத் தெரிந்து கொள்வது அவசியம்.

அதிலும் மோஜோ கதை சொல்லலில் இது தவிர்க்க இயலாதது. ஏனெனில், பெரும்பாலும் செல்பேசி இதழாளர்கள் அவர்களே எடிட்டிங் செய்யும் தேவை கொண்டவர்களாக இருப்பதுதான். திரைப்படம் எனில் இயக்குனர் காட்சிகளை எடுப்பதை ஒளிப்பதிவாளரிடமும், எடிட்டிங் செய்வதை எடிட்டரிடமும் விட்டுவிட்டு தன் வேலையை மட்டும் பார்க்கலாம். தொலைக்காட்சி செய்தியாளர்கள்கூட, செய்தி சேகரிப்பில் மட்டும் ஈடுபட்டுவிட்டு, எடிட்டிங் பொறுப்பை அதற்குரியவரிடம் விட்டுவிடலாம். ஆனால், செல்பேசி இதழியலைப் பொறுத்தவரை பல நேரங்களில்,

ஒளிப்பதிவு, எடிட்டிங், செய்தி சேகரிப்பு என மூன்று செயல்களிலும் இதழாளரே ஈடுபட வேண்டியிருக்கும். இதுதான் மோஜோவின் சிறப்பம்சம் என்றாலும், இது மோஜோவின் சவாலும்கூட.

ஸ்மார்ட்போனில் இருந்தே செய்தி சேகரித்து, காட்சிகளை படம் பிடித்து, அதிலேயே எடிட் செய்து வெளியிடலாம் என்பதே செல்பேசி இதழியலை இன்றியமையாததாக ஆக்குகிறது. இதன் காரணமாகவே செல்பேசி மூலம் செய்தி சேகரித்து வெளியிட அல்லது கதை சொல்ல முற்படும் இதழாளர் காமிராவில் சிறந்த முறையில் படம் எடுப்பதற்கான கோணங்களையும், காட்சி முறைகளையும் தெரிந்து கொள்வது அவசியமாகிறது. அதே போலவே, காட்சிகளைத் தொகுக்கும் எடிட்டிங் கலையின் அடிப்படையையும் அவர்கள் அறிந்திருக்க வேண்டும்.

ஸ்மார்ட்போனில் படம் எடுப்பது எளிதாக இருக்கிறது. அதனால்தான் இணையத்தில் வீடியோக்கள் குவிந்து கிடக்கின்றன. ஆனால் அவற்றில் பெரும் பகுதி சுவாரஸ்யமற்றவை அல்லது குப்பை என ஒதுக்கிவிடக்கூடியவைதான். மாறாக நாம் பொருட்படுத்தக்கூடிய நல்ல வீடியோக்கள் என்பது பயனுள்ள அல்லது சுவாரஸ்யமான விஷயங்களைக் கொண்டிருப்பதோடு, குறைந்த பட்ச நேர்த்தியோடு எடிட் செய்யப்பட்டிருப்பவையாகவும் இருப்பதை உணரலாம்.

காட்சிகளை எடுப்பதில் காட்டிய ஆர்வத்தை, அவற்றைத் தொகுப்பதிலும் காட்டினால், கையில் வீடியோ காட்சிகளை எடுக்கும் திறன் கொண்ட சாதனம் இருப்பதன் அர்த்தத்தை உணரலாம். அது மட்டும் அல்ல, படத்தொகுப்பு நுட்பங்களின் அடிப்படையை அறிந்திருக்கும்போது, காட்சிகள் எடுக்கும் விதத்தையும் அது மாற்றுவதை உணரலாம்.

செல்பேசி இதழியல் பயிற்சியாளரான இவோ புரும், இதை மிக அழகாகக் குறிப்பிடுகிறார். ‘எடுக்கப்பட்ட காட்சிகளை (ஃபுட்டேஜ்) ஒரு வடிவமாகவும், ஒரு கதையாகவும் எடிட் செய்வது என்பது ஒரு மாயவித்தையாகத்தான் இருக்கிறது...’ என அவர் குறிப்பிடுகிறார். செல்பேசி இதழியல் கையேட்டில் ஸ்மார்ட்போனில் எடிட் செய்வது எப்படி எனும் தலைப்பிலான அத்தியாயத்தின் கீழ், எடிட்டிங் செயல்முறையை அவர் விவரித்திருக்கிறார்.

செல்பேசி மூலமான வீடியோ கதை சொல்லலுக்கு உதவும் எடிட்டிங் செயல்முறை இரண்டுவிதமான கற்றல் பகுதிகளைக் கொண்டது. முதல் பகுதி, எடிட் செய்ய ஸ்மார்ட்போனில்

செயல்படும் எடிட்டிங் செயலிகளைப் பயன்படுத்தக் கற்றுக் கொள்வது. இது நடைமுறை சார்ந்தது. இரண்டாவது பகுதி காட்சி வழியே கதை சொல்வதற்காக எடிட்டிங் கலையின் அடிப்படை நுட்பங்களைக் கற்றுக்கொள்வதைச் சொல்கிறது. இதை கருத்தாக்கம் சார்ந்தது எனச் சொல்லலாம். இதைப் புரிந்து கொள்வதன் அடிப்படையிலேயே, எடிட்டிங் செயலியை பயன்படுத்தும் நடைமுறை திறனை அர்த்தமுள்ளதாக்கிக் கொள்ள முடியும்.

இங்கு இவோ புரும் சுட்டிக்காட்டும் இரண்டு முக்கிய விஷயங் களை நினைவில் கொள்வது பொருத்தமாக இருக்கும். எடிட்டிங்கில் கற்றுக்கொள்ளவேண்டிய முக்கிய பாடங்களில் ஒன்று, ‘உங்கள் குழந்தைகளை கொல்லக் கற்றுக்கொள்வது’ என்று, தனக்கு சொல்லப்பட்ட பாடத்தை அவர் சொல்கிறார். இதைக் கேட்டு மிரள வேண்டாம்- குழந்தை எனக் குறிப்பிடப்படுவது காமிராவில் எடுக்கப்பட்ட காட்சிகளை. இதன் பொருள் எல்லா காட்சிகளும், கதை சொல்வதற்குப் பயன்படப்போவதில்லை என்பதாகும். சில காட்சிகள் எடுக்கப்பட்ட விதத்திலும் கோணத்திலும் நன்றாக இருப்பதுபோல கூடத் தோன்றலாம். ஆனால், சொல்ல வந்த விஷயத்தை நகர்த்திச்சொல்ல உதவவில்லை என்றால் அவற்றை தயக்கம் இல்லாமல் விலக்கி விடவேண்டும். அப்போதுதான், சரியான காட்சிகளை தேர்வு செய்து தொகுக்க முடியும்.

புரும் சுட்டிக்காட்டும் மற்றொரு விஷயம், பொதுவாக காட்சி கதை சொல்லும் அனுபவம் உள்ள எவரும் சொல்லக்கூடியதுதான். அதாவது, எப்படி எடிட் செய்யப்போகிறோம் என மனதில் வைத்துக்கொண்டு காட்சிகளை படம் பிடிப்பது. காமிராவில் காட்சியைப் படம் பிடிக்கும்போதே, பின்னர் கதை சொல்லலில் அது எந்தவிதத்தில் பயன்படும் என்பதை ஊகித்து அதற்கேற்ப படம் பிடிப்பது. தேர்ச்சி மிக்க காட்சி இதழாளர்களுக்கு இது கைவந்த கலை. இது அனுபவத்தின் மூலம் வருவது. பயிற்சியின் மூலம் மட்டுமே இது சாத்தியமாகும். எனினும், எடிட்டிங் தேவையை மனதில் கொண்டு படம் பிடிக்க வேண்டும் என்பதை அறிந்து வைத்திருப்பது ஆரம்ப நிலையில் உள்ளவர்கள், தங்கள் காட்சிகளை சரியாக திட்டமிட உதவும். காமிராவில் காட்சிகளை எடுப்பது பழகும் நிலையில், மெல்ல கால்கள் சரியான இடம் தேடி நகர்வதையும், காமிரா கோணங்கள் இயல்பாகக் கைவருவதையும் உணரத்தொடங்கலாம்.

இப்போது, ஸ்மார்ட்போன் செயலியில் எடிட் செய்வதற்கான செயல்முறையைப் பார்க்கலாம். முதலில், எடிட் செய்வதற்கான செயலியைத் தேர்வு செய்யவேண்டும். அறிமுக நிலையில்

உள்ளவர்கள் பயன்படுத்துவதற்கான செயலிகள் முதல், தொழில்முறை தேர்ச்சி பெற்றவர்களுக்கான விசேஷ செயலிகள் வரை எண்ணற்ற எடிட்டிங் செயலிகள் இருக்கின்றன.

எடிட்டிங் செயலியை நிறுவியதும், அதனுள் நுழைந்து, புதிய திட்டத்தைத் துவக்குவதற்கான வசதியைக் கண்டறிந்து அதை இயக்க வேண்டும். ஒரு சில செயலிகளில் இது கூட்டல் வடிவில் இருக்கலாம். சில செயலிகளில், ‘புதிய திட்டங்கள்’ அல்லது படத்தை உருவாக்க என இருக்கலாம். இந்த வசதியை தேர்வு செய்தவுடன், நாம் எடிட் செய்யத் தயாராகி விட்டோம் எனப் பொருள். ஒரு சில செயலிகளில், பின்னணி உள்பட நாம் தேர்வு செய்ய மேலும் அம்சங்கள் இருப்பதையும் பார்க்கலாம். ஆடியோவை பதிவு செய்யும் வசதியும் இதில் அடங்கும்.

இதன் பிறகு, எடிட் செய்வதற்கான காட்சிகளை தேர்வு செய்து வரிசைப்படுத்த வேண்டும். செயலியில் இருந்தே, காமிராவில் நாம் எடுத்த காட்சிகளை அணுக வழி இருக்கும். அவற்றைக் கொண்டுவந்து செயலி மேடையில் வைத்துக்கொண்டு, அவை இடம்பெறவேண்டிய பகுதியையும், அவற்றின் கால அளவையும் தீர்மானிக்கலாம். காட்சிகளை தேவையான அளவு சுருக்கிக் கொள்வதற்கான வசதி செயலியில் அளிக்கப்பட்டிருக்கும்.

எடிட் செய்யத் துவங்கும்போது, எந்த இடத்தில் இருந்து துவங்குவது என்பதைத் தீர்மானிப்பது முக்கியம். ஒலிப்பதிவு குறிப்பு, நேர்காணல் பகுதி, இசை, பரந்த காட்சி, அறிமுக உரை என எப்படி வேண்டுமானாலும் துவங்கலாம். முதல் காட்சி ஈர்ப்புடையதாக அமைந்து, பார்வையாளர்கள் மனதில் அடுத்து அறியும் ஆர்வத்தை உண்டாக்க வேண்டும் என்பதே முக்கியம். இதழாளர்கள் எனில், ‘பேஸ் டு காமிரா’ எனப்படும் களத்தில் இருந்து காமிராவைப் பார்த்துப் பேசும்முறையைப் பின்பற்றித் துவங்கலாம்.

இதன்பிறகு, காட்சிகளைத் தேர்வு செய்து அவை ஒன்றையடுத்து ஒன்று என ஒரு குறிப்பிட்ட விஷயத்தை விவரித்தபடி அமைந்திருப்பதில் கவனம் செலுத்தித் தொகுக்கத் துவங்கலாம்.

இனி, எடிட்டிங் செயல்முறையை சற்று விரிவாகப் பார்க்கலாம்:

எடிட்டிங் செயல்முறை என்பது, மூன்று பகுதிகளைக் கொண்டது. முதல் பகுதி காட்சிகளை எடுப்பது. கண்ணில் பட்டதை எல்லாம் எடுத்துக்கொள்வோம், பின்னர் எடிட் செய்துகொள்ளலாம் என்கிற அலட்சியமான அணுகுமுறையைத் தவிர்த்து, ஏற்கெனவே சொன்னது போல, எடிட் செய்ய படம் பிடிப்பது எனும்

திட்டத்துடன் கதைக்கான தேவையை மனதில் கொண்டு படம் பிடிக்கவேண்டும். நிறுவும் காட்சி, சாட்சிகளின் நேர்காணல், இடைப்பட்ட காட்சிகள், வல்லுனர்கள் பார்வை, சிறப்பு காட்சிகள் என எல்லாம் இதில் அடங்கும்.

இரண்டாவது கட்டமாக எடுக்கப்பட்ட காட்சிகளை பார்வையிடத் துவங்கவேண்டும். இந்த நிலையில் அவசரம் காட்டாமல் கைவசம் உள்ள எல்லா காட்சிகளையும் பொறுமையாகப் பார்க்கவேண்டும். இவ்வாறு பார்க்கும்போது, எந்த காட்சிகள் எல்லாம் தேவைப்படும் என குறித்து வைத்துக்கொள்ளலாம். கதையில் இடம்பெறுபவர்கள் பேசும் காட்சிகள், நேர்காணல் கருத்துகள், கதை மையத்தை உணர்த்தும் காட்சிகள் போன்றவற்றை அடையாளம் காண வேண்டும்.

மூன்றாவதாக காட்சிகளைத் தேர்வு செய்து இணைக்கத்துவங்க வேண்டும். முந்தைய அத்தியாயங்களில் விவரித்தபடி, காட்சிகளை படம் எடுப்பதற்கு முன், சொல்ல இருக்கும் கதைக்கான ஒரு தெளிவான திட்டத்தை முன்பே தீர்மானித்துக்கொள்ளவேண்டும். துவக்கம், இடைப்பட்ட பகுதி, முடிவு என இது அமைந்திருக்க வேண்டும். இந்தத் திட்டம் ஒரு வழிகாட்டுதல்தான். களத்தில் தேவைக்கேற்ப இதை வளைத்துக்கொள்ளலாம். காட்சிகளை எடுத்து முடித்த பின், இந்தத் திட்டத்திற்கு ஏற்ப காட்சிகளைத் தொகுத்து நாம் சொல்ல நினைத்த கதை அல்லது செய்திக்கு காட்சி வடிவம் கொடுத்து வலுவாக்க வேண்டும்.

எடிட்டிங் நுட்பங்கள் எண்ணற்றவை இருந்தாலும் அடிப்படையில், எடிட்டிங் முறையை இரு வகையாகப் பிரிக்கலாம். முதல்முறை நேர்த்தியாகவும், இறுக்கமாகவும் தொகுக்கப்படும் முறை. இதற்கு அனுபவமும் தேர்ச்சியும் தேவை. இரண்டாவது முறை, 'ஸ்டோரி பெட் முறை' என்கிறார் இபோ புரும். தொலைக்காட்சி அறைகளில், அனுமதி பெறுவதற்காக மேலதிகாரிகளிடம் காட்சிகளை சமர்ப்பிக்க இதழாளர்கள் பயன்படுத்தும்முறை இது. காட்சிகள் மற்றும் விவரிப்பைக் கொண்டு, ஒரு வடிவத்தை அளிக்கும் வகையில் இது அமைந்திருக்கும். அறிமுக நிலையில் உள்ளவர்கள் இந்தமுறைக்கு பழகினால், மெல்ல நேர்த்தியான தொகுப்புக்கு முன்னேறலாம்.

எடிட் செய்யும்போது அதற்கான உத்தேசமான ஒரு வடிவத்தை உருவாக்கிக்கொள்ளவேண்டும். முதல் காட்சியில் இருந்து தொடர்ந்து வரக்கூடிய காட்சிகளை வரிசைப்படுத்திக்கொள்ளலாம். இந்த வரைவு கதையோட்டம் பற்றிய புரிதலை கொடுக்கும். இரண்டாவது கட்டமாக, காட்சிகளை வரிசைப்படுத்தும்போதே,

அவற்றின் இடையே இடம்பெறக்கூடிய அல்லது ஒரு காட்சியில் இருந்து மற்றொரு காட்சிக்குக் கொண்டு செல்லக்கூடிய காட்சிகளையும் சேர்த்துக்கொள்ளலாம். கூடுதல் தகவல்களை சொல்லும் காட்சிகளையும் இதில் சேர்த்துக்கொள்ளலாம். இரண்டு இழைகளை இணையாக உருவாக்கும் முறையாக இது அமைகிறது.

அடிப்படை வடிவம் கிடைத்த பிறகு, காட்சிகளின் தொகுப்பில் ஓர் ஒத்திசைவு இருக்கிறதா எனத் தெரிந்துகொள்ளலாம். இதை ஸ்டோரி பவுன்ஸ் என்கிறார் புரும். அதாவது, விவரிப்பு, காட்சிகள், அவற்றின் இணைப்பு, நிகழ் காட்சிகள் என எல்லாம் சரியாக அமைந்திருக்கிறதா என்பதை உறுதி செய்துகொள்வது. இதில் திருப்தி ஏற்பட்டவுடன் எடிட்டிங்கை கூராக்கி நிறைவு செய்யலாம்.

எடிட்டிங் செயல்முறையில், பி-ரோல் எனப்படும் துணைக்காட்சிகளைச் சேர்ப்பதும், நேரேஷன் எனப்படும் விவரிப்பை தயார் செய்வதும் முக்கியமானது. துணைக்காட்சிகள் என்பது பிரதான காட்சிகள் தவிர அவை தொடர்பான மாற்றுக் காட்சிகள் எனப் புரிந்து கொள்ளலாம். பல நேரங்களில் இந்தக் காட்சிகள் பிரதானக் காட்சிகளை மேலும் விவரிக்க அல்லது கூடுதல் தகவல்களைச் சேர்க்க உதவும். இந்தவகைக் காட்சிகளை நிறைய எடுத்துக்கொள்ளவேண்டும்.

உதாரணமாக, காமிராவில் பேசுபவர் தான் ஓவியம் வரைவதில் ஆர்வம் உள்ளவர் எனக் குறிப்பிடும்போது, அவர் வரைந்த ஓவியம் அல்லது அவரே ஓவியம் வரைவதை துணைக் காட்சியாக சேர்த்துக்கொள்ளலாம். அதேபோல சம்பவ இடத்தை ஒருவர் குறிப்பிடும்போது, அந்த இடம் தொடர்பான காட்சியை அடுத்த காட்சியாக அல்லது துண்டு காட்சியாக இணைத்துக்கொள்ளலாம்.

எப்போது களத்திற்குச் சென்றாலும், பிரதான காட்சிகள் தவிர, துணைக்காட்சிகளை நிறைய எடுத்துக்கொள்ளவேண்டும். எடிட்டிங்கில் இது உதவும். வெற்றிடங்களை நிரப்பவும், காட்சிகளின் கருத்துக்கு வலு சேர்க்கவும் கைகொடுக்கும். சுவாரஸ்யம் அளிக்கக்கூடியதாக அமையும்.

பொதுவாக துணை காட்சிகளாக படம் பிடிக்க வேண்டியவை என புரும் ஒரு பட்டியல் அளிக்கிறார்:

- **நிறுவும் காட்சிகள்** - களத்தை அடைந்ததும், அந்தச் சூழலை விவரிக்கும் வகையில் படம் பிடிக்கப்படும் பரவலான காட்சி. கதை நடக்கும் இடத்தை நிறுவ இது பயன்படும்.
- **நுழைவுகள், வெளியேற்றம்** - கதையில் இடம்பெறுபவர்கள் உள்ளே நுழைவதையும், வெளியேறுவதையும் படம் பிடித்து

வைத்துக் கொண்டால் எடிட் செய்யும்போது அவர்களை அறிமுகம் செய்ய இந்தக் காட்சிகள் உதவும்.

- **லென்ஸ் பயன்பாடு** - கதைக் களத்தை ஆழமாகப் படம் பிடித்துக்கொள்வது.
- **நிகழ் காட்சிகள்** - கதையில் நிகழ்பவற்றை படம் பிடிப்பது. போன் பேசுவது, ஓவியம் வரைவது, சமையல் செய்வது, பாடம் நடத்துவது போன்ற செயல்கள்.
- **கேள்வி வேண்டாம்** - களத்தில் நுழைந்ததும், சுவாரஸ்யம் அளிக்கக்கூடிய காட்சிகளைப் பார்த்ததும் படம் எடுத்துக் கொண்டு அதன் பிறகு, அவை தொடர்பான கேள்விகளைக் கேட்டுக்கொள்ள வேண்டும். இதன் மூலம் பயனுள்ள காட்சிகளைத் தவறவிடாமல் இருக்கலாம்.
- **சிறப்பு காட்சிகள்** - இவைதவிர சிறப்பாக தோன்றும் காட்சிகள்.

எடிட்டிங்கில் சேர்க்கவேண்டிய மற்றொரு அம்சம், விவரிப்பு. சில நேரங்களில், காட்சிகள் அடுத்தடுத்து நகரும் விதமே சொல்ல வந்ததை சொல்லிவிடும். மற்ற நேரங்களில், பின்னணியில் இருந்து காட்சிகளை வழி நடத்தவேண்டியிருக்கலாம். இதற்கு கதைக்கான விவரிப்பை எழுதி வைத்துக்கொள்ளவேண்டும். காமிராவைப் பார்த்துப் பேசுவதில் இருந்து தொடங்கியும் இந்த உத்தியைப் பயன்படுத்தலாம். விவரிப்பு மூலம் கதையை இறுக்கமாகச் சொல்லலாம், தேவையான இடத்தில் நீட்டலாம். இடவெளியை இட்டு நிரப்பலாம். துணைக்காட்சிகளையும் இதற்கேற்ப பயன் படுத்திக்கொள்ளலாம்.

விவரிப்பு என்பதை கதைக்கான திரைக்கதை வடிவம் என்றும் கொள்ளலாம். இது பேச்சு வடிவில் இயல்பாக இருப்பது நல்லது. எளிய வார்த்தைகளைக் கையாளவேண்டும். நிகழ் காலத்தில் எழுத வேண்டும். எல்லோருக்கும் புரியும்வகையில் இருக்கவேண்டும். இத்தகைய வடிவத்தை எழுதி வைத்துக்கொண்டு, அதை சரியான முறையில் வாசித்து பதிவு செய்து பயன்படுத்திக்கொள்ளலாம். விவரிப்பை எழுதும்போது, காட்சியில் உள்ளவற்றை அப்படியே மீண்டும் சொல்லாமல் அந்தக் காட்சிக்கு அழைத்துச்செல்லப்படும் வகையில் எழுதவேண்டும். உதாரணமாக, ஒரு கல்லூரி முன் நிற்கும் போது, அந்தக் கல்லூரியில் நிற்பதைச் சொல்லவேண்டாம். கல்லூரிச் சூழல், பெயர் பலகையைப் பார்க்கும்போது பார்வையாளர்கள் அதை எளிதாகப் புரிந்துகொள்வார்கள். அந்தக்

கல்லூரியில் நிற்பதற்கான காரணத்தைச் சொல்வதன் மூலம் காட்சிக்கு அழைத்துச்செல்லலாம்.

இப்படி காட்சிகளைத் தொகுத்த பிறகு, திருப்தி ஏற்பட்ட பிறகு, தலைப்பைச் சேர்ப்பது, வசனங்கள் அல்லது பேசுபவர்கள் பெயர்களைச் சேர்ப்பது, நன்றி விவரங்கள் ஆகியவற்றைச் சேர்க்கலாம்.

16

செல்பேசி புகைப்படக்கலை

உலகின் மிகச்சிறந்த காமிரா எது எனத்தெரியுமா?

இந்தக் கேள்விக்கான பதில் உங்களுக்கு வியப்பளிக்கலாம். ஏனெனில், மிகச்சிறந்த காமிரா தொழில்நுட்பமோ, செயல்திறனோ சார்ந்தது அல்ல: மிகவும் தேவைப்படும்போது எந்த காமிரா உங்கள் கைகளில் இருக்கிறதோ அதுவே சிறந்த காமிரா எனச் சொல்லப் படுகிறது. புகைப்படக்கலை உலகில் இந்தக் கருத்து மிகவும் பிரபலமானது. (சேஸ் ஜார்வின் எனும் பிரபல புகைப்பட கலைஞர் இதே தலைப்பில் புகைப்பட கலை தொடர்பான புத்தகம் ஒன்றையும் எழுதியிருக்கிறார்.) நவீன செல்பேசி யுகத்தில் இந்தக் கருத்து இன்னும் முக்கியத்துவம் பெறுகிறது.

அநேகமாக செல்பேசி எப்போதும் உங்கள் கைகளிலேயே இருக்கலாம் என்பதாலும், செல்பேசி காமிராவையும் உள்ளடக்கி யிருப்பதாலும், செல்பேசிதான் சிறந்த காமிராவாகும்.

ஆக, சிறந்த காமிரா எப்போதும் உங்கள் கைகளிலேயே இருக்கிறது. இதழியல் நோக்கில் இது மிகப்பெரிய வரப்பிரசாதம். செய்தி நிகழும் போது, புகைப்படக்கலைஞர் உடன் இல்லை என்றோ, டி.எஸ்.எல்.ஆர் காமிரா கைவசம் இல்லை என்றோ வருந்த வேண்டாம். கையில் உள்ள செல்பேசி கொண்டே காட்சியை கிளிக்

செய்துவிடலாம். காமிரா போன்கள் அறிமுகமான பிறகு, இப்படி எத்தனையோ செய்திப்படங்கள் தற்செயலாக எடுக்கப்பட்டுள்ளன. அவற்றில் பல அருமையாகவும் இருக்கின்றன.

தேவைப்படும் இடங்களில் படம் எடுக்க உதவும் செல்பேசி காமிராவின் ஆற்றலை எல்லோரும் ஒப்புக்கொள்ளக்கூடும் என்றாலும், அதன் தரம் தொடர்பான கேள்விகளும், சந்தேகங்களும் எழுப்பப்படுவதை தவிர்ப்பதற்கில்லை. நிச்சயம் சக்திவாய்ந்த டி.எஸ்.எல்.ஆர் காமிராவின் தரத்திற்கு செல்பேசி காமிரா ஈடாகாது தான். அதற்கு மாற்றாகவும் விளங்க முடியாதுதான். ஆனால் அதே நேரத்தில் செல்பேசி காமிராவை இரண்டாம் பட்சமாகக் கருதுவதும் தவறு. மோஜோ டூல்கிட் எனப்படும் செல்பேசி இதழியல் சாதனத் தொகுப்பில் காமிரா முக்கிய பங்கு வகிக்கிறது.

உண்மையில் படம் எடுக்கக்கூடிய ஆற்றலே செல்பேசியை இதழாளர் களுக்கான எல்லாம்வல்ல சாதனம் எனச் சொல்ல வைத்திருக்கிறது. எந்த இடத்திலும் படம் எடுக்க செல்பேசி வழி செய்வதே இதழியலின் எல்லையை விரிவாக்குவதாக அமைந்துள்ளது.

இந்தத் தன்மையோடு, செல்பேசி காமிராக்களின் செயல்திறனும் தொடர்ந்து மேம்பட்டு வருவது அவற்றை இதழாளர்களுக்கான இன்றியமையாத சாதனமாக்கியிருக்கிறது. காமிரா வசதி என்பது ஒரு புதுமையாக இருந்த காலத்தில் செல்பேசியில் எடுக்கப்பட்ட படத்தில் துல்லியம் என்பது ஒரு பிரச்னையாக இருந்தது. அந்தப் படங்கள் செய்திப்படங்களாக பயன்படுத்திக்கொள்ளலாமே தவிர புகைப்படங்களாக பயன்படுத்த முடியாத நிலை இருந்தது. இந்த நிலை மாறிவிட்டது. செல்பேசி காமிராக்கள் அதிக பிக்சல் திறன் கொண்டதாக மாறிவருகின்றன. அதிலும் குறிப்பாக ஐபோன் வருகைக்குப் பிறகு செல்பேசி காமிராக்களின் தரமும், துல்லியமும் முன்னேறி வந்துவிட்டன.

ஐபோன் 4 அறிமுகமான காலத்தில், தொழில்முறை புகைப்படக் கலைஞர்கள் அதை விரும்பி பயன்படுத்தும் நிலை இருந்தது. தொடர்ந்து அறிமுகமான ஐபோன் மாதிரிகளில் காமிராவின் தரம் மேலும் பலமடங்கு மேம்பட்டிருப்பதோடு, பல ஆண்ட்ராய்டு போன்களின் காமிராக்களும் இதற்கு ஈடு கொடுக்கின்றன.

எனவே செல்பேசி காமிராக்களை அவற்றின் திறம் மற்றும் தரம் மீதான சந்தேகத்தால் அலட்சியம் செய்வது அறியாமையாகவே இருக்கும். அது மட்டும் அல்லாமல், நவீன செல்பேசியைக் கொண்டே நேர்த்தியாக படம் எடுத்து கவரும் தொழில்முறை கலைஞர்கள் பலர் இருக்கின்றனர். அதிலும் குறிப்பாக ஐபோனை

கொண்டு அருமையான படங்களை எடுக்கும் கலைஞர்கள் இன்னும் அதிகம் இருக்கின்றனர். இவர்கள் அனைவருமே, செல்பேசியின் எங்கும் கொண்டு செல்லும் மற்றும் கையடக்கத்தன்மை அளிக்கக் கூடிய சுதந்திரத்தை உணர்ந்தவர்களாக இருக்கின்றனர். இவர்கள் எடுக்கும் புகைப்படங்கள் இந்தத் தன்மையை பிரதிபலிப்பதைப் பார்க்கலாம்.

ஐபோனில் எடுக்கப்பட்ட படங்களைக் குறிக்க, ஐபோனோகிராபி எனும் வார்த்தை உருவாக்கப்பட்டிருப்பதில் இருந்தே காமிரா கலை மீது ஐபோன் தாக்கத்தை உணர்ந்துகொள்ளலாம். ஐபோனில் எடுக்கப்படும் படங்களுக்கான விருதுகளும் உருவாக்கப்பட்டுள்ளன. செல்பேசி படங்களுக்கான விருதுகளும் பிரபலமாக உள்ளன.

இதழியலில் ஆர்வம் உள்ள எவரும் இந்தப் போக்குகளை அலட்சியம் செய்ய முடியாது. தவிர, காமிரா கண் கொண்டவர்கள் செல்பேசியில் படம் எடுத்துப்பார்த்தாலே அது தரும் சாத்தியங் களை தானாக உணர்ந்து கொள்வார்கள்.

நவீன செல்பேசி கொண்டு சிறந்த படம் எடுக்க முடியும் என்பதில் எந்த சந்தேகமும் தேவையில்லை என்பதால் இதழாளர்கள் செல்பேசி புகைப்படக்கலையில் கவனம் செலுத்துவது அவசியம்.

இந்த இடத்தில், ஓயாமல் எடுக்கப்படும் சுய படங்களும், சமூக ஊடக வெளியில் வெள்ளமென பகிரப்படும் மிகச் சாதாரணமான படங்களும் நினைவுக்கு வந்து சங்கடம் தரலாம். செல்பேசி படம் எடுப்பதை எளிதாக்கி இருப்பதோடு, சாதாரணமாகவும் ஆக்கிவிட்டதே என நினைக்கலாம். பொதுவாக செல்பேசி இதழியலுக்கு எதிராகவும் இந்த வாதத்தை வைக்கலாம்.

இந்தக் கேள்விக்கான பதில்: செல்பேசி கொண்டு படம் எடுப்பது எளிதானது. ஆனால் செல்பேசி மூலம் நல்ல படம் எடுக்கவேண்டும் எனில் அதற்கு பயிற்சி தேவை. காமிரா கண் வேண்டும். புகைப் படக்கலை தொடர்பான அடிப்படை புரிதலும் தேவை. மேலும் செய்தி நோக்கில் புகைப்படங்களை எடுப்பதற்கான ஆற்றலும் தேவை.

சுருக்கமாகச் சொன்னால், செல்பேசி காமிராவை திறம்பட இயக்குவதற்கான பயிற்சி தேவை. செல்பேசி என்பது ஒரு சாதனம் தான். அதுவே திறனாகிவிடாது. பயிற்சி மூலமே திறன் பெற முடியும். எனவே செல்பேசி இதழியலில் தேர்ச்சி பெற விரும்பு கிறவர்கள் செல்பேசி புகைப்படக்கலையை கற்றுக்கொள்வதில் கவனம் செலுத்த வேண்டும்.

செல்பேசி புகைப்படக்கலை என்று தனியே ஒன்று கிடையாது என்பதை இங்கே நினைவில் கொள்வதும் பொருத்தமாக இருக்கும். செல்பேசி காமிராவில் படம் எடுப்பதில் சில தனித்தன்மைகள் இருந்தாலும், அடிப்படையில் அது இன்னமும் புகைப்படக்கலை தான். படச்சுருளில் இருந்து டிஜிட்டல் காமிராவுக்கு மாறியதுபோல, இப்போது செல்பேசி காமிராவுக்கும் மாறவேண்டிய நிலை ஏற்பட்டுள்ளது. மற்றபடி புகைப்படக்கலை அடிப்படைகளில் எந்த மாற்றமும் இல்லை. அதன் தேவையிலும் மாற்றுக்கருத்து இல்லை.

செல்பேசி என்றில்லை, எந்த காமிராவிலும் நல்ல படம் எடுக்க வேண்டும் எனில் பயிற்சியும், தேர்ச்சியும் அவசியம். புகைப்படக் கலையில் இது போட்டோகிராப் மற்றும் ஸ்னேப்ஷாட் எனும் பதங்களுக்கு இடையிலான வேறுபாடு மூலம் உணர்த்தப்படுகிறது.

போட்டோகிராப் என்பது காமிரா மூலம் எடுக்கப்பட்ட கலையம்சம் கொண்ட படம். ஸ்னேப்ஷாட் என்பது வெறும் படம். காமிரா கண் கொண்டு பார்க்கும்போது இரண்டுக்கும் இடையிலான வித்தியா சங்கள் புரியும். ஒரு நல்ல புகைப்படம் பேசாமல் பேசி பல விஷயங்களை உணர்த்தக்கூடியது. அது உணர்வுகளைப் புரிய வைக்கக் கூடியது. மனித தருணங்களை படம் பிடிக்கக்கூடியது. வெறும் படம் என்பது வெறும் படம்தான்.

வழக்கமான காமிராவுக்கும், செல்பேசி காமிராவுக்கும் முக்கிய வித்தியாசம் என்னவெனில், காமிராவை இயக்குவதற்கான குறைந்த பட்ச தொழில்நுட்பத் திறன்கூட செல்பேசி காமிராவை இயக்கத் தேவையில்லை என்பதுதான். இது அதன் கையாளும் எளிமையைக் குறிக்கிறதே தவிர படங்களின் தரத்தை அல்ல.

செல்பேசியில் தரமான படங்களை எடுக்கவேண்டும் எனில், புகைப்படக்கலையின் அடிப்படையை கற்றுத்தேர்வதில் இருந்து விலகிச்செல்லமுடியாது. புகைப்படக்கலை அடிப்படை என்று சொல்லும்போது அதற்கான அழகியல் மற்றும் கலை அம்சங்களை உறுதி செய்ய உதவும் ஆதாரமான விதிகளையும், நுணுக்கங் களையுமே புரிந்துகொள்ளவேண்டும். இந்த விதிகளும், நுணுக்கங்களும் அழகானவை. எளிமையானவையும்தான்.

செல்பேசி காமிராவை ஆடாமல் அசையாமல் வைத்திருக்க வேண்டும் என்பது முதலில் கடைப்பிடிக்க வேண்டிய அடிப்படை நுணுக்கம். இது வீடியோவுக்கும் பொருந்தும். செல்பேசியில் எடுக்கப்படும் படங்களின் தரம் மோசமாக இருக்க முக்கிய காரணம் காமிரா நிலையாக இல்லாமல் எடுக்கப்பட்டதுதான். கைகளின் அசைவுகள் படம் பதிவாகும் விதத்தை பாதிக்கிறது. இதைத் தவிர்க்க

காமிராவை அசையாமல் பிடிக்க பயிற்சி எடுக்கவேண்டும். தேவை எனில் டிரைபாடு அல்லது மோனோபாடு போன்ற செல்பேசியை நிலையாக வைக்க உதவும் சாதனங்களை நாடலாம்.

இரண்டாவதாக கவனிக்க வேண்டிய விஷயம், காட்சிகளுக்கான ஒளி அமைப்பு. நாம் எடுக்க முற்படும் காட்சிக்கு போதுமான வெளிச்சம் இருக்கிறதா என்பதை மனதில்கொள்ளவேண்டும். நல்ல ஒளி இருந்தால் பதிவாகும் காட்சி அதற்கேற்ப சிறப்பாக இருக்கும். ஒளி மோசமாக இருந்தால் காட்சியின் தரமும் பாதிப்பிற்குள்ளாகும்.

அனுபவம் வாய்ந்த புகைப்படக்கலைஞர்கள் ஒளியை வைத்துக் கொண்டு விளையாடக்கூடிய ஆற்றல் பெற்றவர்களாக இருப்பார்கள். எனினும் துவக்க நிலையில் இருப்பவர்கள், தேவையான இயற்கை ஒளி இருப்பதை உறுதி செய்வதில் கவனம் செலுத்தினால் போதுமானது. அதோடு வெளிச்சம் காமிராவுக்கு முன் வரக்கூடாது, அதன் பின் பக்கத்தில் இருந்து வரவேண்டும் என்று சொல்லப்படும் அடிப்படையையும் கவனத்தில்கொள்ளவேண்டும். பக்கவாட்டில் இருந்து ஒளி வருவதையும் தவிர்க்க வேண்டும்.

ஒளியைக் கவனித்த பிறகு காமிராவில் காட்சியை சிறைபிடிப்பதில் கவனம் செலுத்தவேண்டும். ஆங்கிலத்தில் இதை கம்போசிஷன் என்று சொல்கின்றனர். காமிரா திரையில் தோன்றும் காட்சியில் உள்ள சங்கதிகள் எப்படி அமைகின்றன என்பதை கூடுதலாக கவனிக்க வேண்டும். குறிப்பாக பின்னணி எது, சங்கதி எது, இரண்டுக்குமான முக்கியத்துவம் என்ன என்பதை தீர்மானித்து அதற்கேற்ப காட்சியை அமைக்கவேண்டும். ஃப்ரேமை சரியாக அமைத்தாலே நல்ல புகைப்படத்திற்கான அடிப்படையை உறுதி செய்துவிடலாம்.

காமிரா காட்சியில் சங்கதிகள் எப்படி இருக்கவேண்டும் என தீர்மானிக்க சில அடிப்படை விதிகள் இருக்கின்றன. முதல் விதி, **ரூல் ஆப் தேர்ட்ஸ்** எனப்படுகிறது. அதாவது காமிரா காட்சியை, குறுக்கும் நெடுக்குமாக மூன்று கற்பனை கோடுகளால் பிரித்துக் கொள்ள வேண்டும். இந்தக் கோடுகள் இணையும் இடங்களில், காட்சியின் முக்கிய சங்கதிகள் இருப்பது சிறந்தது. உதாரணத்திற்கு மலைச்சிகரத்தை படம் பிடிக்கும்போது கோடுகள் இணையும் இடத்தில் சிகர நுனி இருப்பது நல்லது.

மனிதர்களைப் படம் பிடிக்கும்போது, கோடுகள் சந்திப்பில் அவர்கள் கண்கள் இருந்தால் சிறப்பு. இந்த விதியின்படி புகைப்படத்தைப் பார்க்கும்போது, முக்கிய பொருள் படத்தின் மையத்தில் இருக்க வேண்டும் என்பது அவசியமில்லை என்பது

புரியும். பல நேரங்களில் பின்னணிக்கு முக்கியத்துவம் அளித்து, அதன் முன் தோன்றும் மனிதரை பக்கவாட்டில்கூட அமைக்கலாம். இது புகைப்படத்தின் அழகியலையும், அது பேசும் பொருளையும் இன்னும் கூர்மையாக்கும். இந்த விதியை மனதில் வரித்துக்கொண்டால், கால்கள் அதற்கேற்ப நகர்த்து, காமிராவை அதற்கேற்ற அமைப்பில் வைத்து காட்சிகளை கிளிக் செய்ய வைக்கும்.

இதற்கு பொறுமை அவசியம். ஒரு நல்ல படத்தை எடுக்கக் காத்திருக்க வேண்டும் என்கின்றனர். எடுத்த எடுப்பில் படம் எடுத்து விட முடியாது. சூழலை நன்றாக உள்வாங்கிக்கொண்டு, அதற்கேற்ப படம் எடுக்க முயற்சிக்கவேண்டும். அப்போதுதான் புகைப்பட தருணங்கள் வாய்க்கும். ஒரு நண்பரை படம் எடுக்க முயற்சிக்கும்போதுகூட இத்தகைய பொறுமையுடன் செயல் பட்டால், அவரது புன்னகை படத்தில் பதிவாகி இருப்பதையும், அது தோழமையை சொல்வதையும் உணரலாம்.

இன்னொரு விதி **லீடிங் லைன்ஸ்** என்று சொல்லப்படுகிறது. அதாவது காமிரா காட்சியில் காணப்படும் கோடுகள் செல்லும் திசையில் காட்சிகளை அமைப்பதாகும். உதாரணத்திற்கு ஒரு காட்சியில் சாலை அமைப்பு அல்லது பாலம் ஒரு கோடுபோல இருக்கலாம். ஆனால் கோடு சுட்டிக்காட்டும் திசையில் பார்வை யாளர்கள் கவனம் குவியும் வகையில் காட்சியை அமைத்தால் படத்தின் அழகியல் அம்சம் அதிகரிக்கும்.

இவைதவிர, **கோல்டன் ரேஷியோ** எனும் விதியும் இருக்கிறது. ரூல் ஆப் தேர்ட்ஸ் விதியின் நீட்சி இது. காட்சியை கோடுகளால் பிரிக்கும் போது, அதன் முக்கிய இடங்களில் படத்தின் ஆதார அம்சங்கள் அமைந்திருக்கும் என்பது இந்த விதியின் சுருக்கம்.

இவைதவிர, காட்சியில் பின்னணியில் இருந்து தேவையில்லாத சங்கதிகளை விலக்குவது, பின்னணியில் இன்னும் அடர்த்தியை ஏற்படுத்த முயற்சிப்பது, ஒயிட் பாலன்ஸ் எனப்படும் சமநிலையை ஏற்படுத்துவது என பல விஷயங்கள் சொல்லப்படுகின்றன.

இத்தகைய அடிப்படை அம்சங்களை அறிந்து பின்பற்றும்போது எடுக்கும் படங்களின் தரம் தானாக மேம்படும். புகைப்பட விதிகளைப் பொருத்தவரை வழிகாட்டித்தன்மை கொண்டவை தான். அனுபவமும் தேர்ச்சியும் இருந்தால் அவற்றை மீறியும் படங்கள் எடுக்கலாம் என்கின்றனர்.

விஷயம் என்னவெனில், புகைப்படக்கலையின் அடிப்படையைக் கற்றுக்கொள்ளவேண்டும் என்பதுதான். இது புகைப்படக்

கலைஞரின் பணி என இதழாளர்கள் விலகிக்கொள்ளமுடியாது. செல்பேசி இதழியலில் தேர்ச்சி பெறவேண்டும் எனில் இது அவசியம். மேலும் டிஜிட்டல் நுட்பத்தின் அடிப்படைகள் மற்றும் செல்பேசி காமிராவின் அடிப்படை அம்சங்களையும் புரிந்து கொள்வது நல்லது.

செல்பேசி காமிராவைப் பொருத்தவரை, அதன் மையமாக விளங்கும் சிலிக்கான் சிப்பின் ஆற்றல் மற்றும் காமிராவில் உள்ள சென்சாரின் ஆற்றல் ஆகியவைதான் படத்தின் துல்லியத்தைத் தீர்மானிக்கின்றன. இந்த இரண்டும்தான், காட்சிகளில் பதிவாகும் ஒளியை உள்வாங்கிக்கொள்ள உதவுகிறது. இரண்டுமே வரம்புக் குட்பட்டவை என்பதால் சக்திவாய்ந்த காமிராவில் எதிர்பார்க்கும் ஜாலங்களை இதில் எதிர்பார்ப்பதற்கில்லை. ஆனால் இந்த வரம்புகளைப் புரிந்து கொண்டால், செல்பேசி காமிரா அளிக்கும் சுதந்திரத்தை சாதகமாக்கி கொண்டு கலை வண்ணம் மிக்க படங்களை எடுப்பது சாத்தியம் என்கிறார் செல்பேசி இதழியல் பயிற்சியாளர்களில் ஒருவரான டி.ஜே.கிளார்க். இவரது 'மல்டிமீடியா டிரைன்' இணையதளத்தில் இது குறித்து மேலும் அறியலாம். டிஜிட்டல் இதழியலுக்கான அடிப்படை நுணுக்கங் களை இந்தத் தளம் கற்றுத்தருகிறது.

செல்பேசி காமிராவில் ஜூம் செய்யும் வசதி இருந்தாலும் அதைப் பயன்படுத்தவேண்டும் எனச் சொல்லப்படுவது இந்த வரம்புகளை மனதில் வைத்துத்தான். காமிராவில் ஜூம் செய்ய முயலும்போது, உண்மையில் காட்சிகளின் பிக்சல் தன்மை பாதிக்கப்படுகிறது. படம் எடுத்தபின் இதை உணரலாம். இது கிட்டத்தட்ட படத்தை பெரிதாக்கிப் பார்ப்பதுபோலத்தான். இதைத் தவிர்க்க, நெருக்க மான காட்சி தேவை எனில் அருகாமையில் சென்று படம் பிடிக்க வேண்டும்.

இதேபோல காமிரா செட்டிங்கில் உள்ள அடிப்படை அம்சங்களை யும் அறிந்து அவற்றை இயக்கக் கற்றுக்கொள்ளவேண்டும். பல காமிராக்களில், காமிரா கவனம் செலுத்தும் பகுதியை லாக் செய்து நமது விருப்பம்போல் காட்சிகளில் கவனம் செலுத்த வைக்கும் வசதி இருக்கிறது. இது போன்ற நுட்பங்களை அறிந்துகொள்ள வேண்டும். இந்த நுணுக்கங்களை எல்லாம் அறிந்திருந்தால், காமிரா செயல்திறனை மேம்படுத்தும் நவீன செயலிகள் கொண்டு, வழக்கமான காமிராவில் படம் எடுப்பதுபோலவே மாயங்களைச் செய்யலாம்.

17

செல்பேசி இதழியல் கருவிகள்!

செல்போன் இதழியலுக்கு செல்போன்தான் அடிப்படை. ஒரு நல்ல ஸ்மார்ட்போன் இருந்தால் போதும், செய்தியைச் சேகரித்து, திருத்தி, வெளியிடுவது சுலபம் என்பதே செல்போன் இதழியலுக்கான தனித்தன்மையாகவும் குறிப்பிடப்படுகிறது.

ஆனால், ஸ்மார்ட்போன் மட்டும் போதுமா? செல்போன் இதழியலில் இது சுவாரஸ்யமான கேள்வி. ஸ்மார்ட்போன் அடிப்படை தேவை என்றாலும், சிறந்த முறையில் செய்தி சேகரிப்பில் ஈடுபட அதனுடன் பல்வேறு துணை கருவிகள் தேவை. பெரிய அளவில் காமிரா மற்றும் துணை சாதனங்களுக்கான தேவை இல்லாமலேயே ஸ்மார்ட்போன் மட்டும் இருந்தாலே செய்தி சேகரிப்பில் ஈடுபடலாம் என்று கூறப்பட்டாலும்கூட, ஸ்மார்ட்போனுக்கான பல்வேறு துணைக்கருவிகள் உருவாக்கப்பட்டுள்ளன. செல்போன் இதழியலில் சிறந்து விளங்க நினைக்கும் மோஜோ வல்லுனர் இவற்றைத் தகுந்த முறையில் பயன்படுத்துவதும் அவசியம்.

அடிப்படையில் செல்போன் இதழியல் எளிமையானது. அதற்கு ஸ்மார்ட்போன் மட்டுமே போதுமானது. ஆனால், செல்போன் இதழியலுக்கான முழு கருவிகள் தொகுப்பைப் பார்க்கும்போது நம்ப முடியாமல் இருக்கும். இது ஒரு முரணாகத் தோன்றினாலும் கூட, எளிமையான துணைக் கருவிகள் செல்போன் இதழியலின் ஆற்றலை எப்படி மேம்படுத்துகின்றன என்பது வியக்க வைப்பதாக இருக்கும்.

'மோஜோகிட்' என்று வர்ணிக்கப்படும் செல்போன் இதழியலுக்கான துணை கருவிகளில் முதலில் வருவது டிரைபாடு அல்லது மோனோபாட் சாதனம். நிலையாக படம் எடுப்பதற்காக காமிராவை ஒரு சாதனம்மீது நிற்க வைப்பதுபோல, ஸ்மார்ட்போனையும் நிலையாக வைத்திருக்க டிரைபாடு சாதனத்தைப் பயன்படுத்த வேண்டும். இதற்கு ஒற்றை கால் கொண்ட மோனோபாடு சாதனத்தையும் பயன்படுத்தலாம். அல்லது அவசரத்தேவைக்காக செல்பி படம் எடுக்க உதவும் செல்பி ஸ்டிக்கையே மோனோபாடு சாதனமாகப் பயன்படுத்தலாம். டிரைபாடு சாதனமேகூட மோனோபாடு வடிவில் கிடைக்கின்றன.

சாதாரணமாக போனில் படம் எடுப்பவர் இத்தகைய சாதனங்களின் தேவையை உணராமல் இருக்கலாம். ஆனால் செல்போன் மூலம் நேர்த்தியான கதை சொல்ல, தொழில்முறை தரத்தில் படங்களை எடுக்க முற்படும்போது, ஸ்மார்ட்போனை கையாளுவதில் உள்ள சிக்கல்களும், அதனால் படங்களில் ஏற்படும் பிரச்னைகளும் கவனத்தை ஈர்க்கும். இந்தக் குறைகளை களைவது அவசியம் என்பதும் புரியும். இந்தவகையில் ஸ்மார்ட்போனுக்கான நிறுத்தல் சாதனம் தேவை என்பதை எளிதாக உணரலாம்.

ஸ்மார்ட்போன் மூலமான படத்தின் தரத்தில் முக்கிய அம்சமாக இருப்பது, படம் அசைவின் பாதிப்பில்லாமல் இருப்பதாகும். வழக்கமாகச் செய்வதுபோல, கையில் ஸ்மார்ட்போனை ஏந்தியபடி படம் எடுக்கும்போது, நம்மை அறியாமல் கையில் ஏற்படும் நடுக்கம் மற்றும் அசைவுகள் காரணமாக படத்தின் தரம் பாதிக்கப்படும். இதற்கான தீர்வாக ஸ்மார்ட்போனை ஆடாமல், அசையாமல் பிடித்திருக்க வேண்டும் என வலியுறுத்தப்படுகிறது. இதற்கான எளிய தீர்வாக, போன் அசையாமல் இருக்க, இரண்டு கால்களையும் அகலமாக வைத்து உடலை சமநிலைப்படுத்திக் கொண்டு போனை பிடித்து படம் எடுக்கலாம் அல்லது கைகளை சுவர் போன்ற அமைப்புகளில் ஊன்றியபடி போனை நிலைப்பெற வைத்து அதன் அசைவுகளைக் குறைக்கலாம் என யோசனை அளிக்கப்படுகிறது.

இவை பயன் அளிக்கும் உத்திகள் என்றாலும் முன் தயாரிப்புடன் செல்லும்போது, ஸ்மார்ட்போனை நிலையாக வைத்திருக்க அதற்கான டிரைபாடு அல்லது மோனோபாடை பயன்படுத்துவதே சிறந்தது, டிரைபாடுமீது ஸ்மார்ட்போனை பொருத்துவது மூலம், அசைவுகளின் பாதிப்பு இல்லாமல் படம் எடுக்க முடியும். நேர்காணல் போன்றவற்றின்மீது இது மிகவும் உதவியாக இருக்கும். காமிராவை நிலை நிறுத்திவிட்டு, கேள்வி கேட்பதில் கவனம்

செலுத்தலாம். அதே போல தேவையான சூழலில், மோனோபாடை கையில் வைத்திருந்து அதன் மூலம் நிலையாக படம் எடுக்கலாம்.

மோனோபாடு அல்லது டிரைபாடு என்று வரும்போது, அந்தச் சாதனத்தில் ஸ்மார்ட்போனை பொருத்தும் துணை சாதனமும் முக்கியமாகிறது. இவை பொதுவாக கிரேடில் என சொல்லப் படுகின்றன. ஸ்மார்ட்போனை பொருத்தும் சாதனம் எனப் புரிந்து கொள்ளலாம். கிரேடில்களில் பலவகை இருக்கின்றன. கிரேடில்களில் லென்ஸ்கள், மைக் போன்றவற்றை பொருத்திக் கொள்ளும் வசதியும் இருக்கின்றன. அடாப்டர் சாதனத்தையும் இதனுடன் இணைத்துக்கொள்ளலாம். இவை ஹாண்டில்ஸ் அண்டு மவுண்ட் என்றும் சொல்லப்படுகின்றன. அடிப்படையில் ஸ்மார்ட் போனை பொருத்தி நிலையாக வைத்திருந்து, அதனுடன் பொருத்த மான துணை சாதனங்களையும் இணைக்க வழி செய்கின்றன.

இவை எளிமையான வடிவில் துவங்கி மிகவும் நுட்பமானவையாக வடிவமைக்கப்பட்டதுவரை பல விதங்களில் கிடைக்கின்றன. அவரவர் தேவைக்கேற்ப தேர்வு செய்துகொள்ளலாம். ஸ்மார்ட் போனுடன் வெளி லென்சை தனியே இணைக்கும் சாதனங்களும்கூட உருவாக்கப்பட்டுள்ளன. இவை ஸ்மார்ட்போனின் படம் எடுக்கும் ஆற்றலை அதிகமாக்குகின்றன. இதுபோன்ற சாதனங்களுடன் இணைக்கும் வசதி கொண்ட நவீன போன்கள் இன்னும் ஏற்றவை.

வெறும் போனை தூக்கிப்பிடிப்பதைவிட, பொருத்தமான சாதனங் களுடன் இணைக்கப்பட்ட நிலையில் அதைக் கையாள்வது எளிதானது. எந்த இடத்திலும் பயன்படுத்தலாம் என்பதோடு, தரமும் பாதிக்கப் படாமல் இருக்கும்.

அடுத்ததாக அவசியம் தேவையானது மைக். செல்பேசி இதழியல் சிறக்கவேண்டும் எனில் அத்தியாவசிய அம்சங்களில் ஒன்றாக அமைவது நல்ல ஒலித்திறனாகும். படத்தில் ஒளி அமைப்பும், தரமும் எத்தனை முக்கியமோ அதைவிட ஒலி முக்கியம். ஏற்கெனவே பார்த்ததுபோல சில நேரங்களில் தெளிவில்லாத படங்கள்கூடப் பொறுத்துக்கொள்ளப்படும். ஆனால் ஒலியின் தரம் சரியில்லை எனில் அந்தப் படம் ரசிக்கப்பட வாய்ப்பில்லை. எனவே படமாக்கும்போது, ஒலி சரியாக பதிவு செய்வதில் கவனம் செலுத்த வேண்டும். இதற்கு சிறந்த வழி தனியே மைக்கைப் பயன்படுத்துவது.

அவசர நேரங்களில் இயர்போனையே மைக்காகப் பயன்படுத்தலாம் என்றால், பிரத்யேகமான மைக் இருப்பது நல்லது. படமாக்கும் சூழலுக்கு ஏற்ப சிறிய மைக், அல்லது மடியில் வைக்கக்கூடிய மைக்

போன்றவற்றைப் பயன்படுத்தவேண்டும். மைக் சிறந்த ஒலி அமைப்பை அளிக்கும் என்றாலும் பல நேரங்களில் வெளிப்புற சத்தம் இடைஞ்சலாக அமையலாம். இதைத் தவிர்க்க, மைக்கிற்கு பாதுகாப்புக் கவசமாக விளங்கும், விண்ட் ஷீல்ட் அமைப்புகளை நாடலாம். வயர்லெஸ் மைக்களையும் பயன்படுத்தலாம்.

ஸ்மார்ட்போனுக்கு தேவையான எல்லா துணை கருவிகளையும் கொண்ட கிம்பல் எனும் தொகுப்பு கருவியும் இருக்கிறது. கதை சொல்லுதலில் நுணுக்கத்தை எதிர்பார்க்கும் சூழலில், மேம்பட்ட படமாக்கும் திறனுக்கு இந்தத் துணை சாதனங்கள் மிகவும் அவசியம். களத்தில் செயல்படும்போது, இந்தச் சாதனங்களுக்கான தேவையை உணரும்போது செல்பேசி இதழியலின் உண்மையான ஆற்றலையும் ஆழமாக உணரத்துவங்கலாம்.

மோஜோ முன்னோடிகள்

18

ஆதிவாசிகளுக்கான செல்போன் வானொலி

செல்பேசியை வைத்துக்கொண்டு என்னவெல்லாம் செய்யலாம் என்பதற்கு 'சிஜிநெட் ஸ்வரா' நல்ல உதாரணம். அது மட்டும் அல்ல, செல்பேசியை வைத்துக்கொண்டு என்ன எல்லாம் செய்ய வேண்டும் என்பதற்கான அருமையான உதாரணமாகவும் 'சிஜிநெட் ஸ்வரா' திகழ்கிறது. அந்தவகையில் செல்பேசி இதழியலின் ஆற்றலை உணர்த்துவதாகவும் இருக்கிறது.

'சிஜிநெட் ஸ்வராவை' செல்போன் வானொலி எனக் குறிப்பிடலாம். ஆதிவாசிகளுக்காக நடத்தப்படுகிறது எனச் சொல்லும்போது அதன் தன்மையை இன்னும் சரியாக உணர்ந்துகொள்ளலாம். எப்படி பார்த்தாலும் சிஜிநெட் ஸ்வரா ஒரு முன்னோடி முயற்சி!

சிஜிநெட் ஸ்வரா, சுப்ரன்ஷு சவுத்ரி எனும் முன்னணி பத்திரிகை யாளரால் துவங்கி நடத்தப்படுகிறது. சவுத்ரி சதிஷ்கர் மாநிலத்தைச் சேர்ந்தவர். அவர் சார்ந்திருந்த கோரியா மாவட்டத்தில் உள்ள ஒரே பழங்குடியினர் பள்ளியில் படித்து முடித்த சவுத்ரி பின்னர் ராய்பூரில் உள்ள பண்டிட் ரவிசங்கர் பல்கலைக்கழகத்தில் இளங்கலை மற்றும் முதுகலை பட்டம் பெற்றார். அவருடன் படித்த பலர் மாவோயிஸ போராளிகளாக மாறிவிட்டனர்.

சவுத்ரி பத்திரிகையாளரானார். ராய்பூரின் தேஷபந்து, கார்டியன் நாளிதழ் மற்றும் பி.பி.சி நிறுவனம் உள்ளிட்டவற்றில் அவர்

பணியாற்றி இருக்கிறார். பிபிசி நிறுவனத்தில் இருந்தபோது அவர் வெளிநாட்டு பத்திரிகையாளராக உலக நாடுகளுக்கு எல்லாம் பறந்து திரிந்து செய்தி சேகரித்திருக்கிறார். செய்திப்பசி கொண்டவர், உலக அளவிலான தொடர்புகளோடு, துடிப்புடன் பணியாற்றிக் கொண்டிருந்தார். இதைத்தான் அவர் மேட்டுக்குடி இதழியல் என பின்னாளில் குறிப்பிடத்துவங்கினார்.

இந்தப் புரிதல் ஏற்பட, சொந்த மாநிலத்தில் அவர் எதிர்கொண்ட அனுபவமே முக்கிய காரணமாக இருந்தது. இதுவே புதுமையான செல்போன் வானொலி சேவையான சிஜிநெட் ஸ்வரா உருவாகவும் உத்வேகமாக அமைந்தது.

பிபிசியில் பணியாற்றிக்கொண்டிருந்த காலத்தில் இடையிடையே நண்பர்கள், அல்லது உறவினர்களுடன் பேசும்போதெல்லாம், சதிஷ்கர் மாநிலத்தில் நிலவும் மாவோயிஸ பிரச்னைபற்றி அவர் ஏன் செய்தி வெளியிடக்கூடாது என பலமுறை கேட்கப்பட்டிருக்கிறார். பெரும்பாலும், இவற்றை அவர் அலட்சியம் செய்துவிடுவார். ஏனெனில் பிபிசிக்காக அவர் சர்வதேச செய்தியாளராக பணியாற்றிக் கொண்டிருந்தார். உலகளவில் பேசப்படும் பெரிய போர்கள் பற்றித்தான் செய்தி சேகரிப்பதில் அவருக்கு ஆர்வம் இருந்தது.

ஆனால், மாவோயிஸ தாக்குதலில் 76 காவலர்கள் கொல்லப்பட்ட போது அந்த செய்தி சர்வதேச அளவில் கவனத்தை ஈர்த்தது. இந்த நிகழ்வு பற்றி செய்தி சேகரிக்க பிபிசி குழுவினருடன் வந்தார். மாவோயிஸ பிரச்னை தீவிரமாக வளர்ந்துகொண்டிருந்த காலகட்டம் அது.

உலகம் முழுவதும் பல பிரச்னை பூமிகளில் செய்தி சேகரித்தவருக்கு, தான் பிறந்து வளர்ந்த சொந்த மாநிலத்தில் மாவோயிஸ பிரச்னை பற்றி செய்தி சேகரித்தது உள்ளத்தை உலுக்கும் அனுபவமாக இருந்தது. அந்தப் பகுதியிலேயே பிறந்து வளர்ந்தவர் என்பதால் பிரச்னையை அதன் ஆழத்தை அவரால் நன்கு உணர முடிந்தது. மாவோயிஸ இயக்கத்தில் அவருக்கு பல தொடர்புகள் இருந்ததால் அமைப்பில் இருந்தவர்களுடன் அவரால் பேச முடிந்தது. பேச்சு வார்த்தைக்குத் தயாராக இருப்பதாகத் தெரிவித்த மாவோயிஸ்ட்கள் அவரிடம் கூறிய கருத்துகள் அவரை யோசிக்க வைத்தது. பொது மக்களுக்குச் செய்திகளை இதழாளர்கள், இதழியல் நிறுவனங்கள் வழங்கியவிதம் மற்றும் எது செய்தி? எது செய்தியில்லை? எனத் தீர்மானிக்கப்பட்ட விதம் குறித்து அவருக்குள் கேள்விகள் எழுந்தன.

உண்மையில் சதிஷ்கரில் இரண்டு போர்கள் நடைபெற்றுக் கொண்டிருப்பதை அவர் பார்த்தார். கம்யூனிச சித்தாந்தத்தில் நம்பிக்கை கொண்டிருந்த மாவோயிஸ போராளிகள் அரசுக்கு

எதிராகப் போராடிக்கொண்டிருந்தனர். இரண்டாவது போரில் அவர்களின் ஆதரவாளர்கள் ஈடுபட்டிருந்தனர். இவர்கள் பெரும் பாலும் ஏழை, பழங்குடியினர். அரசின் உதவிக்காகக் காத்திருந்து ஏமாந்து ஆயுதம் ஏந்தி மாவோயிஸ்ட்களுடன் இணைந்தவர்கள். அவர்கள் கம்யூனிசத்தை விரும்பினார்கள் என்றில்லை, ஆனால் தங்கள் குரலை கேட்கச்செய்ய அது மட்டுமே ஒரே வழி என நினைத்தனர்.

அந்த அப்பாவிகள் கூறிய கதைகள் அவரை யோசிக்க வைத்தன. தனது பிள்ளைப்பருவமும் நினைவில் வந்தது. உயர் வகுப்பில் பிறந்த அவரது தந்தை ரெயில்வே ஊழியராக இருந்தார். பெற்றோர் கனவு படி அவர் நன்றாகப் படித்து நல்ல வேலையும் பெற்று விட்டார். ஆனால் இப்போது மாநில மக்கள் சந்திக்கும் துயரம் அவரது கண்களைத் திறந்துவிட்டது.

தான் சேகரித்து வெளியிட வேண்டிய செய்தி சதிஷ்கர் பழங்குடியினர் மத்தியில்தான் இருக்கிறது என உணர்ந்தவர், பிபிசி வேலையை உதறிவிட்டு உள்ளூருக்குத் திரும்பினார். பாதிக்கப் பட்ட சதீஷ்கர் பழங்குடியின மக்களின் பிரச்னை பேசுவதற்கான வழிகளை ஆய்வு செய்தார். இதற்கு அவருக்கு நைட் சர்வதேச இதழியல் திட்ட உதவியும் கிடைத்தது. பழங்குடியின மக்கள் தங்கள் குரலை வெளிப்படுத்த போராடிக்கொண்டிருப்பதை உணர்ந்தவர் அதற்கான வழியை அளிக்கவும் தீர்மானித்தார். இந்த தீர்வு எளிமையானதாக, செலவு மிக்கதாக, ஜனநாயகத்தன்மை மிக்கதாக, முக்கியமாக வெளியே உள்ளவர்களால் நடத்தப்படாமல் இருக்கவேண்டும் என விரும்பினார்.

மாநிலத்தின் குக்கிராமங்களுக்கும் சென்றடைய வேண்டும் என்றும், பழங்குடியினரின் மொழியில் இது நிகழவேண்டும் என்றும் விரும்பினார். வானொலிதான் இதற்கு ஏற்ற வழியாக இருக்கும் என நினைத்தார். ஆனால் வானொலி உரிமை பெறுவது இந்தியாவில் சிக்கலானது என உணர்ந்து இதைக் கைவிட்டார். பழங்குடியினரில் பலர் எழுதப் படிக்கத் தெரியாதவர்கள் என்பதால், நாளிதழ் அல்லது பத்திரிகைபற்றி அவர் யோசிக்கவில்லை. மேலும் பழங்குடியின பகுதியில் இணைய இணைப்பும் மோசம் என்பதால் செய்தி தளமும் ஏற்றதாக இருக்காது என நினைத்தார்.

ஆனால், நவீன வசதிகள் தீண்டாத பழங்குடியின பகுதியில் செல்பேசிகள் ஊடுருவியிருந்தன. எல்லோரிடமும் செல்போன் இல்லை என்றாலும் கூட, எல்லோரும் அணுகக் கூடியதாக செல்பேசி சாதனம் இருந்தது. சந்தைக்கு வந்தால் பலரும்

செல்பேசியில் பேச முடிந்தது. எனவே அவர் செல்பேசியை தனக்கான ஊடக மேடையாகப் பயன்படுத்தத் தீர்மானித்தார். இதன் பயனாக உருவானதுதான் சிஜிநெட் ஸ்வரா செல்பேசி வானொலி. குடிமக்கள் இதழியல் வானொலியாக இது அமைந்தது. பழங்குடியின மக்களே இதில் செய்தி சேகரிப்பவர்களாக செயல்பட்டு தங்கள் கதைகளைப் பகிர்ந்துகொண்டனர். இணைய இணைப்பு, செல்பேசி மற்றும் குரல்வழி பதில் சேவை ஆகியவை இணைந்த எளிய தொழில்நுட்பத்தின் அடிப்படையில் இந்த வானொலி செயல்படுகிறது.

இந்த வானொலிக்கான செல்பேசி எண்ணை அழைப்பவர்கள் உடனடியாக இணையத்துடன் இணைக்கப்படுவார்கள். அதன் பிறகு அவர்கள் குரல் வழி பதில் சேவை மூலம், இரண்டு தேர்வுகளை மேற்கொள்ளலாம். ஒன்று அவர்களிடம் பகிர்ந்து கொள்ள செய்தி இருந்தால் அதை பதிவுசெய்து சமர்ப்பிக்கலாம். இல்லை எனில், இப்படி பதிவு செய்தவர்களின் செய்திகளைக் கேட்கலாம். மையக்குழு ஒன்று செல்பேசியில் சமர்ப்பிக்கப்படும் செய்திகளை சரி பார்த்து அவற்றை இணையத்தில் பதிவேற்றும் பணியை மேற்கொள்கிறது. இந்தக்குழு இணைப்பு பாலமாக செயல்படுகிறதே தவிர, செய்திகளை உருவாக்குவது பழங்குடியினர்தான். இதன் மூலம் அவர்கள் தங்களுக்கான தகவல்களை, தாங்கள் பகிர விரும்பிய கருத்துக்களைக் கேட்க முடிந்தது. வெகுஜன ஊடகங்கள் கவனம் செலுத்தாத பிரச்னைகள் பற்றி அவர்கள் பேசினர்.

பழங்குடியினர் எந்த விஷயத்தைப் பகிர்ந்துகொள்ள விரும்பினாலும், செல்பேசியில் அழைத்து அதை பதிவு செய்யும் வசதியை சிஜிநெட் ஸ்வரா வழங்குகிறது. இதன் மூலம் பதிவான தகவல்களையும், செய்திகளையும் பழங்குடியினர் கேட்டுத் தெரிந்துகொள்ளலாம். எல்லாமே அவர்கள் வாழ்க்கை தொடர்பானவை.

மாவோயிஸ்ட்கள் நடத்தும் தாக்குதல் அல்லது அவர்கள் மீதான தாக்குதல் தொடர்பான செய்திகளிலேயே வெகுஜன ஊடகங்கள் கவனம் செலுத்தின. அதுவும் கூட, பலநேரங்களில் ஒருதலைப் பட்சமாக அமைந்திருந்தன. ஆனால் இந்தப் பிரச்னைக்கு மத்தியில் பழங்குடியின மக்கள் சந்திக்கும் சவால்கள், அவர்கள் அன்றாடம் எதிர்கொள்ளும் பிரச்னைகள் பற்றி எல்லாம் யாரும் கவலைப்பட வில்லை. இந்த நிலையை மாற்றிப் பழங்குடியின மக்களே தங்கள் பிரச்னைகள் தொடர்பாக குரலெழுப்பி கவனத்தை ஈர்க்க இந்த மக்கள் வானொலி வழி செய்கிறது.

சவுத்ரி 2010 முதல் இந்த வானொலியை நடத்தி வருகிறார். இதற்குத் தேவையான உதவியும் அவருக்கு பலரிடம் இருந்து கிடைத்துள்ளது. சாதாரண செல்பேசியைக்கொண்டு ஊடக சேவையை மக்களிடம் கொண்டு சேர்ப்பதற்கான அருமையான உதாரணமாக இது அமைந்துள்ளது. இந்த வானொலி மூலம் பழங்குடியினர் தெரிவித்த பிரச்னைகளுக்கு அரசு தரப்பில் தீர்வு காணப்பட்டுள்ளது. ஒருமுறை இந்த வானொலியில் பகிரப்பட்ட பிரச்னையைக் கேள்விப்பட்ட அமெரிக்க வாழ் இந்தியர் அங்கிருந்து இந்தியாவில் உள்ள அதிகாரிகளைத் தொடர்புகொண்டு பேசி நடவடிக்கை எடுக்க வைத்திருக்கிறார்.

சதீஷ்கர் மக்களின் வாழ்க்கையில் பெரும் மாற்றத்தை இந்த வானொலி ஏற்படுத்தியுள்ளது. முக்கியமாக அவர்களுக்கான குரலாக விளங்குகிறது. அவர்கள் தங்கள் பிரச்னைகளையும், வாழ்க்கைக் கதைகளையும் இதன்மூலம் பகிர்ந்து கொள்கின்றனர்.

(2016 ல் ஏற்பட்ட நிதி நெருக்கடி காரணமாக இந்த வானொலியை புளூடூத் தொழில்நுட்பம் மூலம் இயக்க முயற்சி மேற்கொண்டார்.)

19

'செய்தி அறை என் பாக்கெட்டில்..!'

இன்று 'மோஜோ' எனும் பெயர் நிலைத்துவிட்டாலும், செல்பேசி இதழியல் துவக்கத்தில் பாக்கெட் இதழியல் எனக் குறிப்பிடப்பட்டதை நினைத்துப் பார்க்க வேண்டியிருக்கிறது. பெயரில் என்ன இருக்கிறது எனக் கேட்கலாம் என்றாலும், இந்தத் தகவல் செல்பேசி இதழியல் வரலாறு தொடர்பான சில முக்கிய தகவல்களைப் புரிய வைக்கிறது.

முதல் விஷயம், செல்பேசி இதழியலின் வரலாற்றில் நோக்கியாவின் இடத்தை இது உணர்த்துகிறது. மற்றொரு விஷயம் செல்போன் இதழியலின் முன்னோடிகளில் ஒருவராகக் கருதக்கூடிய அமெரிக்க பேராசிரியர் கிளைடு பெண்ட்லியையும் (Clyde Bentley) அறிமுகம் செய்துகொள்ள உதவுகிறது.

பேராசிரியர் பெண்ட்லி இதழியலில் கள அனுபவமும் உள்ளவர். மாணவர்களுக்கு இதழியலில் பயிற்சி அளித்து வருபவர். தொழில்நுட்பத்திலும் அதிக பரிச்சயம் கொண்ட பெண்ட்லி, இதழியலும், தொழில்நுட்பமும் இணையும் புள்ளியில் எதிர்காலப் போக்குகள் குறித்து கணிப்புகளைக் கூறும் தன்மை கொண்டிருக்கிறார்.

அவரது இந்தத் தொலைநோக்குத் தன்மையை 2006 ம் ஆண்டு ஆன்லைன் ஜர்னலிசம் ரீவ்யூ இணைய இதழில் அவர் எழுதிய கட்டுரையில் பார்க்க முடிகிறது. 'பாக்கெட் இதழியல் வருகிறது' என்பது இந்தக் கட்டுரை தலைப்பின் ஒரு பகுதி. 'பேக்பேக்

இதழியலா? அது எத்தனை பழையது. என் செய்தி அறை என் பாக்கெட்டில் இருக்கிறது' எனத் துவங்குகிறது இந்தக் கட்டுரை.

பேக்பேக் இதழியல் என்பதுதான் ஒருவிதத்தில் செல்பேசி இதழியலுக்கான முன்னோடி. பேக்பேக் என்பது பொதுவாகச் சுற்றுலாப் பயணம் தொடர்பான சொல். ஒரு நெடும் பயணத்திற்குத் தேவையான அத்தியாவசியமான பொருள்களை மட்டும் ஒரு பெரிய சூட்கேஸ் பையில் அடைத்து வைத்துக்கொண்டு முதுகில் மாட்டிச் செல்வதுண்டு. இதைத்தான் பேக்பேக் எனக் குறிப்பிடுகின்றனர். இதே போல, செய்தி சேகரிப்புக்குத் தேவையான வீடியோ காமிரா உள்ளிட்ட அத்தியாவசியமான உபகரணங்களை ஒரு பையில் எடுத்துக்கொண்டு இதழாளர்கள் களத்தில் இறங்கும் வழக்கம் பேக்பேக் இதழியல் எனக் குறிப்பிடப்படுகிறது. பெரும்பாலும் வீடியோ வடிவிலான செய்தி சேகரிப்பு தொடர்பாக இது பயன்படுத்தப்படுகிறது. காமிரா குழு, வாகனம், இதர வசதிகள் போன்றவை இல்லாமல் இதழாளர் மட்டும் தேவையான அடிப்படை உபகரணங்களுடன் செயல்படுவதை இது குறிக்கிறது. ஒரு கால கட்டத்தில் இதழியலில் இதுவே புதுமையாகத்தான் கருதப்பட்டது.

இந்த பேக்பேக் இதழியலையே பேராசிரியர் பெண்ட்லி பழைய சங்கதி என 2006 ம் ஆண்டிலேயே துணிந்து சொல்லியிருக்கிறார். அதற்குக் காரணம், முதுகுக்கு பின்னே உள்ள பையில் அடங்கக் கூடிய செய்தி சேகரிப்பு வசதிகள் அனைத்தும் செல்பேசி வடிவில் உள்ளங் கையில் அடங்கிவிடும் ஆற்றலை அவர் அப்போதே உணர்ந்திருந்தது தான். அப்போது லண்டன் நகருக்குச் சென்றிருந்தவர், இதழியலின் எதிர்காலம் பற்றிய குறிப்புகளை உணர்ந்ததாகக் குறிப்பிடுகிறார்.

லண்டன் வந்து சேர்ந்த முதல் இரண்டு மாதங்களில் பயன்படுத்திய செல்பேசி தந்த அனுபவத்தின் அடிப்படையிலேயே அவர் இவ்வாறு குறிப்பிடுகிறார். செல்பேசி எனக் குறிப்பிடுவதே தவறு என நினைக்க வைக்கும் அளவுக்கு நுட்பமான வசதிகளைக்கொண்ட இந்த சாதனம், நாம் பணியாற்றும் விதத்தை மாற்றி அமைக்கக்கூடிய புது யுக சாதனங் களின் முன்னோடியாக இருக்கலாம் என்றும் அவர் குறிப்பிடுகிறார்.

பேராசிரியர் இப்படி பாராட்டும் அந்த சாதனம், நோக்கியா நிறுவனத்தின் என் 93 செல்பேசியாகும். ஸ்மார்ட்போன் வரிசையில் முதலில் அறிமுகமான செல்பேசிகளில் ஒன்று எனக் கூறக்கூடிய இந்த செல்பேசியின் அருமைகள் பற்றி பேராசிரியர் இப்படி வர்ணித்துக் கொண்டே செல்கிறார்: 'பெயரளவில் இது 3 ஜி போன்.

ஆனால், அதிக தரம் வாய்ந்த புகைப்படம் மற்றும் வீடியோ படங்களை எடுக்கிறது. அவற்றை 2.5 இன்ச் திரையில் காண்பிக்கிறது, அல்லது சாதாரண தொலைக்காட்சியுடன் இணைக்கிறது. உங்களுக்குத் தேவையான இணைய பக்கத்தைத் தருவிக்கிறது. மைக்ரோசாப்ட் வேர்டு கோப்பு நகலை அளிக்கிறது. பவர்பாயின்ட் காட்சி விளக்கம் காண்பிக்கிறது. எக்செல் கோப்பில் கணக்கு வைக்க உதவுகிறது. அடோப் ரீடரில் மின் புத்தகம் படிக்க வழி செய்கிறது. மேயரின் உரையை ஆடியோவாகப் பதிவு செய்ய உதவுகிறது...'

இன்னும் என்னவெல்லாமோ செய்ய உதவும் இந்த செல்பேசி தன்னை ஆட்கொண்டுவிட்டது என்கிறார். இந்த செல்பேசிகளை அற்புத பெட்டிகள் என வர்ணித்தாலும் போதாது என்பவர், இவை தொலைபேசி வசதி கொண்ட மேம்பட்ட தகவல் தொடர்பு சாதனங்கள் என்கிறார். தொலைபேசி வசதி கொண்ட கையடக்க லேப்டாப்கள் என்றும் சொல்கிறார்.

இன்று கிட்டத்தட்ட காலாவதியாகிவிட்ட என் 93 செல்பேசி பற்றிய இந்தப் புகழ்பாடலால் அலுப்படைய வேண்டாம். இதை பேராசிரியர் 2006ல் சொல்கிறார் என்பதை நினைவில்கொள்ள வேண்டும். அது மட்டும் அல்ல, இந்தச் சாதனம், இதழாளர்கள் வேறு பல சாதனங்களை வைத்துக்கொண்டு செய்யக்கூடிய அனைத்துப் பணிகளையும் செய்ய வழி செய்கிறது என்கிறார். இதில் இரண்டு காமிராக்கள் இருக்கின்றன. ஒன்றில் உங்களை படம் எடுத்துக்கொள்ளலாம். இன்னொன்று காமிரா தான் முக்கியமானது. இந்த காமிரா மூலம் லண்டன் நகரை வளைத்து வளைத்து படம் எடுக்க முடிந்தது என்கிறார். கேனான் கையடக்க காமிராவில் இருந்து எடுக்கப்பட்ட படங்களுக்கு நிகரானதாக அவை இருந்தன என்றும், இணையத்திலும், அச்சுப் பதிப்பிலும் வெளியிட ஏற்றதாக இருந்தன என்றும் குறிப்பிடுகிறார்.

வீடியோ இதைவிட அற்புதம் என்பவர், நோக்கியா என் 93 வைத்திருக்கும் இதழாளர் ஒருவர் இதன் மூலம் படங்களை எடிட் செய்து காபி ஷாப்பில் இருந்து செய்தி அறைக்கு அனுப்பி வைக்கலாம் என்கிறார். இணைய வசதி இல்லை என்றாலும் வைபை வசதி கைகொடுக்கும் என்கிறார்.

செல்பேசி இதழியலின் வாய்ப்பை முதன்முதலாக உணர்ந்துகொண்ட ஒருவரின் தீர்க்க தரிசனத்தை இந்த விவரிப்பில் காண முடிகிறது அல்லவா? லேப்டாப், காமிரா, கேபிள்கள் எல்லாம் வேண்டாம், நோக்கியா செல்பேசியை மட்டும் வைத்துக்கொண்டு படம் எடுத்து செய்தி சேகரித்து அனுப்பிவிடலாமே என்று உற்சாகம் கொள்ளும்

பேராசிரியர் பெண்ட்லி, இந்தக் கட்டுரையின் மூலம் பாக்கெட் இதழியல் வந்தாச்சு என்று உணர்த்திவிட்டு, அனைத்து இதழாளர்களும் களப்பணியில் செல்பேசி பயன்பாட்டிற்கு தயாராக இருங்கள் என்று அறைகூவல் விடுத்திருந்தார்.

சட்டை அல்லது பேண்ட் பாக்கெட்டில் அடங்கிவிடக்கூடிய சாதனத்தை வைத்துக்கொண்டு செய்தி சேகரிக்கலாம் என்பதையே அவர் 'பாக்கெட் இதழியல்' எனக் குறிப்பிடுகிறார்.

வருங்காலத்தில் இன்னும் என்ன எல்லாம் மாற்றம் வருமோ என வியந்திருந்தவர், 'ஜீன்ஸ் மற்றும் டி-ஷர்ட் அணிந்து, ஒரு கையில் நோக்கியா செல்பேசி மறுகையில் கீபோர்டு வைத்துக்கொண்டு, லேப்டாப் உள்ளிட்ட வேறு எந்தச் சாதனங்களும் எடுத்துச்செல்லாமல் செய்தி சேகரித்து, படம், வீடியோ எடுத்து அருகே உள்ள கபேவில் இருந்து அலுவலகத்திற்கு அனுப்பி வைக்க முடியவேண்டும் என்பது என் கனவு' எனத் தெரிவித்து கட்டுரையை நிறைவு செய்கிறார்.

இந்தக் கனவு நினைவாகி இருப்பது மட்டும் அல்ல, நவீன செல்பேசியில் இருந்தே முழுவீச்சிலான செய்தி சேகரிப்பு மற்றும் ஒளிபரப்பை மேற்கொள்ளும் அளவுக்கு விரிவாகி இருக்கிறது. இதன் மையமாக, நோக்கியா போனுக்கு பதில் ஐபோன் விளங்குவதை வரலாற்று முரண் என்றுதான் சொல்ல வேண்டும்.

ஆனால் இங்கே கவனிக்கவேண்டிய விஷயம், படம் எடுக்கும் ஆற்றல், இணைய வசதி, அதிக செயல்திறன் கொண்ட போன்கள் அறிமுகமான உடனேயே இதழியல் முன்னோடிகள் பலர் இதனால் இதழியலில் ஏற்படக்கூடிய தாக்கம் மற்றும் பலன்களைப் புரிந்து கொண்டிருந்தனர் என்பதும், பேராசிரியர் பெண்ட்லே அவர்களில் ஒருவர் என்பதும்தான். மற்றொரு விஷயம் பேராசிரியர் செல்பேசி மூலம் உடனுக்குடன் அலுவலகத்திற்கு செய்தி அனுப்பும் ஆற்றலை முக்கியமாகக் கருதுகிறார். ஆனால் அவர் பழைய பாணியில் வரி வடிவ செய்தி அனுப்புவதைத்தான் முதன்மையாகக் கருதியிருக்கிறார். படம் மற்றும் வீடியோவை உப சேவையாகவே கருதியிருக்கிறார். அதனால்தான் செல்பேசியுடன் இணைக்கக்கூடிய கீபோர்டு பற்றிப் பேசுகிறார்.

நோக்கியா செல்பேசி உதவியுடன், முதல் முறையாக மொபைல் மாநாடு செய்தி சேகரித்து அனுப்பியது தொடர்பான கட்டுரையிலும், அவர் இந்தத் தன்மையை சுட்டிக்காட்டியிருக்கிறார். (இந்த முறை ஐபோனை பயன்படுத்தியிருந்தார்). வரி வடிவச் செய்திக்கு நடுவே படங்களை இணைப்பதுதான் சிக்கலாக இருக்கிறது என அவர் குறிப்பிட்டிருக்கிறார். ஆனால் இந்தக் குறைகள் ஒரு பொருட்டல்ல.

செல்பேசியை மட்டுமே நம்பி செய்தி சேகரித்து வெளியிட முடியும் அந்தத் திசையிலேயே இதழியலின் எதிர்காலம் அமைந்துள்ளது என்பதில் அவர் அசைக்க முடியாத நம்பிக்கை கொண்டிருந்தார். அதையே அவரது கட்டுரைகள் உணர்த்துகின்றன.

செல்பேசி இதழியலின் ஆற்றலில் கேள்விகளும், சந்தேகங்களும் கொண்டவர்கள் பேராசிரியர் பெண்ட்லி போன்றவர்களின் தீர்க்கதரிசனத்தை நினைத்துப்பார்க்க வேண்டும்.

20

மக்கள் கதைகளை தேடிச்செல்பவர்

சியான் மெக்கோமார்க் (Cian McCormack) சைக்கிளில் செல்லும் காட்சி உற்சாகம் அளிக்கக்கூடியது. சியானின் சைக்கிள் பயணம் பற்றித் தெரிந்துகொண்டால் இதற்கான காரணம் உங்களுக்கே புரியும்.

சியான் கதைகளைத் தேடி சைக்கிளில் செல்கிறார். இந்தப் பயணத்தில் சந்திக்கும் சுவாரஸ்யமான மனிதர்களையும் அவர்களின் கதைகளை யும், சைக்கிளில் இருந்தபடியே ஒளிபரப்புகிறார். இந்த உடனடித் தன்மையும், அவர் தேடிச்செல்லும் கதைகளின் உயிரோட்டமும் நேயர்களைக் கவர்ந்திழுக்கிறது. அவரது சைக்கிள் பயணம் ஆண்டு நிகழ்வாகி எதிர்பார்ப்பை ஏற்படுத்தியிருக்கிறது.

செல்பேசி இதழியலில் ஈடுபட்டு வரும் இதழாளர்களில் சியானும் முக்கியமானவர். செல்பேசி இதழியலின் சாத்தியங்களையும், வீச்சையும் உணர்த்தும் வகையில் அவரது சைக்கிள் பயணம் அமைகிறது. அயர்லாந்து நாட்டைச்சேர்ந்த சியான், தான் பணியாற்றும் ஆர்.டி.இ ரேடியோ-1 வானொலிக்காக ஆண்டுதோறும் சைக்கிள் பயணத்தை மேற்கொண்டு, மக்களின் கதைகளைக் கேட்க வைத்து வருகிறார்.

இந்த வானொலியின் 'மார்னிங் அயர்லாந்து' நிகழ்ச்சி செய்தியாளரான சியான், வழக்கமான செய்தி சேகரிப்பில் ஈடுபடுவதோடு, ஆண்டு தோறும் எட்டு நாட்கள் சைக்கிளில் அயர்லாந்து நாட்டின் பகுதி

களைச் சுற்றி வருகிறார். 'சைக்கிளில் அயர்லாந்து' (அயர்லாந்து பை பைக்) எனும் பெயரிலான இந்த நிகழ்ச்சியின்போது அவர் வழிநெடுக அமைந்திருக்கும் கிராமங்கள் மற்றும் சிற்றூர்களில் உள்ள மனிதர்களை சந்தித்துப்பேசி அவர்கள் கதையை ஒளிபரப்புகிறார்.

அவரும் ஆர்வத்துடன் மக்களின் கதைகளை தேடிச்செல்கிறார் என்றால், மக்களும் அவரை சந்தித்து தங்கள் கதைகளைச் சொல்ல ஆர்வத்தோடு காத்திருக்கின்றனர். செல்பேசி இதழியல்தான் இதைச் சாத்தியமாக்கியிருக்கிறது.

சியான் சைக்கிளில் இந்தப் பயணத்தை மேற்கொள்ள காரணம் இருக்கிறது. காரிலோ, வேறு வாகனத்திலோ செல்லும்போது வழி நெடுக உள்ள சாமானிய மக்களைச் சந்தித்து பேசுவதற்கான வாய்ப்புகள் குறைவு. காட்சிகளைக் கடப்பதுபோலவே மனிதர் களையும் கடந்து செல்லவேண்டும். ஆனால், சியானோ, வழக்க மான செய்தி சேகரிப்பு வளையத்திற்குள் வராமல் இருக்கும் சாமானியர்கள், மனிதர்களை தேடிச்செல்கிறார். இதற்கு சைக்கிளே ஏற்ற வாகனம்.

சைக்கிளில் செல்லும்போது, கண்ணில்படும் விவசாயிகளையும், தொழிலாளிகளையும் அவர் சந்தித்துப்பேசுகிறார். அவர்களிடம் உள்ள சுவையான கதைகளைக் கண்டறிந்து பதிவு செய்கிறார். மக்களின் பிரச்னைகளை, அவர்களின் உணர்வுகளை அவர் கேட்டறிகிறார். முக்கியமாக அவர்கள் பகுதியில் உள்ள வளங்களை எப்படி பயன்படுத்திக்கொள்கின்றனர் என்பதைக் கண்டறிந்து பதிவு செய்கிறார்.

இந்தச் செய்தி பயணத்தின்போது தினமும் காலை 5.30 மணிக்கு பயணத்தைத் தொடங்குபவர் தனது உபகரணங்களை தயார் செய்து கொண்டு இணைய நேயர்களுக்கான தகவல்களை திரட்டத் துவங்குகிறார். பின்னர், அதிகாலை நிகழ்ச்சிக்காக ஒலி வடிவில் நேரடிச் செய்தியை வழங்கிவிட்டு, பின்னர் இணைய நிகழ்ச்சியாக செய்திகளை எடிட் செய்து தயாரித்து அளித்துவிட்டு, மீண்டும் காலை 8.45 மணி அளவில் 8 நிமிட நிகழ்ச்சியை வழங்குகிறார். நேரடி நிகழ்ச்சி முடிந்தவுடன் வானொலியின் வலைப்பதிவிற்காக வீடியோ பதிவுகளை அளிப்பவர், பயண காட்சிகளை தனது ஐபோனில் இருந்து நேரடியாக ஒளிபரப்பவும் செய்கிறார்.

அதன் பிறகு அவர் பயணத்தின் அடுத்த ஊரை நோக்கிச்செல்கிறார். எந்தெந்த ஊருக்குச் செல்ல இருக்கிறார் என ஏற்கெனவே திட்டமிடப்பட்டிருந்தாலும், தேவைக்கேற்ப அதில் மாற்றங்களும்

செய்துகொள்கிறார். மறுநாள் செல்ல இருக்கும் ஊர் மக்களுக்கு உள்ளூர் நாளிதழ்கள் மூலம் முன்கூட்டியே தகவல் அளித்து விடுகிறார். இந்த வானொலி நிகழ்ச்சி அயர்லாந்து மக்கள் மத்தியில் மிகவும் பிரபலமானது என்பதால் உள்ளூர் மக்களும் அவர் வருகையை எதிர்பார்த்துக் காத்திருக்கின்றனர். இதனிடையே சமூக ஊடகங்களிலும் பலர் ஆர்வமாகத் தொடர்புகொண்டு தங்களைப் பற்றிய தகவல்களைப் பகிர்ந்துகொள்கின்றனர். அவர்களையும் சியான் சந்திக்கிறார்.

உள்ளூர் மக்கள் பாரம்பரிய முறையில் விழாக்களைக் கொண்டாடுவதில் துவங்கி, 16 மொழி பேசும் குதிரையை வளர்ப்பதாகச் சொல்பவர் வரை பலவிதமான மனிதர்களின் கதையை அவர் கேட்டுச் சொல்கிறார். பெரிய நகரங்களுக்கு வெளியே கிராமங்களிலும், சிற்றூர்களிலும் சொல்வதற்கு நிறைய கதைகள் இருப்பதை உணர முடிவதாக சியான் சொல்கிறார். அவர் சேகரிக்கும் கதைகள் கிராமங்கள்தோறும் கேட்கக்கூடியது என்பதால் மக்கள் இவற்றோடு ஒன்றிப்போகின்றனர்.

இது போன்ற செய்தி சைக்கிள் பயணத்தை சில ஆண்டுகளுக்கு முன் மேற்கொண்டிருக்க முடியாது என்கிறார் சியான். அதற்கு காமிரா போன்ற உபகரணங்கள் தேவை என்பதோடு, ஆசிரியர் குழுவும் தேவைப்பட்டிருக்கும் என்கிறார். ஆனால், நவீன செல்பேசி கையில் இருப்பதால் கிராமங்களை நோக்கி சைக்கிளில் சென்று சாமானியர்கள் வாழ்க்கையைக் கண்டறிய முடிவதாக உற்சாகமாகச் சொல்கிறார்.

தனியே மேற்கொள்ளும் இந்தப் பயணத்தின்போது செய்தி சேகரிப்பு, செல்போனிலேயே நிகழ்ச்சித் தயாரிப்பு எனக் கடுமையாக உழைக்க வேண்டியிருந்தாலும், மக்கள் கதைகளை ஒளிபரப்புவது திருப்தி அளிப்பதாகவும் கூறுகிறார்.

2017 ம் ஆண்டில் அவர் மூன்றாம் ஆண்டாக இந்த சைக்கிள் செல்பேசி இதழியல் பயணத்தை மேற்கொண்டிருக்கிறார். இந்தப் பயணம் தொடர்பான தகவல்களையும், கதைகளையும் அவர் தனது டிவிட்டர் பக்கத்திலும் பகிர்ந்துகொண்டு வருகிறார். சுவாரஸ்ய மான மனிதர்களை சந்தித்த கதைகளை ஒளிபரப்புவதற்கு முன், நேயர்களுக்கு அதுபற்றி டிவிட்டரில் முன்னோட்டமாக தகவல் அளிக்கிறார். பின்னர் நிகழ்ச்சிக்கான இணைப்புடன் அந்த தகவலைப் பகிர்ந்துகொள்கிறார். ஆடியோ மட்டும் அல்லாமல் வீடியோ கதைகளையும் அவர் பகிர்ந்துகொள்கிறார்.

மலைப்பகுதிமீது வாஷிங் மிஷினை சுமந்து செல்பவர், உள்ளூர் நிகழ்ச்சிக்காக நிதி திரட்டும் இரட்டையர்கள், கிறிஸ்துமஸ் கொண்டாட்டத்தின் பதின் பருவ நினைவுகள் என அவர் பகிர்ந்து கொள்ளும் கதைகள் உயிர்த்துடிப்புடன் இருக்கின்றன.

இளம் செய்தியாளரான சியான், அமெரிக்க அதிபர் தேர்தல், சிரியா அகதிகள் பிரச்னை உள்ளிட்ட சர்வதேச நிகழ்வுகள் குறித்து செய்தி சேகரித்தவர் மற்றும் பல்வேறு ஊடக விருதுகளை வென்றவர் என்பது குறிப்பிடத்தக்கது.

21

மோஜோ மகாராஜா!

கிலன் முல்கஹிக்கு (Glen Mulcahy) மோஜோ முன்னோடிகளில் தனி இடம் கொடுக்க வேண்டும். ஏனெனில் மோஜோவின் ஆற்றலை முழு அளவில் உணர்ந்தவர் என்பதோடு, அதை மற்றவர்களும் உணர வேண்டும் எனும் ஆர்வத்தோடு பாடுபடுபவர் மெல்கஹி. இதற்காகவே மோஜோகான் மாநாட்டைத் துவக்கி நடத்தியவர். மோஜோ இதழாளர், மோஜோ பயிற்சியாளர், மோஜோ தூதர் என பன்முகம் கொண்டவர். முக்கியமாக மோஜோவின் ஆற்றலை உணர்ந்த தொலைநோக்காளர். மோஜா இதழாளர்களால் 'மோஜோ மகாராஜா' என அன்போடும், மரியாதையோடும் அழைக்கப்படுபவர்.

அயர்லாந்து நாட்டைச்சேர்ந்தவரான முல்கஹி அந்நாட்டின் தேசிய ஊடகமான ஆர்.டி.இ. டெக்னாலஜியில் வீடியோ இதழாளராக இருந்து பின்னர் புதுமை பிரிவின் தலைவராக உயர்ந்தவர். 2010 களில் அவர் தனது நிறுவனத்தில் பணியாற்றிக்கொண்டிருந்த இதழாளர் களுக்கு வீடியோ இதழியலில் பயிற்சி அளித்து வந்தார். தொழில் நுட்பத்தில் ஆர்வம் கொண்டவர் என்றமுறையில் அவருக்கு ஸ்மார்ட்போன்மீதும் தனி ஈடுபாடு இருந்தது. இதன் பயனாக செய்தி சேகரிப்பு பணியில் ஸ்மார்ட்போனை பயன்படுத்துவதற்கான வாய்ப்புகள் குறித்த சோதனையிலும் ஈடுபட்டுக்கொண்டிருந்தார். 2007 ம் ஆண்டில் ராய்ட்டர்ஸ் நிறுவனம் செல்பேசி இதழியல் சார்ந்த சோதனையில் ஈடுபட்டிருந்த காலத்திலேயே முல்கஹியும்,

அதேபோன்ற முயற்சியில் ஈடுபட்டிருந்தார். அந்த கால கட்டத்தில் நவீன செல்பேசியாக விளங்கிய நோக்கியா என் 95 செல்பேசியைக் கொண்டு அவர் சோதனையில் ஈடுபட்டிருந்தார்.

எனினும் ஐபோன் அறிமுகமான பிறகு தனது பரிசோதனைகளையும் ஐபோனுக்கு மாற்றிக்கொண்டார். ஐபோனின் அடுத்த மாதிரிகள் மேம்பட்டதாக அமைந்த நிலையில் 2010 ல் ஐபோன் 4 அறிமுகமான போது அவரது முயற்சி தீவிரமானது. அப்போது வீடியோ இதழியல் பயிற்சி அளிப்பதற்காக ஹங்கேரியின் புடாபெஸ்ட் நகரம் சென்றிருந்த போது, தான் உருவாக்கியிருந்த ஐபோன் சாதனத் தொகுப்பைக் கொண்டு, வீடியோ செய்தி ஒன்றை பதிவு செய்து அதை தனது நிறுவனத்திற்கு அனுப்பி வைத்தார். போனில் எடுக்கப் பட்ட வீடியோ என்பதைச் சொல்லாமல், அதன் தரம் பற்றி மட்டும் கருத்து கூறுமாறு ஒளிபரப்பு பொறியாளர்களிடம் கேட்டுக் கொண்டார். அவர்களும் நன்றாக இருப்பதாக பச்சைக்கொடி காட்டவே மெல்கஹிக்கு ஏதோ புதிதாக உணர்ந்து கொண்டதுபோல இருந்தது. ஆக, காமிராவில் படம் பிடிப்பதுபோலவே ஐபோனில் செய்திகளை படம் பிடிக்கலாம் என்ற அவரது நம்பிக்கை இதன் மூலம் உறுதியானது. நாடு திரும்பியதும் அலுவலகத்தில் வீடியோ இதழாளர் ஒருவரிடம் ஐபோன் தொகுப்பைக் கொடுத்து வீடியோ செய்தி ஒன்றை உருவாக்க வைத்தார். இந்த வீடியோவும் தரக்கட்டுப் பாட்டு சோதனையைக் கடந்து டிவியில் ஒளிபரப்பானது. அதன்பிறகே முல்கஹி அந்த வீடியோ, ஐபோனில் எடுக்கப்பட்ட விவரத்தைக் கூறினார்.

ஒளிபரப்பு தரத்திலான வீடியோவை ஐபோனில் உருவாக்க முடியும் என்பது அவரது நிறுவனத்தில் வியப்பையும், அதிர்ச்சியையும் உருவாக்கியது. நிறுவன தொழிற்சங்க பிரதிநிதிகள் இந்த நடவடிக்கையை அச்சத்துடன் பார்த்தனர். நிறுவனத் தலைவர், முல்கஹியிடம் இதுபற்றி தனியே விசாரித்து அறிக்கை கோரினார். முல்கஹி அளித்த அறிக்கை அடிப்படையில், ஆர்.டி.இ. இதழாளர் களுக்கு ஐபோனை பயன்படுத்தி வீடியோ உருவாக்க பயிற்சி அளிக்கும் பொறுப்பு அவரிடம் வழங்கப்பட்டது. இப்படித்தான் ஆர்.டி.இ அலுவலகத்தில் செல்பேசி இதழியல் பயிற்சி துவங்கியது. முதல் கட்ட சோதனைக்குப்பிறகு இந்த பயிற்சி முறையாக அங்கீகரிக்கப்பட்டது.

செல்பேசியிலேயே படம் பிடித்து அதிலேயே எடிட் செய்து, ஒளிபரப்பு தரத்திலான செய்திகளை உருவாக்கும் வசதி அளித்த சாத்தியங்களைப் புரிந்துகொண்ட ஆர்.டி.இ. தொலைக்காட்சி இந்தப் பயிற்சியை மேலும் முறைப்படுத்தியது. அதன் இதழாளர்கள் பலரும் செல்பேசி சார்ந்த கதைகளை உருவாக்கத்துவங்கினர்.

இதனிடையே முல்கஹி மற்ற ஊடக நிறுவனங்களில் நிகழ்ந்து கொண்டிருந்த செல்பேசி இதழியல் முயற்சிகள் குறித்து அறிந்து கொள்வதிலும் ஆர்வம் காட்டினார். ஐரோப்பிய நாடுகளுக்கு சுற்றுப்பயணம் செய்தபோது அங்குள்ள செல்பேசி இதழியல் முயற்சிகளை அறிந்துகொள்ள முற்பட்டார்.

வீடியோ இதழியலின் நீட்சியாகவே செல்பேசி இதழியலைக் கருதியவர் என்பதால், ஊடகத்துறை வேகமாக செல்பேசி இதழியலைத் தழுவிக்கொள்ள வேண்டும் என விரும்பினார். ஆனால் அவர் நினைத்த அளவுக்கு வேகமான மாற்றம் நிகழாததால் அதிருப்தி அடைந்தார்.

பல ஊடகங்களில் செல்பேசி இதழியல் சார்ந்த முயற்சிகள் வரவேற்கப்பட்டாலும், அவை பெரும்பாலும் சோதனை முயற்சியாகவே இருந்தது. அது மட்டும் அல்ல, செல்பேசியில் வீடியோ செய்திகளை உருவாக்க முடியும் என்று சொல்லப்படு வதை பலரும் சந்தேகத்துடனே பார்த்தனர்.

இதனிடையே முல்கஹியிடம் செல்பேசி இதழியல் பயிற்சி பெற்றவர்கள் தங்கள் ஊடகங்களுக்குத் திரும்பியபோது அங்கு பாராமுகத்தை எதிர்கொண்டதுபற்றி அவரிடம் குறைபட்டுக் கொண்டனர். இதனால் மேலும் ஆவேசம் அடைந்தவர் செல்பேசி இதழியலை பிரபலமாக்கும் வகையிலும், இந்த முயற்சியில் ஈடுபட்டிருந்தவர்களை ஒருங்கிணைப்பதற்காகவும், டப்ளின் நகரில் மோஜோகான் மாநாட்டை ஏற்பாடு செய்தார். அவரது முன்முயற்சியில் ஆர்.டி.இ. தொலைக்காட்சி ஆதரவுடன் இந்த மாநாடு நடைபெற்றது.

2015 ம் முதல் மோஜோவுக்கான மாநாடு நடைபெற்றது. பின்னர் 2016 மற்றும் 2017 ம் ஆண்டில் அடுத்த மாநாடுகள் நடைபெற்றன. இந்த மாநாட்டில் செல்பேசி இதழியல் முன்னோடிகள் தங்கள் அனுபவங் களை பகிர்ந்துகொண்டதும், தொழில்நுட்ப நிறுவனங்கள் மோஜோவுக்கான புதிய சாதனங்கள் மற்றும் செயலிகளை அறிமுகம் செய்ததும் செல்பேசி இதழியலுக்கு வலு சேர்க்கும் வகையில் அமைந்தது. வல்லுனர்கள் செல்பேசி இதழியலுக்கான அடிப்படை நுணுக்கங்களையும் பகிர்ந்துகொண்டு ஊடகவியலாளர் களிடம் ஆர்வத்தை வளர்த்தனர். மோஜோகான் மூலம் செல்பேசி இதழியல் மீதான கவனத்தையும் ஈர்ப்பையும் முல்கஹி அதிகரித்தார். இது அவரது முக்கிய பங்களிப்பாக அமைகிறது.

இதுதவிர செல்பேசி இதழியல் பயிற்சி அளிப்பதிலும் கவனம் செலுத்தி வருபவர், வலைப்பதிவு மூலம் தனது அனுபவக் குறிப்பு களைப் பகிர்ந்து வருகிறார். செல்பேசி இதழியல் அடிப்படைகள் தொடர்பான வீடியோக்களையும் உருவாக்கிப் பகிர்ந்துகொண்டு வருகிறார்.

செல்பேசி இதழியலுக்கான நடமாடும் களஞ்சியமாகத் திகழும் முல்கஹி, தான் பணிபுரிந்த ஆர்.டி.இ. நிறுவனத்தில் இருந்து விலகி தாம்சன் ராய்ட்டர்ஸ் நிறுவனத்தின் செல்பேசி இதழியல் பயிற்சி திட்டத்திற்கு பொறுப்பேற்று வழி நடத்தி வருகிறார்.

செல்பேசி இதழியலைப் பொறுத்தவரை அவரது பார்வையும் பரந்து விரிந்ததாக இருக்கிறது. தூய மோஜோவாதிகள்போல, செல்பேசி இதழியல் என்பது செல்பேசியை மட்டும் பயன்படுத்தி உருவாக்கப்படுவது என்பது போன்ற கறாரான பார்வை அவரிடம் இல்லை. செல்பேசியை அடிப்படையாகக்கொண்டு செயல்படும் அதே நேரத்தில், சொல்லப்படும் கதைகளுக்கு ஏற்ப டி.எஸ்.எல்.ஆர். காமிரா அல்லது எடிட்டிங்கிற்கு லாப்டாப்பை பயன்படுத்திக் கொள்ளலாம் என்பது அவரது நம்பிக்கையாக இருக்கிறது.

இதழாளர்களுக்கு செல்பேசி அளிக்கும் வாய்ப்புகளை முழுவது மாகப் பயன்படுத்திக்கொண்டு டிஜிட்டல் கதை சொல்லலில் புதிய எல்லைகளைத் தொடவேண்டும் என்பதே அவரை இயக்கிக் கொண்டிருக்கிறது. அதே உத்வேகத்தை மற்றவர்களிடமும் உருவாக்க முயன்று வரும் மோஜோ ஆசானாக அவர் செயல்பட்டு வருகிறார்.

மோஜோ தொடர்பாக முல்கஹி பல்வேறு நேர்காணல்களில் தெரிவித்துள்ள கருத்துகள் முக்கியமானவை. அவற்றில் இருந்து:

அனைத்து இதழாளர்களும், அவர்கள் பணியாற்றும் ஊடக வகையை மீறி ஸ்மார்ட்போன் மூலம் வீடியோவை பதிவு செய்யும் ஆற்றலை பெற வேண்டும். இதழாளர்கள் அடிப்படையில் கதை சொல்லிகள் என்பதால் அழகான காணொலி கதைகளை உருவாக்கு வதற்கான வாய்ப்பை கற்றுக்கொள்ளாமல் இருக்க எந்தக் காரணமும் இல்லை. காட்சிரீதியாக கதை சொல்லுதல் என்பது இப்போது இணையத்தில் நியதியாகி இருக்கிறது. செல்பேசியில் இது இன்னமும் அவசியமாகிறது.

- இதழாளர்கள் கையில் இருக்கும் ஸ்மார்ட்போன் (ஐபோன், ஆண்ட்ராய்டு, விண்டோஸ்) நல்ல படங்களை எடுக்க, வீடியோ படம் எடுக்க, அதை எடிட் செய்ய, ஒலிப்பதிவு செய்ய, ஒரு செய்தியை எடுத்து முடித்து பதிவேற்றக்கூடிய வாய்ப்பு கொண்டதாக இருக்கும். ஆனால் இவை எல்லாம் ஒரு துளி தான். புகைப்பட மாண்டேஜ்கள், வீடியோ அல்லது ஆடியோ ஸ்டீரிமிங் ஆகிய வாய்ப்புகள் உள்ளன. இவற்றை வெகு சில இதழாளர்களே பயன்படுத்துகின்றனர். இவைதவிர தகவல் தொடர்பு மற்றும் ஆய்வுக்கான சாதனமாகவும் அவை தொடர்கின்றன.

- எந்த இணைய செய்தி தளத்திலும் வீடியோ முக்கிய அங்கம் வகிக்கிறது. வரி வடிவ செய்தி மற்றும் புகைப்படத்தை மட்டுமே சார்ந்திருக்கும் இணையதளம் தாக்குப்பிடிக்கத் தடுமாறும். இணையம் மற்றும் செல்பேசியில் பார்வையாளர் கள் நுகரும் வீடியோ அளவை பார்க்கும்போது வீடியோதான் அவர்கள் தேவை என்பதைப் புரிந்துகொள்ளலாம்.

- பெரிய டிவி நிறுவனங்கள் செல்பேசியை பயன்படுத்தத் துவங்கி யிருக்கின்றன. ஆனால் அவற்றின் வழிகள் மாறுபடுகின்றன. நார்வேயின் என்.ஆர்.கே. தொலைக்காட்சி, இதழாளர்கள் ஒரு செய்தியை சமர்ப்பித்ததுமே இணையத்தில் அதன் 30 நொடி வீடியோவை பதிவேற்றுகிறது. பிபிசி போன்ற நிறுவனங்கள் செய்தி சேகரிப்பதற்கான பிரத்யேக செயலியை உருவாக்கி யுள்ளது. மத்திய கிழக்கில் அல்ஜஸிரா ஆபத்தான இடங்களில் தங்கள் இதழாளர்கள் மீதான கவனத்தைத் தவிர்ப்பதற்காக செல்பேசியை பயன்படுத்துகிறது. ஆர்.டி.இ. செல்பேசியை முழுமையான உள்ளடக்க உருவாக்க சாதனமாக பயன்படுத்தி வருகிறது.

- ஆர்.டி.இ. தொலைக்காட்சியில் எங்களின் இதழாளர்கள் ஒளிபரப்பிற்கான செய்திகளை முழுவதும் ஐபோனிலேயே உருவாக்கியுள்ளனர் என்றாலும் இது விதிவிலக்காகவே இருக்கிறது. பரந்த நோக்கில் பார்த்தால் 150 இதழாளர்களுக்கு செல்பேசியில் செய்தி சேகரிக்க பயிற்சி அளித்திருக்கிறோம். பலவகையான கதை சொல்லல் செயலிகளையும் சோதனை முறையில் பயன்படுத்தி வருகிறோம்.

- தொலைக்காட்சி காமிராமேன் ஸ்மார்ட்போன் மூலம் படம் பிடிப்பாரா எனும் கேள்விக்கு புத்திசாலி காமிராமேன் அவ்வாறு செய்வார் என பதில் சொல்வேன். அவர்களைப் பொருத்தவரை இது வேறுவிதமான பலன்களை அளிக்கும், வரம்புகளைக் கொண்ட வேறு காமிராவாக நினைப்பார்கள் என்றே கருதுகிறேன். முக்கியமான விஷயம் என்னவெனில், காமிராமேன் அல்லது இதழாளர்கள் எப்போதுமே தங்கள் வசம் காமிரா வைத்திருக்க வாய்ப்பில்லை. ஆனால் ஸ்மார்ட்போன் வைத்திருப்பார்கள். உங்கள் கையில் வைத்திருக்கும் காமிராவே சிறந்தது எனும் வாசகம் அதிகப்படியாக பயன்படுத்தப்பட்டாலும் அதுவே உண்மை. ஒரு செய்தி நிகழும்போது நல்ல வீடியோவை எடுக்கும் நம்பிக்கை உங்களுக்கு இருக்கவேண்டும். அது மட்டும் அல்லாமல் வீடியோவை எடிட் செய்து, தொகுத்து அனுப்பி வைக்கும் ஆற்றல் எல்லோருக்கும் இருக்கவேண்டும்.

- பகிர்ந்து கொள்ளுதலே புதிய நியதி எனும் காலத்தில் இருக்கிறோம். சமூக ஊடகங்களில் நிகழும் அனைத்தும் இந்த பகிர்தலைத்தான் உறுதிப்படுத்துகிறது. சமூக ஊடகம் என்ன செய்திருக்கிறது என்பதை நாமும் கவனிக்கவேண்டும். ஒரு காலத்தில் டிவி நிலையங்கள் தங்கள் சிறிய இடத்தில் இருந்து கொண்டு கடவுளின் குரல்போல நினைத்துக்கொண்டிருந்தன. ஆனால் இப்போது பார்வையாளர்களுக்கு ஒன்று பிடிக்க வில்லை என்றால் அதை வெளிப்படுத்துகின்றனர். சமூக ஊடகம் எல்லோரையும் பொறுப்பேற்க வைத்திருக்கிறது. இப்போது பதில் கருத்துக்களைத் தெரிந்துகொள்ள முடிகிறது. இது மிகவும் மதிப்பு வாய்ந்தது.

- செல்பேசியில் பகிரக்கூடிய உள்ளடக்கத்தை உருவாக்க ஒளிபரப்பிலான காமிரா வேண்டும் என்ற அவசியம் இல்லை. செல்பேசியில் உருவாக்கி, செல்பேசியில் எடிட் செய்து செல்பேசியில் வழங்கும் ஒரு செல்பேசி சார்ந்த சூழல் உருவாகிக் கொண்டிருக்கிறது என நினைக்கிறேன்.

- இன்னமும் டிவி பார்க்கும்போது மக்கள் குறிப்பிட்ட தரத்தை எதிர்பார்க்கின்றனர். நீங்கள் செல்பேசியில் விளையாட்டுப் போட்டிகளை வழங்க முடியாது. ஜூம் செய்யும் திறன் கொண்ட ஒளிபரப்பு தரத்திலான காமிரா தேவை. ஆனால் லக்சம்பர்க் நாட்டில் லெமன் புளூ தனது டிவி நிகழ்ச்சிக்காக செல்பேசியை பயன்படுத்துவது சுவாரஸ்யமான ஆய்வு உதாரணமாகத் திகழ்கிறது.

- செல்பேசி இதழியலுக்கு நல்ல ஸ்மார்ட்போன், சேமிப்புத்திறன், செயலிகள் போதுமானவை. துணை உபகரணங்கள் இருந்தால் நல்லது.

22

கதைகளுக்கு அருகே செல்லும் வாய்ப்பு

செய்தியாளர்களுக்கு செல்பேசி இதழியல் பல்வேறு சாதகங்களை அளிக்கிறது. படக்குழுவோ, உபகரணங்களோ இல்லாமல் எந்த நேரத்திலும், எந்த இடத்திலும் செய்தி சேகரிக்க வழி செய்கிறது. இவைதவிர இதழாளர்கள் மிகவும் முக்கியமாக கருதும் அம்சம், கதைகளுக்கு மிகவும் அருகே செல்லும் வாய்ப்பை செல்பேசி இதழியல் ஏற்படுத்தித் தருவது தான்.

நெதர்லாந்தைச்சேர்ந்த செல்பேசி இதழாளரான கீர்ஜே அல்கேரா (Geertje Algera) இதை களத்தில் உணர்ந்திருக்கிறார். அதனால்தான், 'இதற்கு முன்னர் நான் சென்றிராத இடங்கள் மற்றும் பேட்டி கண்டிராதவர்களை நோக்கிச் செல்வதற்கான புதிய கதவுகளை செல்பேசி இதழியல் திறந்திருக்கிறது' என்கிறார்.

நெதர்லாந்தின் அரசு தொலைக்காட்சியான KRO-NCRV – ல் வீடியோ இதழாளராக பணியாற்றிக்கொண்டிருந்தவர், இப்போது செல்பேசி இதழியல் மூலம் கதை சொல்பவராகவும், பயிற்சி அளிப்பவராக வும் இருக்கிறார். பெரிய காமிராக்கள் இல்லாமல், ஸ்மார்ட்போனை வைத்துக்கொண்டு செயல்படுவது இதழாளர்களுக்கு இன்னும் சிறப்பாகக் கதை சொல்ல உதவுவதாக அவர் சொல்கிறார்.

இதற்கு முன்னர் காமிரா குழுவை ஒப்பந்தம் செய்துகொண்டு களத்திற்குச் செல்ல வேண்டியிருந்தது. பட்ஜெட் பற்றிய கவலையும் இருக்கும். ஆனால் இப்போது அந்த கவலை இல்லாமல்

சுதந்திரமாகச் செயல்படும் உற்சாகம் அவருக்கு இருக்கிறது. பெரும் பாலும் அவர் ஐபோன் மற்றும் மைக் பயன்படுத்துகிறார். தேவை எனில் காமிராவை நிறுத்த டிரைபாடு பயன்படுத்துகிறார். ஆனால் பல நேரங்களில் கையில் போனை மட்டுமே பிடித்திருப்பது கதைகளை நோக்கி வேகமாகச் செல்வதை சாத்தியமாக்குகிறது என்கிறார்.

தங்கள் வீடுகளில் காமிரா குழுவை அனுமதிக்க தயக்கம் காட்டும் மனிதர்களை எளிதாக அணுக செல்போன் வழி செய்கிறது. ஏனெனில் அது மிகவும் இணக்கமானதாக இருக்கிறது என்கிறார் அவர். பெரும்பாலும் மனித முகம் கொண்ட கதைகளை நாடிச்செல்லும் அல்கேரா, செல்பேசி இதழியல் உணர்வுபூர்வமான அல்லது தனிப்பட்ட கதைகளைச் சொல்ல மிகவும் ஏற்றது என்கிறார். காமிரா குழுவுடன் நான் பலமுறை செய்தி சேகரித்திருக்கிறேன். ஆனால் தெருக்களில் பேட்டி எடுப்பதாக இருந்தால், அதிலும் குறிப்பாக பர்தா அணிந்தவர்களுடன் பேசுவது என்றால், அவர்களை பேச வைப்பது மிகவும் கடினமானது என்கிறார் அவர் மேலும்.

பெரிய காமிராக்களை கண்டாலே பயமும், தயக்கமும் வந்துவிடுகிறது, ஆனால் இப்போது அப்படி இல்லை என்றும் அவர் உற்சாகம் கொள்கிறார். பேட்டி காண்பவர்களுடன் தொடர்பு கொண்டு, நெருக்கம்கொள்ள முடிவதாகவும், காமிரா குழுவுடன் இயங்கும் போது இது சாத்தியமில்லை என்று சொல்பவர், செல்போன் இதழியல் அனுபவத்தில் இதுவரை படமெடுக்க அனுமதிக்கப் படாத பல இடங்களில் நுழைய முடிந்திருக்கிறது என்கிறார். இதற்கு உதாரணமாக இஸ்லாமியர்கள் மீதான அச்சம் பற்றி, பல்கலைக்கழகம் ஒன்றில் செய்தி சேகரிக்க அனுமதி பெற்றதைக் குறிப்பிடுகிறார். அந்தப் பல்கலைக்கழகம் காமிரா குழுக்களைத் திரும்பி அனுப்பிவிட்ட நிலையில், தன்னை அனுமதிக்க செல்பேசியே காரணம் என்கிறார். அங்குள்ள இஸ்லாமிய மாணவிகளிடம் அவர் பேசி வெளியிட்ட காணொலி செய்தி பின்னர் இணையத்தில் வைரலானது.

எல்லோரையும் எளிதாக அணுக உதவுவதோடு, பெரும்பாலும் வெகுஜன ஊடகங்கள் கவனம் செலுத்தாத கதைகளை செல்பேசி மூலம் சொல்ல முடியும் என அவர் நம்புகிறார். தொலைக்காட்சி களில் தீவிரவாதிகளும், வல்லுனர்களும்தான் வந்துகொண்டிருக்க வேண்டும் என்றில்லை, சாதாரண மனிதர்களும் வரவேண்டும் என்கிறார். பொது மக்களுடன் இதழாளர்களுக்கு தொடர்பை ஏற்படுத்தித் தரும் வாகனமாக செல்பேசி இதழியல் இருக்கும் என்பது அவரது நம்பிக்கையாக இருக்கிறது.

இவரைப்போலவே ஸ்பெயின் தொலைக்காட்சி இதழாளரான லியோனார் சவுரேஸூம் செல்பேசி இதழியல்மீது நம்பிக்கை

கொண்டுள்ளார். ஸ்பெய்னின் பிராந்திய தொலைக்காட்சியான Radiotelevisión del Principado de Asturias, நிறுவனத்தின் இதழாளரான சவுரேஸ், ஐம்பது நிமிட செய்திப்படம் ஒன்றை ஐபோனில் எடுத்திருக்கிறார். பொலிவியா சுரங்களில் தொழிலாளர் கள் நிலை தொடர்பாக ஐபோனில் எடுத்த செய்திப்படத்திற்காக இவர் 2016 ம் ஆண்டின் சிறந்த செல்பேசி இதழாளர் விருது பெற்றுள்ளார்.

இந்த செய்திப்படம் அவர் திட்டமிட்டு எடுத்தது அல்ல. பொலிவியா நாட்டிற்கு விடுமுறைக்காக சென்றிருந்தார். அங்கு சில்வர் மைன்ஸ் சுரங்கத்தின் நிலையைப் பார்த்துத் திகைத்துப் போனார். அந்தக் காட்சி அவருக்குள் இருந்த செய்தியாளரை விழித்துக்கொள்ளச்செய்ததால், ஐபோனிலேயே படம் பிடித்து தொழிலாளர்களை பேட்டி காணத் துவங்கினார். ‘என்னைப் பொருத்தவரை ஓர் இதழாளராக மிகவும் கடினமான சூழல்களில் கூட எங்கிருந்தாலும், எந்த நேரத்திலும் ஐபோன் மூலம் கதை / செய்தி சொல்ல முடிவதுதான் மிகவும் முக்கியமானது’ என இந்த அனுபவம் பற்றி அவர் குறிப்பிடுகிறார்.

சவுரேஸ் தொலைக்காட்சி இதழாளராக பணியாற்றிக்கொண்டிருந்த காலத்தில் ஐபோனில் படம் எடுக்கவேண்டும் என்று நினைத்ததில்லை. அவருக்கு தொழில்நுட்ப விஷயத்தில் ஆர்வம் இருந்ததில்லை. ஆனால் மோஜோ மாநாட்டில் பங்கேற்று செல்பேசி இதழியல் பற்றி அறிந்து கொண்டபோது அவர் இந்தக் கருத்தாக்கத்தால் ஈர்க்கப்பட்டார்.

இதன் பயனாக உள்ளூர் கலை திட்டம் தொடர்பான 11 நிமிட செய்தி படத்தை ஐபோனில் உருவாக்கினார். அதன் பிறகு அவர் செல்பேசி இதழியலில் மிகவும் ஆர்வம் காட்டி வருகிறார். இந்த அனுபவத்தின் பயனாக, ஸ்பெயின் உள்நாட்டு போரில் உயிர் தப்பிய 97 வயது போராளி பற்றிய 50 நிமிட செய்தி படத்தை உருவாக்கியுள்ளார். தான் விரும்பிய வகையில் செய்தி படத்தை உருவாக்கலாம் எனும் நம்பிக்கையில் இதழியலில் கற்ற நுணுக்கங்களை எல்லாம் பயன்படுத்தி இந்த படத்தை உருவாக்கியதாகக் குறிப்பிடுகிறார்.

ஐபோன், டிரைபாடு, மைக் ஆகியவற்றை வைத்துக்கொண்டு போராளியுடன் பேசுவது, அவரது உறவினர்களை பேட்டி காண்பது என எல்லாவற்றையும் அவர் ஒருவரே செய்திருக்கிறார். சிறந்த கோணங்களை தேர்வு செய்யவும், காட்சிகளை சரி பார்க்கவும் அல்லாட வேண்டியிருந்தது. ஒவ்வொரு நாளும் காட்சிகளை எடுத்த பிறகு அவற்றை செல்போனில் இருந்து கிளவுட் சேவைக்கு மாற்றிக்கொண்டார். அதிகம் கஷ்டப்பட்டாலும் ஆறு நாட்களில் படத்தை எடுத்து முடித்துவிட்டார்.

இதழாளர்கள் உட்பட அனைவரும், குறைந்த பட்ஜெட்டில் சிறந்த காணொலி கதைகளை உருவாக்க செல்பேசி இதழியல் உதவுதாக அவர் உற்சாகமாகச் சொல்கிறார்.

இந்த செய்தி படம் அவர் பணியாற்றும் தொலைக்காட்சியில் ஒளிபரப்பான பிறகு இணையத்தில் வெளியிட திட்டமிட்டிருக்கிறார். ஆங்கிலத்தில் துணை தலைப்புகள் சேர்க்கவும் எண்ணியுள்ளார்.

அவர் பொலிவிய சுரங்கம் பற்றி செய்தி படம் எடுத்தபோது மிகவும் குறைந்த வெளிச்சத்தில் காட்சிகளை படம் பிடித்தார். பொதுவாக பிலிமிக்புரோ காமிரா செயலியை அவர் பயன்படுத்துவது வழக்கம் என்றாலும், இந்தச் சூழலில் அது சிக்கலானது என்று ஐபோன் காமிராவை பயன்படுத்தினார். சவுரேஸ் அனுபவத்தில் உணர்ந்த பிற குறிப்புகள்:

- செய்தி படம் எடுக்கும்போது செல்பேசியின் நினைவுத்திறன் ஒரு பிரச்னையாக இருக்கலாம். எனவே எப்போதும் கைவசம் கூடுதல் மெமரி கார்டு வைத்திருக்கவும்.
- எல்லா காட்சிகளையும் இரண்டுமுறை பேக் அப் எடுக்கவும். ஹார்ட்டிஸ்கில் ஒருமுறை, கிளவுட் சேவையில் இன்னொரு முறை.
- ஐமூவி செயலியில் எடிட் செய்யவும்.
- ஐபோனை பயன்படுத்துவதால் தொழில்முறைத் தன்மையை கைவிடவேண்டாம்.
- சூழலின் கட்டுப்பாடுகளுக்கு ஏற்ப செயல்படவும். உங்கள் அருகே உள்ள ஒளி சூழலை பயன்படுத்திக்கொள்ளவும்.

23

செய்தியாளர் சுமை குறைக்கும் ஸ்மார்ட்போன்

இதழாளர்களுக்கு செல்போன் எத்தனை பெரிய வரப்பிரசாதமாக இருக்கிறது என்பதை உணர்ந்துகொள்ளவேண்டுமானால் நிக் கார்னெட் (Nick Garnett) மற்றும் அவரது இதழியல் செயல்பாடு களை தெரிந்துகொள்ள வேண்டும். நிக் கார்னெட் செய்தி சேகரிப்பிற்காக கைப்பேசிகளை முழுமூச்சில் பயன்படுத்தத் துவங்கிய இதழாளர் களில் ஒருவராகத் திகழ்கிறார். பிபிசி 5 வானொலி தொலைக்காட்சி செய்தியாளரான கார்னெட் பூகம்பம் பாதித்த நேபாளம் உள்ளிட்ட பல இடங்களில் இருந்து ஸ்மார்ட்போன் மூலமாக செய்திகளை ஒலிபரப்பியிருக்கிறார். அடிப்படையில் அவர் வானொலி செய்தியாளர் என்றபோதிலும், செய்தி நிகழ்வுகளின் தேவைக்கேற்ப காணொலி செய்திகளையும் சேகரித்து அனுப்பியிருக்கிறார். உடனடி செய்தி தேவைப்படும் இடங்களில் அவர் கையில் உள்ள ஐபோன் மூலமே நேரடி ஒளிபரப்பு செய்திருக்கிறார்.

இதழாளர்கள் பெரிய பெரிய உபகரணங்களை எல்லாம் சுமந்து திரிய வேண்டியதில்லை, ஸ்மார்ட்போன் சாதனம் பிரதானமாக இருந்தால் போதும் என்பதே அவரது நம்பிக்கையாக இருக்கிறது. களத்தில் பலமுறை இதை நிரூபித்திருக்கிறார். ஏனெனில் களத்தில் எதிர்கொண்ட சூழலே ஸ்மார்ட்போனின் பலவிதப் பயன்பாட்டை அவருக்கு உணர்த்தியிருக்கிறது.

செல்பேசி இதழியலை அதன் வீச்சை கள செயல்பாட்டின் மூலம் உணர்ந்தவர் நிக் கார்னெட். பேட்டி, மாநாட்டு உரைகள், வலைப்பதிவு ஆகியவற்றின் மூலம், செல்பேசி இதழியலின் இன்றியமையாத தன்மையைத் தொடர்ந்து வலியுறுத்தி வருகிறார். ஜர்னலிசம்.கோ.யூகே இணைய இதழுக்கு அளித்துள்ள பேட்டி ஒன்றில், செய்தி சேகரிப்பில் ஸ்மார்ட்போன் சாதனமான ஐபோன் தனக்குக் கொடுத்த ஐந்து முக்கிய தருணங்களைப் பகிர்ந்துகொண்டுள்ளார்.

முதல் தருணத்தில் இங்கிலாந்தின் பிராட்போர்ட் நகரில் அவர் நேரடி ஒளிப்பதிவிற்காக தயாராக இருந்திருக்கிறார். காரின்மீது செயற்கைகோள் கருவியைப் பொருத்தி அதை சோதித்தும் பார்த்துவிட்டுத் தயாரானார். ஆனால் ஒளிபரப்பு துவங்க ஒரு நிமிடம் இருந்தபோது காரின் பனி படர்ந்த கூரை வழியே செயற்கைகோள் கருவி நழுவிச்சென்று விட்டது. அதை தேடிப் பொருத்த நேரமில்லாத சூழலில், கார்னெட் கையில் இருந்த ஐபோனை இயக்கி, ஸ்டிரிமிங் சேவைக்கான லூசி லைவ் எனும் செயலியைத் திறந்து அதன் மூலம் செய்தி அறையைத் தொடர்புகொண்டு நேரடி ஒளிபரப்பைத் துவக்கினார். அதிக தரத்திலான ஒலி வடிவிலான செய்திகளை நேரடியாக ஒளிபரப்ப அவர் லூசி லைவ் செயலியை இரண்டு ஆண்டு களுக்கு மேலாகப் பயன்படுத்தி வருகிறார். சராசரி செய்தியாளர் களுக்கு இந்த செயலி கொஞ்சம் விலை உயர்ந்தது என்றாலும் பிபிசி இதைப் பயன்படுத்துவதை வழக்கமாகக் கொண்டிருக்கிறது.

இரண்டாவது சம்பத்தில் நெதர்லாந்தின் ஆம்ஸ்டர்டம் நகருக்குச் சென்று செய்தி சேகரித்தது பற்றி விவரிக்கிறார். விமானம் மூலம் காலையில் அந்நகரில் சென்று இறங்கியவர் நண்பகலில் செய்தி சேகரிப்பை முடித்துவிட்டு, விமான நிலையத்தில் காத்திருந்த நேரத்தில், ஐபோனிலேயே அதை எடிட் செய்து இமெயில் மூலம் அனுப்பி வைத்துவிட்டார்.

மூன்றாவது சம்பவம் இன்னும் சுவாரஸ்யமானது. பிரிஸ்டல் நகரில் செய்தி சேகரிப்பிற்காகச் சென்றுகொண்டிருந்தவர் லிட்டில் செப் எனும் ரெஸ்டாரண்ட் நிறுவனம் பல கிளைகளை மூடும் செய்தியைக் கேள்விப்பட்டார். அவர் காரில் சென்று கொண்டிருந்த சாலையிலேயே லிட்டில் செப் ரெஸ்டாரண்ட் இருப்பதைப் பார்த்தார். உடனே காரில் இருந்து இறங்கியவர் ரெஸ்டாரண்டில் இருந்து சாப்பிட்டு வெளியே வந்துகொண்டிருந்த வாடிக்கையாளர்களிடம் பேட்டி எடுத்து அதை செய்தியாகத் தொகுத்து அடுத்த பத்து நிமிடங்களில் ஒளிபரப்பாக இருந்த செய்தி அறிக்கையில் இடம்பெற அனுப்பி வைத்துவிட்டார்.

அதே போல மான்செஸ்டர் நகரில் நடைபெற்ற கலவரம் பற்றி செய்தி சேகரிக்கச் சென்றவர் ஐபோன் மூலமே அங்குள்ள நிலவரத்தை செய்தியாக ஒளிபரப்பினார். இந்தக் கலவரத்தின்போது செய்தியாளர் களும் குறிவைத்துத் தாக்கப்பட்ட நிலையில், செய்தியாளர் என அறியப்பட்டால் அவரது பாதுகாப்பிற்கும் அச்சுறுத்தல் எனும் நெருக்கடியான சூழலில் கையில் ஐபோனை வைத்துக்கொண்டு அதிக கவனத்தை ஈர்க்காமல் அவர் செய்தி சேகரிப்புக் கடமையை நிறைவேற்றினார். பாதுகாப்பாக செயல்பட்டதோடு, போன் மூலமே புகைப்படங்கள், வீடியோ ஆகியவற்றையும் பதிவு செய்து செய்தி சேகரித்தார்.

மற்றொரு சம்பவத்தில் இங்கிலாந்தின் ஸ்டாக்டன் ஆன் டீஸ் நகரின் வெள்ள பாதிப்பு குறித்து செய்தி சேகரிக்கச்சென்றிருந்தார். மழை பாதிப்பு குறித்து முக்கியமான ஒருவரின் பேட்டி ஏற்பாடாகி இருந்தது. சோதனையாக அந்த இடத்தில் டிவி டிரக் எதுவும் கிடைக்கவில்லை. டிவி டிரக் வேண்டுமானால் 50 மைல் செல்ல வேண்டும் எனச் சொல்லப்பட்ட நிலையில் போனில் இருந்த டிஜாரோ (Dejero) எனும் செயலி நினைவுக்கு வந்தது. வை-பை மற்றும் இணைய இணைப்பு மூலம் அதன் வாயிலாக இரட்டிப்பு வேகத்தைப் பெறமுடியும் என்பதால் அதைப் பயன்படுத்த நினைத்தார். ஆனால் அப்போது மழை பெய்து கொண்டிருந்ததும், போனை நிலையாக வைப்பதற்கான டிரைபாடு கருவி இல்லாததும் பெரும் சவாலாக அமைந்தது. அருகே இருந்த கடைக்குச்சென்று, டிரைபாடு கருவி, மாற்று போன் மற்றும் ஐபோனுக்கான பாதுகாப்புக் கவசம் ஆகியவற்றை வாங்கிவந்து அந்த இடத்தில் இருந்தே, விருந்தினரின் பேட்டியை ஒளிபரப்பினார். இந்த ஒளிபரப்பைப் பார்த்த பிபிசி அதிகாரி ஒருவர், எங்கிருந்து டிவி டிரக்கை வரவைத்தீர்கள் என ஆச்சரியத்துடன் கேட்டதாகவும் கார்னெட் குறிப்பிடுகிறார். எல்லாம் ஸ்மார்ட்போன் செய்த மாயம்தான் என்பதை அந்த அதிகாரியால் நம்பமுடியவில்லை.

இந்த நிகழ்வுகள் தவிர நேபாள பூகம்பம், ஐரோப்பாவில் சார்லி ஹெப்டே பத்திரிகை அலுவலகத்தில் நடைபெற்ற துப்பாக்கிச்சூடு தாக்குதல் உள்ளிட்ட நிகழ்வுகளையும் ஸ்மார்ட்போன் மூலம் செய்தி ஒளிபரப்பாக்கி இருக்கிறார்.

கார்னெட் செல்பேசி செய்தியாளராகத் திகழ்ந்தாலும் முழுக்க முழுக்க அவர் ஸ்மார்ட்போனை மட்டும் சார்ந்திருக்கவில்லை. ஆனால் ஸ்மார்ட்போனை முதன்மையாக பயன்படுத்துகிறார். எப்போதுமே செயற்கைகோள் கருவிபோன்ற மாற்று ஏற்பாடுகளை வைத்திருந்தாலும், ஸ்மார்ட்போன் மூலம் ஒலி மற்றும் காணொலி

வடிவில் செய்திகளை பதிவு செய்து ஒளிபரப்புவதில் கவனம் செலுத்தி வருகிறார்.

கையடக்கத்தன்மை மற்றும் கையாளும் வசதி ஆகியவற்றைத்தான் செய்தி சேகரிப்பு சாதனமான ஸ்மார்ட்போனின் சிறப்புகளாக அவர் குறிப்பிடுகிறார். வானொலி இதழாளராக 22 ஆண்டுகளுக்கு முன், அதிக எடை கொண்ட ஒலிபரப்பு சாதனங்களை எடுத்துச்செல்ல வேண்டியிருந்தபோது பலமுறை இதை எளிதாக்க வழியே இல்லையா என ஏங்கியதாக அவர் குறிப்பிடுகிறார். அதன்பிறகு ஒலிபரப்பு சாதனங்கள் மேம்பட்டாலும் நிலைமை பெரிதாக மாறிவிடவில்லை என்கிறார். 2008ல் ஐபோன் புழக்கத்திற்கு வந்த பிறகு அதன் தரமான ஒலிப்பதிவு வசதி, செய்திகளை பதிவு செய்ய உதவியதாக அவர் குறிப்பிடுகிறார். 2011 ம் ஆண்டு முதல் டிஜிட்டல் ஒலிப்பதிவு கருவிகளுக்கு பதில் கைக்கடக்கமான ஐபோனை பயன்படுத்தத் துவங்கியதாகவும் அவர் தெரிவித்துள்ளார். இது நேரத்தை மிச்சமாக்குகிறது, சுமையைக் குறைக்கிறது என்கிறார். லேப்டாப்கூட தேவையில்லாமல் ஐபோனிலேயே எல்லாவற்றை யும் செய்துவிடலாம் என்கிறார்.

ஒருமுறை எம்பி ஒருவர் மீதான ஊழல் புகார் பற்றி செய்தி சேகரிக்கச்சென்றிருந்தபோது, சம்பவ இடத்தில் வானொலி காரை நிறுத்தி ஒளிபரப்பு செய்வது சாத்தியம் இல்லாமல் போன நிலையில் ஐபோன் மூலமே சுடச்சுட அந்த இடத்தில் இருந்தே செய்தி சேகரித்த அனுபவத்தை அவர் சுவாரஸ்யமாக பிபிசி வலைப்பதிவு ஒன்றில் விவரிக்கிறார்.

ஸ்மார்ட்போனை செய்தி சேகரிப்பிற்காகப் பயன்படுத்தும்போது இணைய இணைப்பு முக்கியமானது என்று குறிப்பிடுகிறார். நேபாள பூகம்பம் பற்றி செய்தி சேகரிக்கச் சென்றபோது உள்கட்டமைப்பு சிதைந்து போயிருந்த நிலையிலும், செல்போன் சேவை செயல் பட்டு, இடுபாடுகளுக்கு மத்தியில் இருந்து ஐபோனில் செய்திகளைச் சேகரித்து வழங்கியதையும் அவர் தனியே விவரித்திருக்கிறார். மீட்புப் பணிகள் நடைபெற்றுக்கொண்டிருந்தபோது, இடிபாடு களில் உயிருடன் சிக்கியிருப்பவர் கண்டறியப்பட்ட நிலையில் அவரது மீட்பை ஐபோன் மூலம் நேரடியாக ஒளிபரப்பியது பற்றியும் அவர் விரிவாகக் குறிப்பிடுகிறார். இரண்டு மணி நேரம் நீடித்த இந்த முயற்சியை படபடப்புடன் விவரித்தபோது ஆடியோ தரம் பற்றி எல்லாம் யாரும் கவலைப்படவில்லை, சிக்கியவரின் நிலை என்ன? அவர் உயிருடன் மீட்கப்பட்டாரா? என்பதை அறிந்து கொள்வதிலேயே நேயர்கள் ஆர்வமாக இருந்தனர் எனக் குறிப்பிடுகிறார். இந்த முயற்சியை விவரித்ததோடு, அதில்

பயன்படுத்தப்பட்ட உபகரணங்கள் பற்றியும் அவர் செய்தி நடுவே விளக்கிக் கூறினார். செல்பேசி இதழியலின் பலம் இதுதான்.

நிக் கார்னெட் வானொலி செய்தியாளர் என்பதில் இருந்து மாறி, தற்போது எதையும் டிஜிட்டல் முறையில் முதலில் வெளியிடுபவராக செயல்பட்டு வருகிறார். சமூக ஊடகம் என பல தளங்களில் அவர் செய்திகளைப் பகிர்ந்துகொள்கிறார்.

செல்பேசி இதழியலின் ஆற்றலைப் போற்றுபவர் என்றாலும், நிக் கார்னெட் ஸ்மார்ட்போன் மட்டுமே போதுமானது எனும் கருத்துக் கொண்டவரல்ல. மேலும் முழு மோஜோ எனப்படும் எல்லா வகை செய்தி சேகரிப்புக்கும் ஸ்மார்ட்போனை மட்டுமே பயன்படுத்த வேண்டும் எனச் சொல்லப்படுவதிலும் அவருக்கு உடன்பாடு இல்லை. இது செல்பேசி சார்ந்ததே இல்லை என்கிறார் அவர். செல்பேசி இதழியல் என்பது கருவியை அடிப்படையாகக் கொண்டது அல்ல, அது செய்தியாளர் எங்கும் உலா வருபவராக இருப்பது என்கிறார். கூடுதல் இணைப்புகள் கொண்ட சுவிஸ் ராணுவ கத்தி போன்ற சாதனத்தைக் கையில் வைத்திருக்கிறோம் என்பதை இதழாளர்கள் உணர்வதும், அவற்றில் இருந்து சூழலில் தேவைக்கேற்ற சாதனங்களைப் பயன்படுத்திக்கொள்வதும்தான் செல்பேசி இதழியல் என்கிறார் அவர்.

இதற்கு முன்னர் செய்தி ஒளிபரப்பு செய்ய வாய்ப்பில்லாததாகக் கருதப்படும் ஓட்டல்கள், மருத்துவமனைகள், விமான நிலையங்கள் உள்பட எந்த இடத்தில் இருந்தும் ஒளிபரப்பு செய்ய முடியும் என்பதும், தொழில்நுட்ப சாதனங்களுக்கான சிறிதளவு முதலீடு மற்றும் பயிற்சி மூலம் ஒரு செய்தியாளரை ஒளிபரப்புத் திறன் கொண்டவராக மாற்றிவிட முடிவதுமே செல்பேசி இதழியலின் உண்மையான ஆற்றல் என்கிறார்.

நிக் கார்ண்ட் தனது அனுபவத்தின் அடிப்படையில் செய்தியாளர் களுக்கான குறிப்புகளையும் வழங்கியுள்ளார். அவற்றில் அனைவரும் மனதில்கொள்ளவேண்டிய பயனுள்ள குறிப்பு இது: ‘எங்கு செய்தி சேகரிக்கச் சென்றாலும் 10 நிமிடம் முன்னதாகச் சென்று அங்கு அமர்ந்துகொண்டு பொறுமையாகக் கவனியுங்கள். நிலைமையைக் கவனிக்கவும். பதற்றமாக இருக்கிறதா? உள்ளூர் மக்கள் சகஜ நிலையில் உள்ளனரா? மக்கள் முகங்கள் சொல்லும் செய்தி என்ன? அவர்களை சில நிமிடங்கள் கவனித்து அங்கிருந்தே, அதே மனநிலையில் செய்தி அளிக்கவும். நீங்கள் பரபரப்பாக இருப்பதால் அவசரமாக செயல்பட்டால் களத்தில் உள்ள உணர்வுகளைத் தவறவிட அல்லது தவறுதலாகப் புரிந்துகொள்ள நேரலாம்.

24

ஐபோன் நிருபர்!

செல்போன் இதழியல் என்பது இன்று ஏற்றுக்கொள்ளப்பட்டு விட்டது. அதற்கான வழிமுறைகள் உருவாக்கப்பட்டு, பயிற்சி வகுப்புகளும் நடத்தப்படுகின்றன. ஸ்மார்ட்போனில் செய்தி சேகரிப்பா? என்று சந்தேகத்துடன் கேட்டவர்களின் எண்ணிக்கை குறைந்து, செய்தி சேகரிப்பில் ஸ்மார்ட்போனை எப்படிப் பயன்படுத்துவது என்பதை அறிந்துகொள்ளத் துடிப்பவர்களின் எண்ணிக்கை அதிகரித்திருக்கிறது.

இந்த நிலைக்கு, நீல் அகன்ஸ்டீன் (Neal Augenstein) போன்றவர்களுக்குத்தான் நன்றி சொல்லவேண்டும். ஏனெனில், செய்தி சேகரிக்க செல்போன் மட்டுமே போதும் என துணிச்சலுடன் முதல் அடியை எடுத்து வைத்தவர்களில் அகன்ஸ்டீனும் ஒருவர். அமெரிக்காவின் WTOP வானொலி சேவையில் மூத்த நிருபராக பணியாற்றிக்கொண்டிருந்த அகன்ஸ்டின் மற்ற செய்தியாளர்களைப் போலவே பாரம்பரிய கருவிகளைக்கொண்டே ஒலி வடிவ பேட்டிகளை பதிவு செய்து வந்தார். ஒரு லேப்டாப், காம்ரெக்ஸ் துணை சாதனம் மற்றும் இதர உபகரணங்களுடன்தான் அவர் செய்தி சேகரிக்கச் செல்வது வழக்கம். இத்தனை சாதனங்களையும் சுமந்து செல்வது சோதனையானது என்றாலும், வேறுவழியில்லை. தொலைபேசி மூலமான ஒலிப்பதிவை எல்லாம் விதிவிலக்கான நிகழ்வுகளின்போது மட்டுமே ஏற்றுக்கொள்ளும் நிலை இருந்தது.

இந்தப் பின்னணியில்தான் அகன்ஸ்டீன் 2010 ம் ஆண்டில், முதல் முறையாக ஐபோனை செய்தி சேகரிப்பிற்காக பயன்படுத்தத் தீர்மானித்தார். பல அடுக்கு ஒலிப்பதிவை மேற்கொள்ளக்கூடிய செயலி ஒன்றை ஐபோனில் கண்டதும் தனது பணிகள் அனைத்தையும் ஐபோனிலேயே செய்து பார்க்கலாம் என்று அவருக்குத் தோன்றியது. உண்மையில் அவர் இதுபோன்ற ஒரு மென்பொருளுக் காகத்தான் ஏங்கிக்கொண்டிருந்தார். ஸ்மார்ட்போன் அறிமுகமாவதற்கு முன் இருந்த செல்போன்கள் வானொலி செய்தியாளர்கள் பணிக்கு ஏற்றதாக இருக்கவில்லை. ஆனால் ஐபோன் இதை மாற்றியது.

முதலில் அவர் சோதனை முறையில்தான் ஐபோனில் பேட்டிகளை பதிவு செய்யத் துவங்கினார். ஒலியின் தரத்தில் எந்த சமரசமும் செய்துகொள்ளக்கூடாது எனும் உறுதியுடன் ஒலிப்பதிவை சோதித்துப் பார்த்தார். வழக்கமான பதிவில் 92 சதவிகிதத் தரம் இருந்ததோடு, எடிட் செய்த பிறகும் அந்தத் தரம் நிலையாக இருப்பதை உணர்ந்து கொண்டார். வானொலி நிறுவனத்தில் இருந்த யாரும் இந்த மாற்றத்தைக் கண்டறியவில்லை. ஆக தனது ஒலிப்பதிவில் எந்தக் குறையும் இல்லை என்பதை உறுதி செய்து கொண்டு, தொடர்ந்து ஐபோனை களத்தில் பயன்படுத்தத் துவங்கினார். அதன்பிறகு தனது லேப்டாப்பின் பாஸ்வேர்டை மறந்து போகும் அளவிற்கு ஐபோனுக்கு பழகிவிட்டார்.

துவக்கத்தில் அவர் பாக்கெட்டில் ஒரு ஸ்மார்ட்போனை மட்டுமே வைத்துக்கொண்டு பேட்டிகளுக்கு வருவதை பலரும் வியப்புடன் பார்த்தாலும், அவரது நிகழ்ச்சிகளின் தரம் சிறப்பாக அமைந்திருந்தது. விரைவிலேயே செய்தி சேகரிப்பிற்காக அவர் ஐபோனை மட்டுமே பயன்படுத்துவது அவரை கவனிக்க வைத்தது. அவர் ஐபோன் நிருபராக அறியப்பட்டார். பல பத்திரிகைகள் அவரை பேட்டி கண்டு வெளியிட்டன.

அகன்ஸ்டீனுக்கோ ஐபோன் மூலம் செய்தி சேகரிப்பது எளிதாக இருந்தது. அதற்கேற்ற செயலிகளும் அறிமுகமாக, அவர் ஒலி வடிவ செய்திகளில் மட்டும் கவனம் செலுத்தாமல், புகைப் படங்கள், காணொலி வடிவிலும் கவனம் செலுத்தத் துவங்கினார். ஐபோன் சார்ந்த செய்தி சேகரிப்பு முயற்சியை பிரபலமாக்க, ஐபோனோகிராப்பர் எனும் வலைப்பதிவை துவக்கி தனது அனுபவங்களை அதில் பகிர்ந்துகொள்ளத் தொடங்கினார். பொது மக்களும் சமூக ஊடகம் உள்ளிட்ட பல்வேறு தளங்களில் செய்திகளையும், பகிர்வுகளையும் எதிர்பார்க்கத் தொடங்கியதால் அவரால் அந்த எதிர்பார்ப்பிற்கு ஈடு கொடுக்க முடிந்தது. லேப்டாப்

தயாராகும்வரை காத்திருக்காமல் உடனே ஒலிப்பதிவு செய்து செய்திகளை அனுப்ப முடிந்தது எனது பணி சார்ந்த செயல்பாடுகளை மேம்படுத்தியது என்று அவர் உற்சாகமாகக் குறிப்பிட்டுள்ளார்.

இந்த அம்சங்களே அவரை ஸ்மார்ட்போன் சார்ந்த இதழியல் முன்னோடிகளில் ஒருவராக அறியப்பட வைத்துள்ளது. அவர் துவக்கத்தில் பயன்படுத்திய ஐபோன் மாதிரி, இதழியலுக்கான மியூசியம் அருங்காட்சியகத்தில் பாதுகாத்து வைக்கப்பட்டுள்ளது.

செல்போன் இதழியல் சார்ந்த நுட்பங்களில் பயிற்சி அளிப்பதிலும் கவனம் செலுத்தி வரும் அகன்ஸ்டீன் செல்போன் இதழியலின் ஆற்றலை நன்கு உணர்ந்தவராக இருக்கிறார்.

ஸ்மார்ட்போன் மற்றும் சமூக ஊடகம் இரண்டும் இருப்பதால் யார் வேண்டுமானாலும் செய்தி சேகரித்து வெளியிடும் ஆற்றல் மீடியாவுக்கு சவாலாக உருவாகி இருந்தாலும், செய்தியாளர்களுக்கான தேவை முன்பைவிட அதிகமாகவே இருப்பதாக நம்பும் இதழாளர்களில் ஒருவராக அவர் திகழ்கிறார். இணையத்தில் தகவல்கள் குவிவதால் இரைச்சல் அதிகமாகி உள்ள சூழலில், பயிற்சி பெற்ற நம்பகமான செய்தியாளர்களின் பணி முன்பைவிட மதிப்பு மிக்கதாக ஆகியிருக்கிறது என்கிறார் அவர்.

செல்பேசி இதழியல் உயிர்ப்புடனும் துடிப்புடனும் முன்னேறிக் கொண்டிருப்பதாக அவர் நம்பிக்கை கொண்டுள்ளார்.

25

அகதிகள் வலியை உணர வைத்தவர்

அகதிகள் பிரச்னையை வெறும் எண்ணிக்கையாகப் பார்ப்பதைவிட மோசமானது எதுவும் இருக்க முடியாது. எனினும் பெரும்பாலான நேரங்களில் அதுதான் நடக்கிறது. போர் அல்லது உள்நாட்டு பிரச்னை காரணமாக மக்கள் தங்கள் தாய்நாட்டை விட்டு வெளியேறி உயிரைக் காப்பாற்றிக்கொள்வதற்காக பிற நாடுகளில் தஞ்சம் அடையும்போது, அவர்கள் பிரச்னை எண்ணிக்கையாக்கப் பட்டு விடுகிறது.

சிரியாவில் வெடித்த உள்நாட்டு போரால் அந்நாட்டு மக்கள் ஆயிரக்கணக்கில் வெளியேறி ஐரோப்பிய நாடுகள் உள்ளிட்ட மேற்கத்திய நாடுகளில் அடைக்கலம் தேடியபோதும் பெரும்பாலும் இதுவே நிகழ்ந்தது. நெரிசல் மிக்க படகுகளில் அகதிகள் நடுக்கடலில் தத்தளிப்பதுபோன்ற நெஞ்சை உலுக்கும் காட்சிகளும், நாடுகளில் எல்லையில் அகதிகள் அனுமதி கேட்டு பரிதவிக்கும் வேதனை மிகுந்த காட்சிகள் பதிவு செய்யப்பட்டாலும், கூட்டம் கூட்டமாக அகதிகள் வருகை என்பதுபோல செய்திகளை வெளியிடுவதும் வழக்கமானது.

இதற்கு மத்தியில் ஜெர்மனியைச் சேர்ந்த இளம் நிருபர் ஒருவர், கையில் இருக்கும் ஸ்மார்ட்போனை கொண்டு அகதிகளின் வலியையும், கண்ணீரையும் உலகிற்கு உணர வைத்தார். பால் ராம்சைமர் (Paul Ronzheimer) எனும் அந்தச் செய்தியாளர் அகதிகளோடு தானும் ஓர்

அகதியாகப் பயணித்தபடி செய்தி சேகரித்து அவர்கள் நிலையை விளக்கினார். அதோடு வழிநெடுக அவர்களின் கண்ணீர் கதைகள் ஸ்மார்ட்போன் வாயிலாக நேரடியாக மக்களுடன் பகிர்ந்து கொண்டார்.

ஜெர்மனியின் பில்ட் நாளிதழ் செய்தியாளரான ரான்சைமர், கிரீஸ் நாட்டின் ஒரு தீவில் இருந்து பல ஐரோப்பிய நாடுகள் வழியே பயணித்து இறுதியாக ஜெர்மனி வந்தடைந்ததை அவர்களுடனே பயணித்து ரான்சைமர் பதிவு செய்தார். தான் செய்தியாளராகப் பணியாற்றிய பில்ட் நாளிதழுக்காக அவர் அகதிகள் நிலை பற்றிய செய்தியை அளித்ததோடு நிற்காமல், இடைப்பட்ட காலத்தில் தனிப்பட்ட அகதிகளின் உணர்வுகளை அவர்கள் வாய்மொழி மூலமே பதிவு செய்து சமூக ஊடகங்கள் வாயிலாகப் பகிர்ந்துகொண்டார். அவரது கையில் இருந்த ஸ்மார்ட்போன் இதைச் சாத்தியமாக்கியது.

சிரியா அகதிகளின் நிலை மாபெரும் மனிதநேய நெருக்கடியாக அமைந்தாலும், ஜெர்மனி உள்ளிட்ட நாடுகளில் இந்தப் பிரச்னை வேறு விதமாகவும் பார்க்கப்பட்டது. ஆயிரக்கணக்கில் அகதிகள் வந்து குவியத் தொடங்கிய நிலையில், அவர்கள் அனைவருக்கும் தஞ்சம் அளிக்க முடியுமா? எனும் விவாதம் எழுந்தது. அகதிகளுக்கு அனுமதி மறுக்கப்பட்டு அவர்கள் எல்லைகளில் திண்டாடும் பரிதாபமும் உண்டானது. இதனிடையே அகதிகள் பிரச்னை குறித்து செய்தி சேகரிக்கப்பட்ட விவாதமும் எழுந்தது.

இந்த நிலையில்தான், ரான்சைமர், தனது ஸ்மார்ட்போன் வாயிலாக அகதிகளை நேரடியாகப் பேச வைத்து மக்கள் கேட்க வைத்தார். அகதிகள் நிலை குறித்த கருத்துக்களைக் கேட்டறிந்து அவற்றைத் தொகுப்பாக்கி வெளியிட்ட செய்திகளுக்கு மாறாக, அகதிகள் தங்கள் பரிதவிப்பின் நிலையை உள்ளது உள்ளவாறு ரான்சைமரிடம் பகிர்ந்து கொண்டனர். அவர் அதை எந்தவித கத்திரிப்பும் இல்லாமல் அப்படியே நேரடி ஒளிபரப்பிற்கான பெரிஸ்கோப் சேவை மூலம் பகிர்ந்துகொண்டார். டிவிட்டர் மூலம் இந்தக் காட்சிகள் பார்த்தவர்களின் உள்ளத்தை உருகியது.

இந்தப் பகிர்வு துவங்கிய பிறகு டிவிட்டரில் ரான்ஸைமருக்கு இருந்த பாலோயர்களின் எண்ணிக்கை கணிசமாக அதிகரித்தது. பெரிய டிவி காமிரா போன்றவை இல்லாமல் வெறும் ஸ்மார்ட்போனை வைத்துக்கொண்டு பேசியதால் அகதிகள் எந்த ஊடுருவலையும் உணராமல் தங்கள் நிலையை கொட்டித்தீர்த்தனர் என்கிறார் ரான்சைமர். அது மட்டும் அல்ல, நாடுகளின் எல்லையைக் கடக்கும் போது டிவி காமிராவை கையில் வைத்துக்கொண்டு சென்றால் உள்ளே செல்ல அனுமதி கிடைத்திருக்காது. ஆனால்

ஸ்மார்ட்போன் மட்டுமே வைத்திருந்ததால் பாதுகாப்பு அதிகாரிகள் கண்களை உறுத்தவில்லை என்றும் சொல்கிறார். எந்தச் சூழலிலும் அதிக இடையூறு இல்லாமல் செய்தி சேகரிக்க உதவும் இந்தத் தன்மை செல்பேசி இதழியலின் ஆதார பலங்களில் ஒன்றாகக் கருதப்படுகிறது.

பெரிஸ்கோப்பில் நேரடி ஒளிபரப்பு செய்யப்பட்டதைப் பார்த்த மக்கள், அவர்கள் நிலை குறித்த உணர்வுகளை கருத்துகளாகப் பகிர்ந்துகொண்டதோடு ஒரு சில கேள்விகளையும் எழுப்பினர். உடமைகளை எல்லாம் விட்டு வெளியேறிவந்த அகதிகள் சிலர் கூலிங் கிளாஸ் அணிந்திருப்பது எப்படி? எல்லோரிடமும் ஸ்மார்ட்போன் இருப்பது எப்படி? போன்ற கேள்விகளை மக்கள் கேட்டனர்.

இந்தக் கேள்விகளுக்கு எல்லாம் அகதிகள் நேரடியாக பதில் அளித்தனர். இந்தக் கண்ணாடிகள் வெறும் 2 யூரோ கண்ணாடிகள் என பதில் அளித்தவர்கள், சக அகதிகளைத் தொடர்புகொள்ளவும், உதவி கோரவும் ஸ்மார்ட்போன் அவசியம் என்றனர். அது மட்டும் அல்ல நடுக்கடலில் தவிக்கும்போது போனின் ஜிபிஎஸ் தான் வழிகாட்டி என்றும் கூறினர்.

இந்தக் கேள்விகள் தவிர பெரும்பாலான கேள்விகள் அகதிகளுக்கு எப்படி உதவ முடியும் என்பதாகவே அமைந்திருந்தன.

அகதிகள் ஜெர்மனி எல்லையில் நுழைந்தபோது அந்தத் தருணத்தை ஒளிபரப்பியவர் அந்தக் காட்சியை படம் எடுக்கத்தவறிவிட்டார். அதனால் மறுநாள் அவரது நாளிதழில் இந்தச் செய்தி வெளியான போது அதற்கான படம் இல்லை. அதற்குப் பதிலாக நாளிதழ், பெரிஸ்கோப் ஒளிபரப்பு காட்சியின் ஸ்கிரின்ஷாட்டை முதல் பக்கத்தில் செய்தியுடன் வெளியிட்டது. அது மட்டும் அல்லாமல், பெரிஸ்கோப்பில் பகிரப்பட்ட வீடியோக்கள் அனைத்தும் சேமிக்கப்பட்டு பின்னர் 16 நிமிட செய்திப் படமாக தொகுத்து வெளியிடப்பட்டது.

வருங்காலத்தில் பொருத்தமான சூழல்களில் பெரிஸ்கோப் ஒளிபரப்பைப் பயன்படுத்த இந்த அனுபவம் கற்றுத்தந்த விஷயங்கள் உதவும் என்கிறார் ரான்சைமர். காமிராவில் படம் பிடித்து ஒளிபரப்பினால் மட்டும் போதாது, அதனுடன் நான் கண்ட காட்சிகள் தொடர்பான கருத்துக்களையும் விளக்கத்தையும் அளிப்பது முக்கியம் என்கிறார். அகதிகள் பற்றிய செய்தி சேகரிப்பில், தனிப்பட்ட தன்மை முக்கியம் என்றும் பாதிக்கப்பட்டவர்களுடன் உரையாடி அவர்கள் எப்படி உணர்கின்றனர் என்பதை பதிவு செய்வதும் அவசியம் என்கிறார்.

செய்திகளைச் சொல்வதில் நவீன தொழில்நுட்பம் புதிய வழியாக வந்திருக்கிறது என்கிறார் அவர்.

செல்பேசி இதழியல் தொடர்பாக ராய்டர்ஸ் நிறுவனம் உருவாக்கியுள்ள வழிகாட்டி புத்தகம், ரான்சைமரின் இந்த செய்தி சேகரிப்பு தொடர்பான அறிமுகத்துடனே துவங்குகிறது. செல்பேசி இதழியல் திறந்துவிட்டுள்ள எண்ணற்ற நுழைவு வாயில்களில் ஒன்றாக இந்தப் பெருங்கதை அமைகிறது.

26

மோஜோ நோண்பிருந்த இதழாளர்

மோஜோ அருமையை சந்தேகிப்பவர்கள் பிபிசி இதழாளர் டவுகல் ஷாவின் (Dougal Shaw) செல்பேசி இதழியல் அனுபவத்தைத் தெரிந்துகொள்ளவேண்டும். இந்த அனுபவத்தின் அடிப்படையில் அவர் சொல்லும் கருத்துக்களை தெரிந்துகொண்டால், மோஜோவின் ஆற்றலையும் முழுமையாக புரிந்துகொள்ளலாம்.

'செல்போன் மூலம் கூடுதலாக பலவற்றை உங்களால் செய்ய முடியும், அவை சாதாரண காமிராவால் செய்ய முடியாதவை' என்கிறார் ஷா. 'ஸ்மார்ட்போன்கள் லேசாக, சிறியதாக இருக்கின்றன. எனவே அவற்றைக்கொண்டு, உயரமான, தாழ்வான கோணங்களில் சுவாரஸ்யமான காட்சிகளை படமாக்க, டிரைபாடுமீது பொருத்தி தலைக்கு மேல் உயர்த்தி பறவை பார்வை காட்சிகளை அல்லது அதன் காமிரா அம்சங்களைக்கொண்டு ஸ்லோ மோஷன் அல்லது சிறப்பு காட்சிகளைப் படமாக்க முடியும்' என்றும் சொல்கிறார்.

இதைச் சொல்வதற்கு அவருக்கு முழு தகுதி இருக்கிறது. ஏனெனில் பிபிசி செய்திக்காக தனது சகா ஜோ லைனமுடன் இணைந்து ஐபோனில் ஒரு விசேஷ செய்தியை படம் பிடித்து அவர் ஒளிபரப்பி யிருக்கிறார். பிபிசியின் வீடியோ புதுமை முயற்சி இதழாளரான ஷாவுக்கு, செல்பேசி இதழியலில் நம்பிக்கையும் உண்டு, நல்ல பரிட்சயமும் உண்டு. செய்திகளை படம் பிடிக்க டி.எஸ்.எல்.ஆர். காமிராவுடன் அவர் ஐபோனையும் இணைந்து பயன்படுத்தும்

வழக்கம் கொண்டிருந்தார். அலுப்பூட்டும் காட்சிகளை சுவாரஸ்யமாக்குவதற்கான வெட்டு காட்சிகளை எடுக்க அல்லது காமிராமீது போனை வைத்து இரட்டை காட்சிகளை படம்பிடிக்க, துல்லியமான ஒலியை பதிவுசெய்ய என ஐபோனை உடன் பயன்படுத்துவது அவரது வழக்கம். இதை கலப்பு இதழியல் என அவர் குறிப்பிடுகிறார்.

இந்த அனுபவத்தின் மத்தியில்தான் ஒருமுறை அவர் தற்செயலாக ஐபோனில் மட்டுமே படம் பிடிக்கும் நிலைக்கு நிர்பந்திக்கப்பட்டார். லண்டன் கபே ஒன்றின் உரிமையாளரை பேட்டி காணச்சென்றிருந்த போது அவரது காமிராவில் பேட்டரி தீர்ந்து போய்விட்டது. இதை ஒப்புக்கொண்டு, கபே உரிமையாளர் முன் சங்கடப்படுவதற்கு பதில் அவர் தனது இரண்டாவது காமிராவான ஐபோனில் படம் பிடிக்கத் தீர்மானித்தார். ஐபோனை மாற்று காமிராவாக பயன்படுத்தும் வழக்கம் இருந்ததால், கைவசம் அதற்கான டிரைபாடு மற்றும் மைக் போன்றவற்றை வைத்திருப்பார். அவற்றை பொருத்தி ஐபோனில் படம் எடுத்தார். பின்னர் பதிவான காட்சிகளைப் பார்த்தபோது அதன் தரத்தைக்கண்டு வியந்து போனார்.

அந்த வியப்புதான் அவரை, மோஜோ நோண்பிருக்கத் தூண்டியது. அதாவது வழக்கமான காமிராவை கையில் எடுக்காமல் ஐபோனை மட்டுமே கொண்டு படம் எடுத்துப் பார்க்கத் தீர்மானித்தார். ஒரு மாத காலம் இப்படி ஐபோனில் மட்டுமே படம் எடுத்த அனுபவம் குறித்து ஷா, பிபிசிக்காக, 'மோஜோ டயட்' எனும் தலைப்பில் விரிவாக வலைப்பதிவு செய்திருக்கிறார்.

2016 ம் ஆண்டு மே மாத துவக்கத்தில் ஆம்ஸ்டர்டம் நகரில் இந்த நோண்பை அவர் துவக்கினார். செல்போனை மட்டும் கொண்டு படம் எடுப்பதில் உள்ள மிகப்பெரிய அனுகூலம் நீங்கள் அதிக சுமை இல்லாமல் லேசாக பயணம் செய்யலாம் என்கிறார். இதன் காரணமாக செலவும் மிச்சமாகும் என்கிறார். டிவி காமிரா சாதனங்களை உடன் வைத்திருந்தால் டாக்சியை நாட வேண்டியிருக்கும். ஆனால் ஐபோன் மட்டும் என்பதால் மெட்ரோ ரெயிலில் செல்ல முடிந்தது என்று இதற்கான காரணத்தையும் விளக்குகிறார். அது மட்டும் அல்ல, பாதுகாப்பு சோதனை என்ற பெயரில் சிக்கி நேரத்தை வீணடிக்காமல் உடனடியாக விடுபட்டுச் செல்வதும் கூடுதல் சாதகம் என்கிறார்.

ஐபோன் 6 எஸ் பிளஸ் சாதனத்துடன், படம் பிடிப்பதற்கான பிளிமிக்புரோ செயலி, போனை பிடித்திருக்கும் ஐஓகிராபர் ரிக், டிரைபாடு உள்ளிட்டவை தனக்கு போதுமானதாக இருந்ததை அவர் குறிப்பிட்டுள்ளார். ஆம்ஸ்டர்டம்மில் இருந்தபோது, தனது சி.இ.ஓ

சீக்ரெட்ஸ் நிகழ்ச்சிக்காக வீடிரான்ஸ்பர் செயலி நிறுவனர் மற்றும் ரெட்டிட் நிறுவனரை அவர் ஐபோன் மூலம் நேர்காணல் செய்து நிகழ்ச்சியை ஒளிபரப்பியிருக்கிறார். இந்தப் பதிவுகளின்போது செல்பி ஸ்டிக்கை பயன்படுத்தி பல புதுமையான கோணங்களில் காட்சிகளை எடுக்க முடிந்தது என்றும் குறிப்பிடுகிறார்.

ஆனால் ஒருசில நேரங்களில் வழக்கமான சாதனங்கள் இல்லாத குறையை உணர்ந்தது பற்றியும் குறிப்பிடுகிறார். பின்னர் ஸ்காட்லாந்தின் கிளாஸ்காவில் மைஷாப் நிகழ்ச்சிக்கான படபிடிப்பில் ஈடுபட்டிருந்த போது, ஐபோன் உதவியால் புதுமையான கோணங்களில் எல்லாம் படம் பிடிக்க முடிந்தது என்கிறார். அது மட்டும் அல்ல ஐபோனில் நேர்காணல் செய்தபோது, பதில் அளித்தவர்கள் எந்த இடையூறையும் உணராமல் இயல்பாக பேசியதையும் அவர் குறிப்பிடுகிறார்.

அதன் பிறகு லண்டனில் கால்பந்து நட்சத்திரம் பீலேவையும் அவர் ஐபோனிலேயே பேட்டி கண்டிருக்கிறார். இதேபோலவே லண்டனில் நடைபெற்ற விக்கிபீடியா நிறுவனர் ஜிம்மி வேல்ஸ், கூகுள் அதிகாரி எரிக் ஸ்கிமிட் உள்ளிட்ட முக்கிய புள்ளிகள் பங்கேற்ற நிறுவனர்கள் சந்திப்பில், தனது சி.இ.ஓ. சீக்ரெட்ஸ் நிகழ்ச்சிக்காக சிலரை பேட்டி காணச்சென்றிருந்தார். அப்போது அருகே இருந்த காமிராமேன் ஒருவர், ஷாவின் செயல் குறித்து சந்தேகத்துடன் கருத்து தெரிவித்துள்ளார்.

அதன் பிறகு, 70 வயது பெண்மணி ஒருவரை மைஷாப் நிகழ்ச்சிக்கான இரட்டை ஐபோன் காமிரா கொண்டு அழகாக படம் பிடித்தது பற்றியும், பிரெக்ஸிட் பாதிப்பு குறித்து கடை உரிமையாளர் கருத்துக்களை பதிவு செய்தது பற்றியும் விவரித்திருக்கிறார்.

இந்த மோஜோ நோண்பின் முடிவில் தன் மனதில் ஏற்பட்ட கருத்துகளையும் அவர் பதிவு செய்திருக்கிறார். தொழில்முறை காமிராமேன்கள் நினைப்பதுபோல, மோஜோ, வழக்கமான இதழியலுக்கு அச்சுறுத்தல் அல்ல என்கிறார் அவர். இதற்கான காரணத்தையும் விளக்குகிறார். செல்பேசிகளின் பெருக்கத்தால் எல்லோரும் படம் பிடிக்கும் நிலை ஏற்பட்டிருக்கிறது. மேலும் மீடியா உள்பட அனைவருக்குமே வீடியோ உள்ளடக்கம் தேவைப் படுகிறது. ஆனாலும்கூட, நல்ல வீடியோவை உருவாக்க தொழில்முறை திறன் வாய்ந்தவர்கள் தேவைப்படவே செய்கின்றனர் என்கிறார்.

இந்த அனுபவத்திற்குப் பிறகுதான், பிபிசி செய்திக்காக தனது சகாவுடன் இணைந்து ஐபோனிலேயே ஒரு செய்தியை படமாக்கினார். ஐபோனால் ஒளிபரப்பு தரத்திலான செய்தி தொகுப்பைத் தரமுடியும்

என நிரூபிக்க விரும்பியவர் அதற்கான வாய்ப்பிற்காகக் காத்திருந்தார். சக ஊழியரான ஜோ லைனம் மோஜோ பயிற்சி பெறுவதில் விருப்பம் தெரிவித்தபோது, இருவரும் இணைந்து செயல்படத் தீர்மானித்தார். இதற்கு ஏற்ற வாய்ப்பாக, லண்டன் ஒலிம்பிக் அரங்கம் துவக்கம் பற்றிய செய்தியைக் கருதினார். இந்த நிகழ்வை படம் பிடித்த அனுபவத்தின் அடிப்படையில்தான் அவர் செல்பேசி இதழியலின் சாதகமான அம்சங்களை எடுத்துரைத்திருக்கிறார்.

ஒலிம்பிக் அரங்கின் பெரிய சரகத்தை ஐபோன் காமிரா மூலம் பரந்த காட்சியாக எளிதாக படம் பிடிக்க முடிந்ததையும், பிளிமிக்புரோ காமிரா செயலி மூலம் புதுமையான காட்சிகளை பதிவு செய்ய முடிந்ததையும் அவர் குறிப்பிட்டுள்ளார். செல்பேசியில் படம் பிடிப்பதில் சில சவால்கள் இருந்தாலும், நடைமுறையில் பயன்படுத்திப் பார்க்கும்போது இது மிகவும் எளிதானது என்கிறார். இதில் மெல்லத் திறமையை வளர்த்துக்கொள்ளலாம் என்றும், முதல் கட்டமாக கருத்து கேட்பு பதிவுகளை செய்துவிட்டு பின்னர் முழுநீள கதை சொல்லலில் ஈடுபடலாம் என்கிறார்.

பெரிய அளவிலான காமிரா குழுவுக்கான பட்ஜெட் இல்லாத மீடியா நிறுவனங்கள் செல்பேசி இதழியலை பயன்படுத்திக்கொள்ளலாம் என்கிறார். செல்பேசியில் டிவி நிகழ்ச்சிகளை படம் பிடிப்பது ஆச்சர்யப்பட வைக்கும் வகையில் எளிதானது என்றாலும் வருங்காலத்தில் இதழாளர்கள் செல்பேசியைக்கொண்டு வழக்கமான டிவி நிகழ்ச்சிகளை உருவாக்குவதற்குப் பதில் நேரடி ஒளிபரப்பு செய்வது, மாண்டேஜ் காட்சிகளை வழங்குவது, கிராபிக்ஸ் மூலம் கதை சொல்லல் போன்றவற்றில் ஈடுபடுவார்கள் என்கிறார். எதிர்கால செய்தி தொகுப்புகள் முற்றிலும் வேறுவிதமாக இருக்கும், அது நமக்காக காத்திருக்கிறது என்றும் உற்சாகமாக கூறுகிறார். இதற்கு நீங்கள் தயாரா!

27

செல்பி இதழாளர்!

செல்பேசி இதழியல் பயிற்சி அரங்கில் நன்கறியப்பட்ட நபர்களில் ஒருவராக யூசுப் உமர் (Yusuf Omar) இருக்கிறார். செல்பேசி இதழாளர், பயிற்சியாளர், செல்பி இதழாளர், நவீன கதைசொல்லி என பலவிதங்களில் யூசுப் உமரை வர்ணிக்கலாம் என்றாலும் அவரை உலகம் சுற்றும் வாலிபன் என்று சொல்வதே பொருத்தமாக இருக்கும். ஏனெனில் அவர் உலகை வலம் வந்துகொண்டிருக்கிறார். செல்பேசி இதழியல்தான் அவரை உலகம் மூலம் அழைத்துச் செல்கிறது. செல்லும் இடங்களில் எல்லாம் அவர் செல்பேசி இதழியல் கதை சொல்லுவதில் ஊக்கம் அளிப்பதிலும் பயிற்சி அளிப்பதிலும் கவனம் செலுத்தி வருகிறார்.

இந்தப் பயணத்தில் அவர் இந்தியாவிற்கும் வந்திருக்கிறார். இந்தியாவின் மிகப்பெரிய பத்திரிகைக் குழுமங்களில் ஒன்றான இந்துஸ்தான் டைம்ஸ் நாளிதழில், மிகப்பெரிய செல்பேசி இதழியல் குழுவுக்கு பயிற்சி அளித்திருக்கிறார். தற்போது செல்பேசி இதழியல் சார்ந்த நவீன கதை சொல்லும் முயற்சியான ‘ஹாஷ்டேக் அவர் ஸ்டோரிஸ்’ இணையதளம் மூலம் உலகின் பல்வேறு நாடுகளில் செல்பேசியில் எடுக்கப்பட்ட கதைகளை வெளியிட வழி செய்து வருகிறார். இதற்கு முன்னர், அவர் சிறந்த செல்பேசி இதழாளருக்கான விருதையும் வென்றுள்ளார்.

ஸ்னேப்சேட் சேவை உள்ளிட்டவற்றை பயன்படுத்தி செல்பேசி மூலம் புதுமையாக செய்திக் கதைகளைச் சொல்ல வழிகாட்டும்

யூசுப் தன்னை செல்பி இதழாளர் என்றும் வர்ணித்துக்கொள்கிறார். இத்தனைக்கும் யூசுப் இன்னமும் 30 வயதைக்கூடத் தொடவில்லை. ஆனால் அதற்குள் அவர் செல்பேசி இதழியலில் உலகம் அறிந்த ஆளுமைகளில் ஒருவராகி இருக்கிறார்.

எங்கள் குழுவில், நான்தான் வயதில் இளையவன், அனுபவம் குறைந்தவன், ஆனால் நான்தான் செலவு குறைந்த செய்தியாளனாகவும் இருந்தேன் என்று இதழியல் துறையில் தனக்குக் கிடைத்த முதல் முக்கிய வாய்ப்பு பற்றி அவர் குறிப்பிட்டிருக்கிறார். செல்பேசியை மட்டுமே வைத்துக்கொண்டு, செய்தி சேகரிக்க முடியும் தன்மையை அடிப்படையாகக்கொண்டே அவர் தன்னை செலவு குறைந்த செய்தியாளர் எனக் குறிப்பிடுகிறார். இதுவே அவருக்கு வெளிநாட்டு நிருபர் பணியை பெற்றுத்தந்தது.

யூசுப் உமரின் இதழியல் வாழ்க்கை துடிப்பானதாகவும், சுவாரஸ்ய மானதாகவும் இருக்கிறது. இந்திய வம்சாவளியைச் சேர்ந்தவரான யூசுப், இங்கிலாந்தில் பிறந்து, ஆஸ்திரேலியாவில் வளர்ந்து, தென்னாப்பிரிக்காவில் பணியாற்றி இன்று உலகை வலம் வந்து கொண்டிருக்கிறார்.

தென்னாப்பிரிக்காவின் ரோட்ஸ் பல்கலையில் இதழியல் முதுகலை டிப்ளமோ முடித்த பிறகு, அவர் வெளிநாட்டு நிருபராக பணியாற்றி ஆப்பிரிக்க நாடுகளின் செய்திகளை அளிக்க விரும்பினார். அப்போது பல ஊடகங்கள் தங்கள் பட்ஜெட்டைக் குறைக்கும் பணியில் ஈடுபட்டிருந்ததால், இதற்கான சாத்தியம் குறைவு என்பதை உணர்ந்தவர், கையில் செல்போனை எடுத்துக்கொண்டு வழிப்போக்கன் போல பயணம் செய்யத் தொடங்கினார். தென்னாப்பிரிக்காவில் இருந்து சிரியாவுக்கு மேற்கொண்ட இந்த மூன்று மாத கால பயணத்தில் செல்பேசியில் கதைகளை பதிவு செய்தார்.

2011 ல் எகிப்தில் அரபு வசந்தம் மக்கள் போராட்டம் வெடித்தபோது அவர் அங்கிருந்தார். அங்கிருந்தபடியே தென்னாப்பிரிக்க ஊடகங்களில் செய்தி வெளியிட்டார். அதன் பிறகு தென்னாப்பிரிக்க ஊடகங்களில் பணியாற்றத்துவங்கியவர் செல்பேசி வீடியோவில் தொடர்ந்து கவனம் செலுத்தி வந்தார். இந்தக் காலத்தில் இ.என்.சி.ஏ எனும் ஊடக நிறுவனத்தில் பணியாற்றியபோது, ஆப்பிரிக்க தேசிய காங்கிரசின் இளைஞர் பிரிவு தலைவராக நீக்கப்பட்ட ஜூலியஸ் மெலேமாவுக்கு எதிராக நள்ளிரவில் நடைபெற்ற போராட்டத்தை செல்பேசியில் படம் பிடித்து அனுப்பினார். தொலைக்காட்சி காமிராமேன்கள் எல்லாம் அந்த இடத்தில் இருந்து சென்ற பின், நிகழ்ந்த இந்தச் சம்பவம் தொடர்பான வீடியோ செய்தி பெரும் தாக்கத்தை ஏற்படுத்தியது.

அதேபோல், அரசியல் வாசகம் எழுதப்பட்ட டி-ஷர்ட் அணிந்த சிறுவன் ஜிம் ஒன்றுக்குள் அனுமதிக்கப்படாமல் அழுது கொண்டிருப்பதைப் பார்த்தபோது அந்த நிகழ்வையும் செல்பேசியில் பதிவு செய்து அனுப்பினார். இந்தச் செய்தியை அவரது நிறுவனம் பரிசீலிப்பதாக சொல்லிக்கொண்டிருந்த நிலையில் தனது சமூக ஊடக பக்கத்தில் அதை வெளியிட்டுவிட்டார். மறுநாள் பார்த்தால் அந்த வீடியோ வைரலாக பரவி, அல்ஜசிரா உள்ளிட்ட தொலைக் காட்சிகளால் எடுத்தாளப்பட்டு சர்வதேச செய்தியாகி இருந்தது.

இந்தச் சம்பவம்தான் தனக்கு பெரிய பாடத்தை அளித்தது என்கிறார் யூசுப். இனியும் பெரிய ஊடகங்கள் தனக்குத் தேவையில்லை. பகிர்ந்து கொள்ள வலுவான கதை இருந்தால் அதைப் பகிர்ந்து கொள்ள வழிகள் இருக்கின்றன. அது மக்கள் மனதுடன் எதிரொலிக்கக்கூடியதாக இருந்தால் வைரலாகப் பரவும் என உணர்ந்து கொண்டேன் என்கிறார்.

அதன் பிறகு அவர் சி.என்.என். தொலைக்காட்சியில் பணியாற்றி இருக்கிறார். இந்தியாவில் இந்துஸ்தான் டைம்ஸ் இதழில் மொபைல் எடிட்டராக பயிற்சி அளித்திருக்கிறார். இந்தியாவில் இருந்தபோது, பாலியல் தொடர்பான பாதிப்புக்கு உள்ளானவர்கள் கதையை, அவர்கள் அடையாளத்தை வெளிப்படுத்தாமல் ஆனால், அவர்கள் வலியை வெளிப்படுத்தும் வகையில் ஸ்னேப்சேட் செயலி மூலம் அவரது கதைகளை வெளிப்படுத்தி பலரது கவனத்தை ஈர்த்தார்.

ஸ்னேப்சேட் சேவையை இதழியல் நோக்கில் பயன்படுத்துவதற் கான வழிகாட்டியவர்களில் ஒருவராக யூசுப் கருதப்படுகிறார். தற்போது, ஹாஸ்டேக் யுவர் ஸ்டோரிஸ் இணையதளம் மூலம், பல்வேறு நாடுகளுக்கு நேரில் சென்று மக்களின் கதைகளை சமூக ஊடகங்கள் வாயிலாக வெளியிட வழிகாட்டி வருகிறார். அவரது மனைவி சுமையாவும் இந்த முயற்சியில் உடன் இருக்கிறார்.

மோஜோ செயலிகள் - சாதனங்கள்

28

செயலிகள் எனும் அற்புதம்

நவீன செல்பேசியின் ஆற்றல் அதற்காக உருவாக்கப்படும் ஆயிரக்கணக் கான செயலிகளில்தான் இருக்கின்றன. செல்பேசி இதழியலை சாத்தியமாக்குவதும் இந்தச் செயலிகள்தான். செல்பேசியை வைத்துக்கொண்டு என்ன செய்ய விரும்பினாலும் அதற்கான செயலிகள் இருக்கின்றன. அந்தவகையில், செல்பேசியில் படம் எடுத்து செய்தி சேகரிக்க முற்படும்போது, அந்தப் பணியை எளிதாக்க வும், மேம்படுத்தவும் உதவக்கூடிய செயலிகள் எண்ணற்றவை இருக்கின்றன.

செல்பேசி இதழியலுக்கு உதவக்கூடிய செயலிகளை முழுவதும் பட்டியலிடுவது என்பது சாத்தியம் இல்லை எனச் சொல்லும் அளவுக்கு இவற்றின் எண்ணிக்கை அதிகமாக இருக்கிறது. அதோடு தொடர்ந்து புதிய பயனுள்ள செயலிகள் உருவாக்கப்பட்டு வருகின்றன. எனவே செல்பேசி இதழியலுக்குக் கைகொடுக்கக்கூடிய செயலிகளின் சாத்தியங்களை உணர்த்தக்கூடிய செயலிகளை அவற்றுக்கான முக்கிய பிரிவுகளின் கீழ் மாதிரி செயலிகளாக பார்க்கலாம்.

செல்பேசி இதழியலுக்கான செயலிகளை அடிப்படையில், காமிரா செயலிகள், எடிட்டிங் செயலிகள், ஒலி சார்ந்த செயலிகள் மற்றும் இதர செயலிகள் என பிரித்துக்கொள்ளலாம்.

செல்பேசி காமிராக்கள் அதன் ஆரம்ப காலத்தை ஒப்பிடும்போது மிகவும் மேம்பட்டுள்ளன. அதிலும் குறிப்பாக ஐபோன் என்று வரும்

போது அதன் தரமும், துல்லியமும் நவீன டி.எஸ்.எல்.ஆர் காமிராவுக்கு போட்டி போடக்கூடியதாகவே இருக்கிறது. மற்ற போன்களும் இந்தத் தரத்தை எட்டிப்பிடித்து வருகின்றன. ஆனால் இந்த மேம்பாட்டை மீறி செல்பேசி காமிராவுக்கு என்று சில வரம்புகள் உண்டு. அவை தானாக படம் எடுக்கக்கூடியதே தவிர, தேவைக்கேற்ப மாற்றங்களைச் செய்துகொள்ள அதிக வசதி இல்லை. அவற்றில் ஜூம் செய்யமுடியாது. (இந்த வசதி இருந்தாலும் உண்மையில் தரத்தைப் பாதிக்கும்). இந்தக் கட்டுப்பாடுகளோடு தான் செல்பேசி படங்கள் சிறந்து விளங்குகின்றன என்றாலும், இந்த வரம்புகளை கடக்க விரும்பினால், காமிரா செயலிகள் கைகொடுக்கின்றன.

காமிரா +

ஸ்மார்ட்போனுக்கான காமிரா செயலிகளில் பிரபலமானதாக காமிரா + அமைகிறது. எட்டு ஆண்டுகளுக்கு முன்னர் அறிமுகமான இந்த செயலி பரவலாகப் பயன்படுத்தப்படுகிறது. புகைப்படம் எடுப்பதற்கான அடிப்படையான மாற்று (அட்ஜஸ்ட்மண்ட்) வசதிகளை இது கொண்டிருக்கிறது. பல்வேறுவகையான பில்டர்களும் இருக்கின்றன. படங்களை மாற்றி அமைக்கலாம், கிராப் செய்யலாம். இதில் உள்ள லைட்பாக்ஸ் வசதி மூலம், எடுத்த படங்கள் எப்படி இருக்கின்றன எனப் பார்த்து திருத்தங்களைச் செய்யலாம். பொதுவாக டிஜிட்டல் காமிராவில் செய்யக்கூடிய பல அடிப்படை வசதிகளை இது சாத்தியமாக்குகிறது. இதன் மேம்பட்ட வடிவமான காமிரா +2 அண்மையில் அறிமுகமாகியுள்ளது. (https://camera.plus)

மற்ற காமிரா செயலிகள்

காமிரா ஜூம் எப்.எக்ஸ் (www. androidslide.com), காமிரா எப்.வி 5 (www.camerafv5.com), வி.எஸ்.சி.ஓ கேம் (https://vsco.co/store/app), புரோகேம் 5 (www.procamapp.com).

ஸ்னேப்சீட் (Snapseed)

ஸ்மார்ட்போனில் எடுக்கப்பட்ட படங்களைத் திருத்துவதற்கான செயலி. நிக் சாஃப்ட்வேரால் உருவாக்கப்பட்ட இந்தச் செயலி, இப்போது கூகுள் நிறுவனத்திற்குச் சொந்தமானது. புகைப்படங் களைத் திருத்தி, மேம்படுத்தி, பில்டர்களை பொருத்துவது உள்ளிட்ட பல்வேறு வாய்ப்புகளை அளிக்கிறது. வண்ணங்களை யும் திருத்தலாம். புகைப்படங்கள் மேலும் மெருகேற இந்த செயலி உதவும்.

பிளிமிக்புரோ (www.filmicpro.com)

ஸ்மார்ட்போன்களுக்கான மிகவும் பிரபலமான வீடியோ செயலி. படங்கள்மீது மையத்தைக் குவிப்பதில் கட்டுப்பாடு அளிப்பது, படத்தை ஒளிக்கு பரவச்செய்வது (எக்ஸ்போசர்) மற்றும் ஒயிட் பாலன்ஸ் என பல்வேறு வசதிகளை அளிக்கிறது. ஜூம் செய்யலாம், படங்களை நிலைப்படுத்தலாம். ஒலிப்பதிவை உணர்த்தும் ஆடியோமீட்டர் வசதியும் உள்ளது. பிரேம் விகிதத்தை மாற்றலாம். காமிரா ரோலில் படங்களைச் சேமிக்கிறது.

ஐபோனுக்கான ஐமூவி (www.apple.com/in/imovie) வீடியோவுக்கான எண்ணற்ற வசதிகளைக் கொண்டுள்ளது.

கைனமாஸ்டர் (www.kinemaster.com)

ஸ்மார்ட்போனிலேயே வீடியோக்களை எடிட் செய்வதற்கான செயலி. வீடியோ காட்சிகளை குவியலாக வைத்துக்கொண்டு, அவற்றில் தேவையானதை தேர்வு செய்து, தேவையான வரிசையில் இணைத்து முழு படத்தொகுப்பை உருவாக்கலாம். பின்னணி சேர்ப்பது, பி-ரோல் சேர்ப்பது போன்றவை எல்லாம் சாத்தியம். எழுத்துக்களை இடம்பெற வைப்பதும் சாத்தியம். பவர்டைரக்டர் (PowerDirector) போன்ற செயலிகளும் இதற்கு உதவுகின்றன.

வாய்ஸ் மெமோஸ் (https://voice-memos.appspot.com), ரோட் ரெக் (www.rode.com/software/roderec) உள்ளிட்ட செயலிகள் ஒலிப்பதிவுக்கு உதவுகின்றன.

இவைதவிர, படங்களில் துணை தலைப்புகளைச் சேர்க்க வழி செய்யும் செயலிகளும் இருக்கின்றன. இவற்றில் பெரும்பாலான செயலிகள் ஆண்ட்ராய்டு, ஐபோன் இரண்டுக்குமானவை. ஒரு சில ஐபோனுக்கு பிரத்யேகமானவை. பல செயலிகள் இலவசமானவை என்றாலும், தொழில்முறை வடிவங்களுக்கு கட்டணம் உண்டு. முதலில் இலவச சேவையைப் பயன்படுத்திவிட்டு, தேவை மற்றும் சாத்தியம் எனில் கட்டண செயலிகளை நாடலாம்.

இவைதவிர நிறுவனங்களுக்கு என்று, செல்பேசி இதழியலுக்குத் தேவையான மொத்த தொழில்நுட்ப தொகுப்பை அளிக்கும் சேவைகளும் இருக்கின்றன. தொலைக்காட்சி மற்றும் வீடியோவில் கவனம் செலுத்த விரும்பும் பெரிய நிறுவனங்கள் இவற்றை நாடலாம்.

29

செல்பேசி இதழியலில் அறம்!

இதழியலில் அறம் முக்கிய பங்கு வகிக்கிறது. எந்தச் செய்தியையும் சேகரித்து வெளியிடும்போது, மற்ற எந்த விஷயத்தையும்விட அதன் உண்மைத்தன்மையை உறுதி செய்வதை இதழாளர்கள் இன்றியமை யாததாகக் கருதுகின்றனர். ஆசிரியர் குழுவின் வழிகாட்டுதலும், செய்தி சேகரிப்பு தொடர்பான பொதுவான நெறிமுறைகளும் இதற்கு உதவுகின்றன.

எந்தச் செய்தியை எப்படி வெளியிட வேண்டும் என்பதற்கு நெறிமுறைகளும் கடைப்பிடிக்கப்பட வேண்டும். ஒரு செய்தியை வெளியிடத் தீர்மானிக்கும்போது, பொதுநலனே அதற்கான ஆதார அம்சமாக அமைகிறது. அதேபோல ஒரு செய்தியை வெளியிடாமல் இருக்க தீர்மானிக்க நேர்ந்தாலும், பொதுநலனே அதற்கான காரணமாக அமைகிறது. எந்த ஒரு செய்தியாலும் பொது அமைதிக்கு பாதிப்பு ஏற்பட்டுவிடக்கூடாது என்ற நோக்கில் மிகுந்த கவனத்துடனே செய்திகள் வெளியிடப்படுகின்றன. செய்தியின் தலைப்பு துவங்கி, அதில் இடம்பெறும் தகவல்கள், அதன் நடை என்று அனைத்து விஷயங்களும் நெறிமுறைக்கு உட்பட்டு அமைந்திருக்க வேண்டும்.

குறிப்பிட்ட மதம் அல்லது இனம், சமூகம் சார்ந்த செய்தி எனில் மிகுந்த கவனத்தோடு கையாளப்படுகிறது. அதேபோல, தனிமனிதர்கள் மனதில் பாதிப்பை ஏற்படுத்தக்கூடிய செய்திகளும் தகவல்களும்

கவனமாக பரிசீலிக்கப்படுகின்றன. இதழியலின் அறம்பற்றி தனியே விவரிக்கலாம் என்றாலும், இதழியலுக்கான அடிப்படை அறம் செல்பேசி இதழியலுக்கும் பொருந்தும் என்பதை மட்டும் இங்கு நினைவில் கொண்டால் போதும்.

அதே நேரத்தில் செல்பேசி இதழியலின் தன்மை அதற்கே உரிய அறம் சார்ந்த கேள்விகளையும், சிக்கல்களையும் உண்டாக்குவதை மனதில்கொள்ள வேண்டும்.

செல்பேசி வாயிலாக செய்தி சேகரித்து வெளியிடும்போது சாத்தியமாகும் உடனடித்தன்மை மற்றும், மற்றவர்கள் அறியாமல் அவர்களை படம் பிடிக்கும் வாய்ப்பு ஆகிய இரண்டு அம்சங்களும் அறம் சார்ந்த சிக்கல்களை உண்டாக்கலாம்.

செல்பேசி இதழியலில் வேகம் முக்கிய அம்சமாக இருக்கிறது. சம்பவ இடத்தில் இருந்து செய்தியை பதிவு செய்தவுடன் அதை உடனே உலகுடன் பகிர்வதற்கான வாய்ப்பு இருக்கிறது. பலரும் இந்த உடனடித்தன்மையை விரும்புகின்றனர். ஆனால், ஒரு செய்தி ஏற்படுத்தக்கூடிய பாதிப்பு அல்லது விளைவுகளை சீர் தூக்கிப் பார்ப்பதற்கான நேரம் இல்லாமல் போகிறது. இதனால் தவறுகள் நிகழலாம். அதிலும் குறிப்பாக ஸ்டிரீமிங் எனச் சொல்லப்படும் இணைய நேரலை வசதியைப் பயன்படுத்த முற்படும் போது எதிர்பாராத தவறுகள் நிகழ வாய்ப்புள்ளது. இவற்றை உணர்ந்திருப்பதும், எப்போதும் அறம் சார்ந்த செயல்களை மனதில் கொண்டிருப்பதும் இதழாளர்களுக்கு வழிகாட்டும்.

குறிப்பிட்ட செய்தி அல்லது படம் கையில் கிடைத்தவுடன் அதை வெளியிடுவதற்கு முன், அந்தச் செய்தியை வெளியிடுவது அறம் சார்ந்த சட்டகத்திற்குள் வரவில்லை எனும் சந்தேகம் எழுந்தால், அதுபற்றி யோசிப்பது நல்லது. இதுபோன்ற நேரங்களில் குறிப்பிட்ட அந்த செய்தி வேறு யாராலேனும் பகிரப்படலாம் என்ற எண்ணம் இதழாளர்கள் மீது தாக்கத்தை ஏற்படுத்தக்கூடாது. எப்படியும் இணையத்தில் வெளியாகும் வாய்ப்பிருப்பது என்பது அறம் மீறிய செய்திகளை வெளியிடுவதற்கான நியாயமாகாது.

அதே போல, ஏற்கெனவே இணையத்தில் வெளியாகி பரவலாக பரவி விட்டது எனும் காரணத்தினாலேயே இதழாளர்கள் தவறான ஒரு செய்தியை தாங்களும் வெளியிடக்கூடாது. உதாரணத்திற்கு ஆபாசமான படம் அல்லது கோரமான காட்சி இணையத்தில் பரவுவது செய்திதான் என்றாலும், அந்தச் செய்தியை வெளியிடும்போது, மூல படத்தை மறு வெளியீடு செய்வதைத் தவிர்க்கவேண்டும்.

செல்பேசி இதழியலில் ஈடுபடும்போது கவனிக்க வேண்டிய மற்றொரு முக்கிய விஷயம், மற்றவர்கள் அறியாமல் அவர்களை படம் பிடிப்பதற்கான வாய்ப்பு. இப்போது பெரும்பாலானோர் கையில் காமிரா வசதி கொண்ட போன் இருப்பதால், எந்த ஒரு நிகழ்வையும் உடனே படம் பிடிக்க முடிகிறது. சில நேரங்களில் இந்த காட்சிகள் கேலியாகவும், கிண்டலாகவும் அமையலாம். சில நேரங்களில் இவை முக்கியமானவையாக அமையலாம். சில நேரங்களில் இவை பரபரப்பானவையாக அமையலாம். ஆனால் எந்தச் சூழலிலும் படம் பிடிக்கும் காட்சிகள் மற்றவர்களின் தனி உரிமையை மீறாதவகையில் இருக்கவேண்டும். இன்னொருவர் தனி உரிமையை பாதிக்கும் எந்த ஒரு காட்சியையும் பகிராமல் இருப்பதே சரியானது.

தற்செயலாக படம் பிடிக்கும் காட்சிகளை பகிர்ந்து கொள்ளும் போது, அதனால் சமூகத்திற்கு ஏற்படக்கூடிய பலன்கள் மற்றும் பாதிப்புகளை கருத்தில்கொள்ளவேண்டும். உண்மைக்கு வலு சேர்க்கக்கூடிய மற்றும் உண்மையைத் தெளிவுபடுத்த உதவும் காட்சிகளை மட்டுமே பகிர்வது சரியாக இருக்கும். இணையத்தில் குவிந்துகொண்டிருக்கும் குப்பை தகவல்களில் இருந்து மக்களைக் காப்பாற்ற இந்த அறக்கட்டுப்பாடு அவசியம்.

செல்பேசி பயன்பாடு சகஜமாகி இருப்பதால், செல்பேசியால் படம் பிடிக்கப்படுவதை யாரும் பெரிதாக எடுத்துக்கொள்வதில்லை. மேலும் செல்பேசியால் படம் பிடிக்கப்படும்போது அதை பெரும் பாலானோர் ஊடுருவலாகவும் நினைப்பதில்லை. பல முன்னோடி செல்பேசி இதழாளர்கள் நேர்காணலில் ஈடுபடும்போது முன்பின் அறியாத சாமானியர்களும் சரி, பிரபலங்களும் சரி செல்பேசியை ஊடுருவலாகக் கருதாமல் இயல்பாகக் கருதுவதை சாதகமான அம்சமாக சுட்டிக்காட்டியுள்ளனர்.

ஆனால், செல்பேசி ஏற்படுத்தித் தரும் இணக்கத்தை தவறாகப் பயன்படுத்திக்கொள்ளக்கூடாது. திட்டமிட்டு படப்பிடிப்பை மேற்கொள்ளும்போது, சம்பந்தப்பட்டவர்களிடம் அதுபற்றி தெரிவிப்பதே முறை. செல்பேசி கதைகளை உருவாக்கும்போது, அது பற்றித் தெரிவித்து அனுமதி பெற்றே படம்பிடிக்கவேண்டும்.

மேலும், பொது இடங்களில் படம் பிடிப்பது தொடர்பான சட்ட விதிகளையும் பின்பற்ற வேண்டும். பொது இடங்களில் படம் பிடிக்க அனுமதி தேவை எனில் முறையான அனுமதி பெறவேண்டும். தனி உரிமை மற்றும் சட்ட விதிகள் இரண்டையும் மீறாமல் இருப்பது முக்கியம். சட்ட விதிகள்போலவே காப்புரிமை பொருந்தக்கூடிய

இடங்களில் அதற்கான விதிகளுக்கும் கட்டுப்பட்டு நடக்க வேண்டும்.

செல்பேசி இதழியல் கையில் உள்ள செல்பேசியை ஓர் ஆயுதமாக மாற்றியிருக்கிறது. அதை பொறுப்புடன் கையாள வேண்டும்.

இணைய யுகத்தில் யார் வேண்டுமானாலும் செய்தியாளர் ஆகலாம் என்று சொல்லப்படுகிறது. செல்பேசி இதை மேலும் உறுதியாக்கி உள்ளது. ஆனால், வெளியீட்டு வசதி மட்டுமே ஒருவரை செய்தியாளராக ஆக்கிவிடுவதில்லை. அது ஒரு வாய்ப்பு மட்டுமே. செய்தி சேகரிப்பை தொழில்முறையாக மேற்கொள்வதும், அதை அறம் சார்ந்து செய்வதுமே ஒருவரை இதழாளராக உருவாக்குகிறது. இதை மனதில் கொண்டு செயல்பட வேண்டும்.

30

செல்பேசி வழி செய்திகள்

செல்பேசி இதழியல் எனும் போது பெரும்பாலும் வீடியோ சார்ந்த முயற்சிகளே அதிகம் முன்னிறுத்தப்படுகிறது. நவீன செல்பேசியிலேயே வீடியோ எடுத்து, அதிலேயே எடிட் செய்து ஒரு நேர்த்தியான தொகுப்பாக ஒளிபரப்புவதற்கான நம்ப முடியாத ஆற்றல் இதற்கு முக்கிய காரணம். ஆனால் செல்பேசி இதழியல் என்பது வீடியோ சார்ந்தது மட்டும் அல்ல; வரி வடிவ செய்தி வெளியீட்டிற்கும் செல்பேசியை பயன்படுத்தலாம். செல்பேசி மூலம் எடுக்கப்படும் புகைப்படங்கள் இதற்கு உறுதுணையாக இருக்கும். அதேபோல ஒலி வடிவிலான கதைகள் மற்றும் வானொலி நிகழ்ச்சிகளுக்கும் செல்பேசியை பயன்படுத்தலாம். இவை எல்லாமே செல்பேசி இதழியலின் அங்கமே.

ஏற்கெனவே பார்த்ததுபோல, உண்மையில் பல்லூடகத்தன்மை யுடன் உள்ளடக்கத்தை உருவாக்க வழி செய்வதே செல்பேசி இதழியலின் தனித்தன்மையாக இருக்கிறது. இத்தகைய உள்ளட கத்திற்கான தேவையை நவீன தொழில்நுட்ப வசதிகள் ஏற்படுத்தி யிருப்பதே செல்பேசி இதழியலின் எழுச்சிக்கும் வித்திட்டுள்ளது.

வரி வடிவ செய்தியில் துவங்கி நேர்த்தியான வீடியோ ஒளிபரப்பு வரை பலவிதமான உள்ளடக்கத்தை நவீன செல்பேசியில் உருவாக்க முடியும் என்றாலும், எந்த உள்ளடக்கத்திற்கு எத்தகைய வடிவத்தை தேர்வு செய்வது என்பது முக்கியமாகிறது. வரி வடிவ செய்தி பழைய

வடிவமாகி விட்டது என அலட்சியம் செய்யவேண்டிய அவசியமும் இல்லை. உலகம் வீடியோமயமாகிவிட்டது என எல்லாவற்றையும் வீடியோ வடிவில் உருவாக்கவேண்டிய நிர்பந்தமும் இல்லை. உள்ளடக்கத்தின் தன்மையே இதைத் தீர்மானிக்கிறது. அது மட்டும் அல்ல பல நேரங்களில் ஒரே செய்திக்கு ஒன்றுக்கு மேற்பட்ட வடிவத்தையும் பயன்படுத்தி அதன் வீச்சையும், புரிதலையும் அதிகமாக்கலாம்.

இதழாளர்களின் பணி என்ன? செய்திக்கான தகவலைச் சேகரித்து செய்தி அறைக்கு அனுப்பி வைப்பதாகும். ஒரு காலத்தில் செய்தியாளர் கள் தாங்கள் சேகரிக்கும் செய்தியை அலுவலகம் வந்து எழுதிக் கொடுக்கும் அல்லது டைப் செய்யும் வழக்கம் கொண்டிருந்தனர். அவசரம் எனில் அந்தச் செய்தியை சுருக்கமாக தொலைபேசி மூலம் தெரிவிக்கலாம் அல்லது தொலைநகர் (பேக்ஸ்) வாயிலாக அனுப்பி வைக்கலாம். இந்த செயல்முறையை தொழில்நுட்ப வளர்ச்சி பல்வேறு விதங்களில் மேம்படுத்தி வந்திருக்கிறது. இதனிடையே செல்பேசியின் வருகை, முதல் முறையாக இருந்த இடத்தில் இருந்தே செய்தியை அனுப்பி வைக்கும் வசதியை இதழாளர் களுக்கு வழங்கியது. உடனடி முக்கியத்துவம் கொண்ட செய்தி எனில், இதழாளர் களத்தில் இருந்தே அதை குறுஞ்செய்தி வாயிலாக செய்தி அறைக்கு அனுப்பி வைக்க முடியும். அநேகமாக இதுவே செல்பேசி இதழியலின் துவக்கப்புள்ளியாக அமைகிறது.

குறுஞ்செய்தி வசதி இப்போது சாதாரணமான சேவையாகி விட்டாலும், துவக்கத்தில் இது எத்தனை புரட்சிகரமானதாக இருந்தது என்பதை நாம் மறந்துவிடக்கூடாது. மற்ற தகவல் தொடர்பு சாதனங்கள் செல்லுபடியாகாத இடங்களில்கூட, தகவல் களைக் கொண்டு செல்வதற்கான வாகனமாக செல்பேசி இருந்ததும், மற்ற சாதனங்கள்போல் அல்லாமல் ஏழை எளியவர்கள்கூட அடிப்படை செல்பேசியை வைத்திருக்க வாய்ப்பு இருந்ததும், இதற்கு எல்லையில்லா வீச்சைக் கொடுத்தது. இதன் காரணமாகவே செய்தி வெளியீடு முதல் மீட்பு பணி ஒருங்கிணைப்புவரை பலவற்றுக்கு செல்பேசிகள் பயன்பட்டிருக்கின்றன. (இது தொடர்பான முன்னோடி முயற்சிகளைத் தனியே பார்க்கலாம்.)

இந்தக் காலகட்டத்தில் செல்பேசியை பயனுள்ள கருவி என்பதை மீறி இதழாளர்கள் பெரிதாகக் கருதவில்லை. ஆனால், தொழில்நுட்ப பாய்ச்சல், செல்பேசி வழி செய்தி சேகரிப்பில் பெரும் மாற்றத்தைக் கொண்டு வந்தது. செல்பேசி வாயிலாக செய்தியை அனுப்பி வைப்பது மட்டும் அல்ல, இந்த அனுப்பி வைப்பது எனும் தேவையைக்கூட அது இல்லாமல் செய்தது. செய்தி சேகரித்தபிறகு

அதைச் செய்து அறைக்கு ஏன் அனுப்பி வைக்கவேண்டும். நேரடியாக அதிலேயே பகிர்ந்து கொள்ளும் வசதி சாத்தியமானது. அதாவது செல்பேசி ஒரு முழு ஊடகமாக மாறி அதன் மூலமாகவே செய்தி வெளியிடுவதும் சாத்தியமானது. இதன் பொருள் இதழாளர் எனும் இடைமுகம் தேவையில்லாமல் போனதாகவும் புரிந்து கொள்ளலாம்.

இடைப்பட்ட காலத்தில் வலைப்பதிவு சேவை மற்றும் சமூக ஊடக வசதி எல்லோரும் செய்தியாளராகும் சாத்தியத்தை உருவாக்கியிருந்ததே இதற்கு முக்கிய காரணம். எந்த ஒரு தகவலையும் டிவிட்டர் அல்லது பேஸ்புக் மூலம் உடனடியாகப் பகிர்ந்துகொள்ள முடிந்தது. இந்தச் சேவைகளை நவீன செல்பேசியிலேயே அணுகலாம் எனும்போது, செல்பேசியில் செய்தி சேகரித்த மறுகணமே அதை உலகுடன் பகிர்ந்துகொள்வதும் சாத்தியமானது.

வெளியீட்டு வசதி மட்டுமே ஒருவரை இதழாளராக்கி விடுமா என்பது ஆழமான விவாதத்திற்கு உரிய கேள்வி என்றாலும், நவீன செல்பேசிகள் வெளியீட்டு வசதியை எளிதாக்கியுள்ளன என்பதை மட்டுமே மனதில் கொண்டால் போதுமானது. சாமானியர்கள் செய்திகளை வெளியிட இந்த வசதி வழி செய்ததோடு, பல நேரங்களில் அவர்களுடன் இணைந்து பணியாற்ற வேண்டிய தேவையையும் இதழாளர்களுக்கு ஏற்படுத்தியுள்ளது.

சமூக ஊடகங்களில் பகிரப்படும் தகவல்களை முதல் கட்ட செய்தியாக வைத்துக்கொண்டு இதழாளர்கள் மேலும் தகவல்களைச் சேகரித்து புதிய கோணத்தில் ஆழமான செய்தி தொகுப்பை வழங்கும் தேவை இருக்கிறது. செய்திகளைத் தெரிந்துகொள்ள இதழாளர்கள் அணுக வேண்டிய ஆதார மையங்களில் ஒன்றாக சமூக ஊடக வெளி அமைந்திருக்கிறது. பேஸ்புக், டிவிட்டர் பதிவுகளில் செய்திக்கான தோற்றுவாயைத் தேடுவதோடு, களத்தில் செய்தி சேகரிக்கச் செல்லும் போது, மற்ற தகவல்களைச் சேகரிக்கும் அதேநேரத்தில், சாமானியர்கள் யாரேனும் நிகழ்வின் காட்சிகளை பதிவு செய்துள்ளனரா எனத் தேடுவதும் இதழாளரின் செயல்முறையாகி இருக்கிறது. இப்படி தொழில்முறை இதழாளர்கள் மற்றும் சாமானியர்கள் இணைந்து செயல்படும் போக்கு வலைப்பின்னல் இதழியல் எனக் குறிப்பிடப்படுகிறது. அது மட்டும் அல்ல சமூக ஊடக வெளியில் புற்றீசல்போல பரவும் தகவல்களை ஆய்வு செய்து, அவற்றின் உண்மைத்தன்மையை சோதித்து தகவல்களை உறுதி செய்யும் தலையாய கடமை இதழாளர்களுக்கு இருக்கிறது.

இதில் கவனிக்க வேண்டிய விஷயம் என்னவெனில், செல்பேசியை செய்தி வெளியீடு ஊடகமாகவும் மாறியிருப்பது, இதழாளர்களும்

அவ்விதமே செயல்பட வேண்டிய தேவையை ஏற்படுத்தி யிருக்கிறது என்பதுதான். இந்த அம்சமே செல்பேசி இதழியலின் உள்ளார்ந்த தேவையாகவும் உருவெடுத்துள்ளது.

செய்தியை சேகரித்ததும் இதழாளர்கள் அதை செய்தி அறைக்கு அனுப்பி வைப்பதோடு தனது பணி முடிந்தது என நினைக்க முடியாது. அந்த செய்தி அச்சு வடிவம் அல்லது இணைய பதிப்பில் வெளியாவதற்கு முன், சமூக ஊடகங்களிலும் பகிர்ந்துகொள்ள வேண்டிய தேவை ஏற்பட்டுள்ளது.

செய்திகளைப் பெறுவதற்கான சாத்தியங்களும் வழிகளும் பொது மக்களுக்கு அதிகரித்திருக்கும் காலகட்டத்தில் இனியும் அவர்கள் மறுநாள் நாளிதழுக்கோ அல்லது இரவு தொலைக்காட்சி செய்திகளுக்கோ காத்திருப்பதில்லை. விரும்பிய நேரத்தில், விரும்பிய சாதனங்களில் செய்திகளை அணுகுகின்றனர். தலைகீழாக மாறிவிட்ட இந்த செய்தி நுகர்வு பழக்கத்திற்கு ஈடு கொடுக்கும் வகையில், ஊடகங்களும் ஒற்றை வடிவ செய்தி வெளியீட்டு முறையில் இருந்து விடுபட்டு அனைத்துச் செய்தி வெளியீட்டு மேடைகளிலும் செயல்படும் நிர்பந்தம் ஏற்பட்டுள்ளது. ஆக, ஒரு நாளிதழ் இணைய பதிப்பை மட்டும் வைத்திருந்தால் போதாது. அதன் செய்திகள் டிவிட்டர், பேஸ்புக் உள்ளிட்ட சமூக ஊடக பரப்பிலும் பகிரப்படவேண்டும். இவற்றின் வழியே செய்திகளை நாடும் வாசகர்களை இழக்காமல் இருக்க இதுவே வழி.

எனவே, ஊடகங்கள் அனைத்து மேடைகள் வாயிலாகவும் செய்திகளை அந்தந்த வடிவங்களுக்கு ஏற்ப வெளியிடவேண்டும். பெரும்பாலான ஊடகங்கள் இதைச் செய்துவருகின்றன. இதன் நீட்சியாக, செய்தி சேகரிக்கும் இதழாளர்களும், செய்திஅறைக்கு செய்தியை அனுப்பும் அதே நேரத்தில் அல்லது அதற்கு முன்னதாகவே தாங்கள் பணிபுரியும் ஊடக வாசகர்கள் நலனுக்காக சமூக ஊடகங்களில் செய்திகளைப் பகிர்ந்துகொள்ளவேண்டிய நிலை இருக்கிறது. செல்பேசி இதழியல் இந்தத் தேவையைக் கச்சிதமாக நிறைவேற்றுகிறது.

அரசியல் கட்சி மாநாட்டிற்கு செய்தி சேகரிக்கச் செல்லும் இதழாளர், மாநாட்டிற்காக திரண்டுள்ள தொண்டர்கள், அவர்களின் மனநிலை போன்ற விபரங்களை களத்தில் இருந்தபடியே செல்பேசி மூலம் ஏற்ற ஊடக சாதனங்களில் பகிர்ந்துகொள்ளவேண்டும். அதேபோல வெள்ள பாதிப்பு தொடர்பான செய்தி சேகரிக்கும் போது, முதல் கட்ட தகவல்களை குறும்பதிவுகளாக பகிர்ந்து கொள்வது பொருத்தமாக இருக்கும். இவற்றுடன் பொருத்தமான புகைப்படங்களையும் இணைக்கலாம். பின்னர், அதிக

தகவல்களோடு விரிவான செய்தியை பதிவு செய்யலாம். வீடியோ வடிவிலும் இது அமையலாம்.

மாறாக விளையாட்டுப் போட்டிக்கான துவக்க விழா எனில், புகைப்படத் தொகுப்பாக அல்லது வீடியோ பதிவாக நிகழ்ச்சியைப் பதிவு செய்வது பொருத்தமாக இருக்கும். தேவையில்லாமல் வார்த்தைகளில் விவரித்துக்கொண்டிருக்கவேண்டாம். உள்ளூர் நிகழ்ச்சிகளுக்கு இது இன்னும் பொருத்தமாக இருக்கும். இன்னும் சில இடங்களில் ஒலி வடிவில் செய்திகளை அளிப்பது பொருத்தமாக இருக்கும். உதாரணத்திற்கு ஆர்ப்பாட்டம் அல்லது போராட்டம் தொடர்பான செய்தி எனில், பாதிக்கப்பட்டவர்களின் கோரிக்கைகளை குரல் வழி பதிவாக வெளியிடலாம்.

அதேபோல பேரிடர் காலங்களில், அண்மை நிலவரம் சார்ந்த தகவல்களே உடனடித்தேவை. புயல் நிலவரம் அல்லது பாதிப்பின் தன்மையை உடனுக்குடன் குறும்பதிவுகளாக பகிர்ந்துகொள்வது பயனுள்ளதாக இருக்கும். இதுபோன்ற சூழலில் செல்பேசியில் இருந்து நிலைத்தகவல்களை புதுப்பிப்பது எளிது என்பது மட்டும் அல்ல, தேவை எனில் சம்பவ இடத்தில் இருந்தே நேரடி ஒளிபரப்பு செய்யலாம்.

இதேபோலவே தொடர் நிகழ்வுகள் அரங்கேறிக்கொண்டிருக்கும் சூழலில் இருந்து நேரடியாக குறும்பதிவுகளை வெளியிடலாம். இது லைவ் டிவீட்டிங் எனச் சொல்லப்படுகிறது. உதாரணத்திற்கு, மக்கள் மிகவும் ஆர்வத்துடன் எதிர்நோக்கும் வழக்கில் தீர்ப்பு வெளியாகிறது என்றால், நீதிமன்ற வளாகத்தில் இருந்தபடியே நடப்புகளை உடனுக்குடன் குறும்பதிவுகளாக பகிர்வது, துடிப்பாக அமையும்.

தொழில்நுட்ப கண்காட்சிகள், மாநாடுகளில் புதிய சேவைகள் அறிமுகமாகும்போது அவற்றை நேரடியாக வலைப்பதிவு வாயிலாகவும் வெளியிடலாம். இது லைவ் பிளாகிங் எனக் குறிப்பிடப்படுகிறது. குறும்பதிவுகளைவிட, பெரிய அளவில் தகவல் பகிர்வு தேவைப்படும் சூழல்களில் இந்த வசதியை நாடலாம். புதிய ரக போன் அறிமுகமாகும்போது அதன் அம்சங்களை விவரிக்க வலைப்பதிவு வடிவம் கைகொடுக்கும். செல்பேசியில் இருந்தே இதை மேற்கொள்ளலாம்.

இப்படி உள்ளடக்கத்தின் தன்மைக்கேற்றவகையில் செய்தி வெளியீட்டு முறையை தேர்வு செய்வது செல்பேசி இதழியலுக்கான முக்கிய அம்சமாக அமைகிறது.

இருந்த இடத்தில் இருந்தபடியே உடனுக்குடன் செய்தி வெளியிடும் வசதியை நவீன செல்பேசி ஏற்படுத்தித் தந்திருந்தாலும், இந்த வசதியை எல்லா நேரங்களிலும் பயன்படுத்தவேண்டிய கட்டாய மில்லை. களத்தில் இருந்து வழங்குவதன் பயனை நேயர்கள் உணரக்கூடிய இடங்களில் மட்டுமே இந்த வசதியைப் பயன்படுத்துவது பொருத்தமாக இருக்கும். இதற்கான வழிகாட்டுதலை இதழாளரான பிரிக்ஸ் தனது ஜர்னலிசம் நெக்ஸ்ட் புத்தகத்தில் செல்பேசி இதழியல் அத்தியாயத்தில் தெளிவாக விவரித்துள்ளார்.

31

செல்பேசி இதழியலும் சமூக ஊடகங்களும்!

பல ஆண்டுகளுக்கு முன் கன்னட நடிகர் ராஜ்குமார் கடத்தப்பட்ட போது, அவரை விடுவிப்பதற்கான நிபந்தனைகள் காட்டில் இருந்து வீரப்பனால் ஆடியோ கேசட் வடிவில் அனுப்பி வைக்கப்பட்டது நினைவிருக்கலாம். இந்த கடத்தல் பிரச்னை தமிழகம், கர்நாடகம் என இரு மாநிலங்களில் பதற்றமான சூழலை உருவாக்கிய நிலையில், அடுத்த கட்ட நகர்வு குறித்த செய்தியைத் தாங்கிவந்த இந்த கேசட்கள் பெரும் பரபரப்பை ஏற்படுத்தின.

இப்போது கேசட் என்பது கிட்டத்தட்ட வழக்கொழிந்துபோய் மறக்கப்பட்டுவிட்டாலும், அந்த கால கட்டத்தில் வீரப்பன் காட்டில் இருந்து தொடர்புகொள்வதற்கான முக்கிய ஊடகமாக ஆடியோ கேசட் இருந்தது. ஆனால் இடைப்பட்ட ஆண்டுகளில் தொழில்நுட்ப பாய்ச்சல் காரணமாக தகவல் தொடர்பில் பெரும் மாற்றங்கள் நிகழ்ந்திருக்கின்றன. இன்று யூடியூப், பேஸ்புக் உள்ளிட்ட சமூக ஊடகங்கள் கோலோச்சுகின்றன. எந்த நிகழ்வையும் வீடியோ பதிவாக்கி உடனடியாக பகிர்ந்துகொள்ள முடிகிறது.

வீடியோ சார்ந்த பதிவுகளை சமூக ஊடகங்களில் பகிர்ந்துகொள்ளும் ஆற்றல் மற்றும் அதற்குக் கிடைக்கக்கூடிய வீச்சு, செல்பேசி இதழியலில் ஏற்படுத்தியிருக்கும் தாக்கத்தைப் புரிந்துகொள்ள வீரப்பனையும், யூடியூப்பையும் இணைத்துப்பார்ப்பது பொருத்தமாகவே இருக்கும். சந்தனக் கடத்தல் வீரப்பன் காலத்தில் யூடியூப்

உள்ளிட்ட சமூக ஊடகங்கள் கிடையாது. இருந்திருந்தால் அவை எப்படி பயன்படுத்தப்பட்டிருக்கும் என்பது சுவாரஸ்யமான கேள்வி.

சமூக ஊடகங்களின் தாக்கத்தைப் புரிந்துகொள்ளவும் உதவக்கூடிய இந்தக் கேள்விக்கான பதில் அனுமானங்களின் அடிப்படையில் எப்படி வேண்டுமானாலும் விரியலாம் என்றாலும், செல்பேசி இதழியலுக்கான கையேட்டில் 'மோஜோவும் சமூக வலைப்பின்னல்களும், சமூக ஊடகங்களும்' எனும் அத்தியாயத்தில் ஸ்டீபன் குவைன் சுட்டிக்காட்டும் உதாரணத்தை இங்கே பொருத்திப் பார்ப்பது சரியாக இருக்கும்.

2014 ம் ஆண்டு செப்டம்பர் மாதம் ஐ.எஸ்.ஐ.எஸ் அமைப்பு பிரிட்டிஷ் தன்னார்வலர் டேவிட் ஹைன்ஸ் மற்றும் அதற்கு பின் பத்திரிகையாளர் ஸ்டீவன் சாட்லாப் ஆகியோர் கொல்லப்படும் வீடியோ காட்சியை யூடியூப்பில் வெளியிட்டதை இந்த அத்தியாயத்தின் துவக்கத்தில் குவைன் சுட்டிக்காட்டுகிறார். இந்த சம்பவத்திற்கு இரண்டு வாரங்களுக்கு முன்தான், டேவிட் போலி என்பவர் இதே அமைப்பால் கொடூரமாகக் கொல்லப்படும் காட்சி வீடியோவாக வெளியிடப்பட்டது.

அமெரிக்க அரசு ஈராக்கில் நடத்தும் தொடர் தாக்குதலுக்கு பதிலடியாக இந்தப் படுகொலைகள் என ஐ.எஸ்.ஐ.எஸ் அமைப்பு கூறியது. இது கொடூரமானது என்றாலும், இந்தப் படுகொலை வீடியோக்கள் இணையத்தில் வெளியானபோது ஏற்படுத்திய தாக்கத்தையும், திகைப்பையும் அத்தனை எளிதில் மறந்துவிட முடியாது. ஒருவிதத்தில் இணையத்தின், குறிப்பாக சமூக ஊடகத்தின் வீச்சை அதன் இருண்ட முகத்துடன் உணர்த்தும் சம்பவங்களாக இதைக் கருதலாம்.

இணையத்தில் யார் வேண்டுமானாலும், எதை வேண்டுமானாலும் எளிதாக வெளியிடலாம் என்பதற்கான எதிர்மறை உதாரணங்களாக அவை அமைகின்றன. இதை எப்படி எதிர்கொள்வது என்பது முக்கிய கேள்வியாக இருப்பதோடு, நவீன செல்பேசி வீடியோ எடுப்பதையும், உடனடியாக சமூக ஊடகங்களில் பகிர வழி செய்திருப்பதையும் எப்படி அணுகுவது எனும் கேள்வியையும் எழுப்புகிறது.

செல்பேசியின் பயனால் யூடியூப், பேஸ்புக், வாட்ஸ் அப் உள்ளிட்ட சமூக ஊடகங்களில் வீடியோக்கள் குவிகின்றன. இவற்றில் பெரும்பாலான வீடியோக்களின் தரமும் அதைவிட முக்கியமாக நம்பகத்தன்மையும் கேள்விக்குறியாக இருப்பது கவலை தரும்

அம்சமாக இருக்கிறது. அதிலும் குறிப்பாக மூல வீடியோக்கள் தவறான தகவல்களுடன் பகிரப்படுவது மற்றும் பல்வேறு திரிபுகளுடன் பகிரப்படுவது இதை மேலும் மோசமாக்குகின்றன.

இந்தப் பின்னணியில் செல்பேசி இதழியலின் ஆற்றலை சீர் தூக்கிப்பார்ப்பது பொருத்தமாகவே இருக்கும்.

எளிதாக வீடியோ எடுக்கும் வசதி மற்றும் அவற்றை இணையத்தில் வெளியிடும் வசதி, புதிய வாய்ப்புகளோடு, புதிய சிக்கல்களையும் கொண்டு வந்துள்ளது. யூடியூப் தளத்தில் வெளியாகும் வீடியோக்களில் அருமையானவை, பார்த்து ரசிக்கக்கூடியவை என ஆயிரக்கணக்கில் இருந்தாலும், ஒட்டுமொத்தமாக பகிரப்படும் வீடியோக்களை கருத்தில்கொண்டு பார்க்கும்போது இவற்றின் எண்ணிக்கை 2 சதவிகிதத்துக்கும் குறைவாக இருக்கிறது என்கிறார் ஸ்டீபன் குவைன். அதிக விவாதம் இல்லாமல் இதை ஏற்றுக்கொள்ளலாம்.

இந்த சிக்கல், ஊடகம், பயனாளிகள் உருவாக்கும் உள்ளடக்கம் மற்றும் சமூக ஊடகங்கள் இடையிலான உறவை உணர்த்துவதாகவும் குவைன் குறிப்பிடுகிறார். இந்த உறவுச் சங்கிலியில் எந்த அளவு போதாமைகள் இருக்கின்றனவோ அந்த அளவு வாய்ப்புகளும் இருக்கின்றன என்பதே மனதில்கொள்ளவேண்டிய விஷயம்.

தரமற்ற வீடியோக்கள் முக்கிய பிரச்னை என்றால், செல்பேசியை திறம்பட கையாள்வதன் மூலம் நேர்த்தியான வீடியோக்களை உருவாக்கலாம் என்பது அளப்பறிய வாய்ப்பாகும். செல்பேசி இதழியலின் அடிப்படைகளை கடைப்பிடிப்பதன் மூலம் தரமான உள்ளடக்கத்தை உருவாக்க முடியும்.

இந்த வாய்ப்பை அனைத்துத் தரப்பினரும் குறிப்பாக ஊடகத்தில் உள்ளவர்கள் பயன்படுத்திக்கொள்ளவேண்டும்.

இரண்டாவது பிரச்னை சமூக ஊடக ஆக்கங்களின் நம்பகத்தன்மை. ஒரு வீடியோ அல்லது படம் எந்த இடத்தில், எப்போது, எந்த நோக்கத்திற்காக எடுக்கப்பட்டது என்பது தெரியாத நிலை யூகங்களுக்கும், வதந்திகளுக்குமே வழிவகுக்கிறது. ஒரு பிரச்னை கொழுந்துவிட்டு எரியும்போது, அந்தச் சம்பவம் தொடர்பான வீடியோ எனும் பெயரில் பழைய வீடியோ அல்லது வேறு வீடியோ தவறாக பகிர்ந்துகொள்ளப்படும்போது பல பிரச்னைகளை ஏற்படுத்துகிறது.

இது, சமூக ஊடகத்தில் உண்மை எது, பொய் எது எனும் கேள்வியை வலுவாக எழுப்புகிறது. சமூக ஊடகங்கள் வாயிலாக பகிரப்படும்

தகவல்களை எப்படி நம்புவது எனும் கேள்வியையும் எழுப்புகின்றது. ஆனால் அதற்காக சமூக ஊடக பகிர்வுகள் அனைத்துமே பொய்யானவை என்றோ பிரச்னைக்குரியவை என்றோ முடிவுக்கு வந்துவிடக்கூடாது. சமூக ஊடகங்களை அலட்சியப்படுத்துவதும் தவறாகவே அமையும்.

இந்த இடத்தில் இதழாளர்கள் உள்பட அனைத்துத் தரப்பினருக்கும் கூடுதல் பொறுப்பு ஏற்படுவதாக குவைன் குறிப்பிடுகிறார்.

சமூக ஊடகங்கள் உள்பட இணையத்தில் வெள்ளமென வெளியாகும் காட்சிகளையும், தகவல்களையும் அலசி ஆராய்ந்து அவற்றின் நம்பகத் தன்மையை உறுதி செய்யும் பொறுப்பு இதழாளர்களுடையதாகிறது. இணைய நுட்பம் இதழியல் துறையில் பெரும் மாற்றத்தை ஏற்படுத்தியிருப்பதும், இன்னமும் ஏற்படுத்திக்கொண்டிருப்பதும் நாம் அறிந்ததே. சிலகாலம் முன்வரை செய்திகளை வெளியிடுவது என்பது இதழாளர்களின் பிரத்யேகக் கடமையாக இருந்தது. தகவல்களைச் சேகரிப்பதும் அவற்றை வெளியிடுவதும் இதழாளர்களுக்கு மட்டுமே சாத்தியமாகி வந்தது, அவர்களுக்கு ஒருவித சிறப்பு அந்தஸ்தையும் அளித்தது.

ஆனால் இணைய யுகத்தில், இந்த நிலை இனியும் இல்லை. வலைப்பதிவுகள், விக்கி, சமூக ஊடகங்கள் என பலவிதங்களில் சாமானியர்களும் தகவல்களையும், செய்திகளையும் பகிர முடிகிறது. வெளியீடு வசதி பரவலாகி இருப்பது இதழாளர்களின் பிரத்யேகத்தன்மையை கேள்விக்குறியாக்கி உள்ளது. யார் வேண்டுமானாலும் செய்தி வெளியிடும் சாத்தியம், குடிமக்கள் இதழியல் எனும் கருத்தாக்கத்தை வலுப்பெற வைத்துள்ளது.

யார் வேண்டுமானாலும் செய்தி வெளியிடலாம் எனும் வாய்ப்பு இதழாளர்களின் மகுடத்தை அகற்றியிருக்கிறதே தவிர அவர்கள் அடிப்படை கடமையை எந்தவிதத்திலும் பாதித்துவிடவில்லை. இணைய யுகத்திற்கு ஏற்ப இதழாளர்கள் தங்கள் பணியை மாற்றி அமைத்துக்கொள்ள வேண்டியிருக்கிறது. செய்தி சேகரிப்பது என்பது இப்போது இதழாளர்களுக்கு மட்டுமே உரிய பணி இல்லை என்றாலும், செய்திகளை சரி பார்த்து உறுதி செய்வது எனும் முக்கிய பொறுப்பு அவர்களுக்கு உரியதாகத் தொடர்கிறது.

உடனடிச்செய்திகளை வெளியிடும் வாய்ப்பு இதழாளர்களுக்கென பிரத்யேகமாக இருந்த நிலை மாறிவிட்டது என்பதோடு, பல நேரங்களில், சமூக ஊடகங்கள் உள்பட இணையத்தில் பகிரப்படும் தகவல்களை துவக்கப்புள்ளியாகக் கொண்டு இதழாளர்கள் செய்தியை வளர்த்தெடுக்கும் நிலை உள்ளது. அதே நேரத்தில்

தகவல்களின் பின்னணியை அலசி ஆராய்வதும், அவற்றின் நம்பகத் தன்மையை உறுதி செய்வதும் இதழாளர்களால் மேற்கொள்ளப் படுகிறது. ஆக, இதழாளர்கள் செயல்படும் விதம் மாறியிருக்கிறதே தவிர அடிப்படை கடமை மாறவில்லை.

செய்திகளைக் கண்டறிந்து வெளியிடுவது இன்று எல்லோருக்கும் சாத்தியமாகி இருக்கிறது. வலைப்பதிவாளர்களும், சமூக ஊடகங்களில் உலா வருபவர்களும் இதை செய்து வருகின்றனர். செய்திகளைக் கண்டறிவது என்பது செய்தி சேகரிப்பதன் ஒரு பகுதி மட்டுமே. அதை செய்பவர்களும் ஒருவிதத்தில் இதழாளர்கள்தான். ஆனால் செய்திகளைக் கண்டறிந்தபிறகு அல்லது தற்செயலாக செய்திக்கான பொறியைப் பெற்றபிறகு, அது தொடர்பான மேலதிக விவரங்களைச் சேகரிப்பது, பின்னணியை ஆய்வு செய்வது, செய்திக்கான கோணங்களைத் தீர்மானிப்பது, தொடர்புடைய தகவல்களைத் திரட்டுவது ஆகிய பணிகள் முக்கியமானவை. இவற்றை எல்லாம் செய்வதன் மூலம் செய்தியின் நம்பகத் தன்மையை உறுதி செய்யமுடியும். இவைதவிர ஒரு செய்தியை வெளியிடும் முன், அது ஏற்படுத்தக்கூடிய விளைவுகள் குறித்தும் யோசிப்பது அவசியம். சமூகத்தில் கொந்தளிப்பை ஏற்படுத்தக் கூடிய செய்தி எனில் அதற்கு உரிய கவனத்துடன் வெளியிட வேண்டும். அதற்கேற்ப தகவல்களை அணுகுவதோடு, செய்திக்கான மொழியிலும் கவனம் தேவை.

இதழாளர்கள் இவை எல்லாவற்றையும் செய்கின்றனர். செய்தி வெளியீட்டின் ஒவ்வொரு கட்டத்திலும், பொது நலனை அவர்கள் மனதில் கொண்டு செயல்படுகின்றனர். இதுவே இதழாளர்களுக் கான பிரதான அறமாக இருக்கிறது.

பயனாளிகளும் செய்தி வெளியீட்டில் எளிதாகப் பங்கேற்பது சாத்தியமாகியுள்ள நிலையில், இதழாளர்களின் இந்தப் பொறுப்பு முன் எப்போதையும்விட இப்போது முக்கியமாகிறது. இணைய இதழியலுக்கான முக்கிய அம்சமாக இது உருவாகி இருக்கிறது. செல்பேசி இதழியலுக்கு இன்னும் கச்சிதமாகப் பொருந்துகிறது.

சமூக ஊடகங்களில் வெளியாகும் அல்லது பரவும் தகவல்களை இதழாளர்கள் கவனித்து அவற்றை மேற்கொண்டு முறையாக வளர்த்தெடுப்பதும், அதைவிட முக்கியமாக வெளியாகும் தகவல்களை அலசி ஆராய்ந்து அவற்றில் சரியானவற்றைத் தேர்வு செய்து அடையாளம் காட்டுவதும் முக்கியமாகிறது. இந்தப் பணியை ஆங்கிலத்தில் கியூரேஷன் என்கின்றனர்.

இன்று தகவல்களைப் பெறுவது ஒரு பிரச்னை அல்ல. உண்மையில் மிகையாக தகவல்கள் குவிவதே பிரச்னை. திரும்பிய திசை எல்லாம் தகவல்களாக இருப்பதால், அவற்றைத் தொகுத்தளிப்பது மற்றும் பகுப்பாய்வது (கியூரேஷன்) இன்றியமையாததாகிறது. சமூக ஊடகங்களில் வெளியாகும் புகைப்படங்கள், மற்றும் வீடியோ பதிவுகளை ஆரம்ப ஆதாரமாக வைத்துக்கொண்டு அவற்றைப் பகுப்பாய்ந்து, வெளியீட்டிற்கு ஏற்றவை எனத் தீர்மானித்து, அதற்கேற்ப கூடுதல் தகவல்களுடன் பதிப்பிப்பது இதழாளர்களின் முக்கிய பணியாகி இருக்கிறது.

ஆக, செல்பேசி இதழாளர்கள் இரண்டு விஷயங்களை பிரதானமாகச் செய்யவேண்டும். வீடியோ உள்ளிட்ட பல்லூடக வடிவில் செய்திகளை மக்கள் எதிர்பார்ப்பதால், அவர்கள் நவீன செல்பேசியைக் கொண்டு தாங்கள் கண்டறியும் செய்தியை சிறந்த காணொலி கதையாக உருவாக்கவேண்டும். இதற்காகத் தேவைப்படும் இடங்களில் சமூக ஊடகங்களில் சாமானியர்கள் பகிரும் தகவல்களை அடிப்படையாகக்கொண்டு செயல்படவேண்டும். தேவை எனில் இதழாளர்கள் சாமானியர்களுடன் இணைந்தும் செயல்படவேண்டும்.

பல நேரங்களில் இதழாளர்கள் செய்தி சேகரிக்க களத்திற்குச் செல்லும் போது நடந்த சம்பவம் தொடர்பாக யாரேனும் செல்பேசி பதிவு செய்துள்ளனரா என்றே முதலில் விசாரிக்கத் துவங்கு கின்றனர். அவ்வாறு பதிவுகள் இருக்கும் பட்சத்தில் அவற்றை அடிப்படியாகக் கொண்டு செயல்படுகின்றனர். ஊடக நிறுவனங்களும்கூட, சாமானியர்கள் தாங்கள் சம்பவ இடத்தில் தற்செயலாக அல்லது திட்டமிட்டு எடுத்த காட்சிகளை இணையம் வாயிலாக பகிர்ந்து கொள்வதை ஊக்குவிக்கின்றன. இதை அடுத்த கட்டத்திற்குக் கொண்டு செல்லும் வகையில் இதழாளர்கள் சாமானியர்களுடன் இணைந்தே செய்திக்கதைகளை உருவாக் கலாம். சமூக ஊடகம் வாயிலாக, செய்திக்கான ஆதார எண்ணங் களைக் கோருவதோடு, கூடுதல் தகவல்களையும் பங்களிப்பையும் கோரலாம். இந்தக் கூட்டு முயற்சி செய்திக்கதைகளின் தன்மையை மேலும் செழுமையாக்கும்.

அதே நேரத்தில் இதழாளர்கள் திட்டமிட்டு உழைத்து நேர்த்தியாகவும், தரமாகவும் செய்திக்கதைகளை உருவாக்கலாம். சாமானியர்களுக்கு தற்செயலாக ஒரு காட்சியைப் பதிவு செய்வது எளிது. சில நேரங்களில் செய்தி நோக்கில் அவை போதுமானதாக வும் இருக்கலாம். ஆனால் ஒவ்வொரு பதிவையும் அதற்கே உரிய தரத்துடன் உருவாக்குவது என்பது சாமானியர்களிடம் எதிர்பார்க்க முடியாது. இதை இதழாளர்களே செய்யவேண்டும்.

இது இதழாளர்களுக்கான மிகப்பெரிய வாய்ப்பாகும். சமூக ஊடகங்கள் செய்திகளுக்கான புதிய மேடையாகி இருப்பது, ஒரு விதத்தில் சவாலாக அமைந்தாலும் இன்னொரு விதத்தில் மிகப்பெரிய வாய்ப்பாக அமைந்துள்ளது. கையில் இருக்கும் செல்பேசியில் பயனாளிகள் பல்லூடக உள்ளடக்கத்தை எதிர்பார்க்கின்றனர். இந்த எதிர்பார்ப்பே கண்ணில் படும் விஷயங்களையும், காதில் கேட்கும் விஷயங்களையும் சமூக ஊடகங்களில் பகிர வைக்கிறது.

எனவே ஊடகங்கள் நவீன பயனாளிகளை கவர விரும்பினால் அவர்களுக்கான உள்ளடக்கத்தை அவர்கள் விரும்பும் வடிவில் அளிக்கவேண்டும். செல்பேசி இதழியல் இந்தத் தேவையைப் பூர்த்தி செய்ய கைகொடுக்கிறது. அது மட்டும் அல்லாமல், உள்ளடக்கத்தை உருவாக்கியபிறகு அவற்றை வழக்கமான மேடைகளில் வெளியிடுவ தோடு கடமை முடிந்தது என நினைக்காமல், பயனாளிகளின் புதிய புழங்கிடமான சமூக ஊடகங்களிலும் அவற்றுக்கு உரிய வடிவில் வெளியிடவேண்டும்.

ஆக, ஒரு செய்தியை வரி வடிவில் மட்டும் வெளியிட்டால் போதும் என நினைக்காமல் அது தொடர்பான காணொலி வடிவையும் வெளியிடவேண்டும். இதற்கான இணைப்பையும், கூடுதல் தகவல்களையும் சமூக ஊடகங்களில் பகிர்ந்துகொள்ளவேண்டும். செய்தியின் தன்மையைப் பொருத்து, சமூக ஊடகங்களுக்கு என்றே உள்ளடக்கத்தை உருவாக்கியும் பகிர்ந்துகொள்ளவேண்டும். இதற்கு இக்காலத் தலைமுறையின் எதிர்பார்ப்பையும், சமூக ஊடகத் தன்மையையும் புரிந்துகொண்டு அதற்கேற்ப செயல்பட வேண்டும். உதாரணத்திற்கு வீடியோ எனில் அதன் அளவு நீளமாக இல்லாமல் குறைவாக இருப்பது முக்கியம். யூடியூப் காலத்தில் ஒரு நிமிடம் முதல் மூன்று நிமிட வீடியோவே ஏற்றதாகக் கருதப்படுகிறது. எனவே இந்தக் கால அளவிற்குள் செய்திக்கதையை அளிக்க வேண்டும்.

உள்ளடக்கத்திற்கான தேவை பெருகியிருப்பதால் இதழாளர்கள் தாங்களேகூட சொந்தமாக சிறிய நிறுவனம் துவக்கி செய்திக் கதைகளை வெளியிடலாம். இதற்கான உள்கட்டமைப்புத் தேவை சொற்பமானது. சுயேட்சையான ஊடகங்கள் உருவாக இது வழிவகுக்கும்.

செல்பேசி இதழியலும், சமூக ஊடகங்களும் இயல்பான கூட்டணியாக விளங்குவது இதழாளர்களுக்கும், இதழியலிலும், உள்ளடக்க உருவாக்கத்தில் ஆர்வம் கொண்டவர்களுக்கும் எல்லையில்லா வாய்ப்புகளுக்கான கதவுகளை அகலத் திறந்திருக்கிறது.

32

செல்பேசி இதழியல் இங்கே, இதழாளர்கள் எங்கே?

*செல்பேசி இதழியலின் சாத்தியங்களை களத்தில் உணர்ந்தவர் என்ற முறையில் அதன் தேவையை வலியுறுத்தி, இதழாளர்கள் இந்த இதழியல் முறையை அரவணைத்துக்கொள்ள வேண்டியதன் அவசியத்தை அழுத்தந்திருத்தமாக உணர்த்தும் வகையில் பெல்ஜியம் இதழாளரான நிக்கோலஸ் பெக்கட் (*Nicolas Becquet *) எழுதிய கட்டுரை:*

பாரீஸ் தாக்குதல்களுக்கு பிந்தைய ஊடக செய்தி வெளியீடு நீண்ட காலமாக நாம் அறிந்த விஷயத்தை நன்றாக வெளிச்சம் போட்டுக் காட்டியது: ஸ்மார்ட்போன்கள் ஒரு நிகழ்வை அவை நிகழும் போதே, எல்லா கோணங்களிலும் படம் பிடிக்க மகத்தானவை என்பதுதான் அது. இந்தப் புரட்சியில், இத்தகைய எளிதான செய்தி வெளியீட்டு முறையின் சாத்தியங்களை அறிந்திருந்தும்கூட, இதழாளர்கள் பின் தங்கியிருப்பதை அல்லது இல்லாமல் இருப்பதையும் இந்த நிகழ்வு உணர்த்தியது.

செல்பேசி பயனாளிகளுக்கு ஏற்ற செய்திகளை அளிக்கவேண்டும் என்பதில் செய்தி அறைகளில் இப்போது ஒத்த கருத்து ஏற்பட்டிருந்தாலும்கூட, ஸ்மார்ட்போன் சாதனத்தில் செய்திகளைத் தயாரிப்பது என்று வரும்போது நிலைமை வேறாக இருக்கிறது.

நான்கு ஆண்டுகளுக்கு முன் ஸ்மார்ட்போனில் வீடியோவை பதிவு செய்து எடிட் செய்வது என்பது கொஞ்சம் ரிஸ்க்கான பரிசோதனை.

ஆனால் இன்று தொழில்நுட்ப முன்னேற்றம் இதை மாற்றியுள்ளது. செல்பேசியின் செயல்திறன், 4ஜி சேவை, 4 கே வீடியோ, நீண்ட பேட்டரி, நேர்த்தியான செயலிகள், தொழில்முறை தரம், செல்பேசி விநியோகத்திற்கான பிரத்யேக கோப்பு முறைகள் ஆகியவை இதற்கு வழி செய்துள்ளன.

படம் பிடிப்பது, எடிட் செய்வது, நேரலை காட்சிகளை வெளியிடுவது ஆகியவை குழந்தை விளையாட்டாக ஆகியிருக்கிறது. இதற்கு குறைந்தபட்ச தயாரிப்பே தேவை. இருப்பினும், குறைந்தபட்சம் பிரெஞ்சு ஊடகத்திலேனும் இதற்கான உதாரணங்கள் குறைவாகவே உள்ளன.

(இந்தக் கருத்து இந்திய ஊடகங்களுக்கும் பொருந்தும் எனலாம்).

33

செல்பேசி இதழியல் என்றால் என்ன?

செல்பேசி இதழியல் என்பது, களத்தில் நடக்கும் நிகழ்வுகளை, எளிதாகவும், விரைவாகவும் படம் பிடித்து வெளியிட ஸ்மார்ட்போன்கள், செயலிகள், சமூக வலைப்பின்னல் சேவைகள் மற்றும் இணைய வசதி ஆகியவை இணைந்து அளிக்கும் வாய்ப்புகளைப் பயன்படுத்திக்கொள்வதாகும்.

ஸ்மார்ட்போன்கள் அளிக்கும் சுதந்திரம், கதைகளைச் சொல்ல புதிய வழிகளைக் கண்டடைய நம்முடைய படைப்பூக்கம் மற்றும் திறமைக்கு சவாலாக அமைகிறது. வழக்கமான வீடியோ பதிவுகள் துவங்கி, நிகழ்வுகளை சிறு பகுதிகளாக செய்தியாக்குவதுவரை மற்றும் நேரலை என செல்பேசி வடிவம் பலவிதமான வாய்ப்புகளை வழங்குகிறது.

மோஜோவின் மையமாக செல்பேசி விளங்கினாலும், கோ புரோ காமிரா, 360 கோண காமிரா மற்றும் டிரோன்களும் இதில் அடங்கும்.

செல்பேசி இதழியல் யாருக்காக? எப்போது பயன்படுத்தலாம்?

செய்தி நிகழ்வில், தங்கள் இருப்பை சாதகமாக்கிக்கொண்டு வீடியோ எடுக்க, படம் எடுக்க, ஒலிப்பதிவு செய்ய அல்லது நேரலை செய்ய விரும்புகிறவர்களுக்கானது செல்பேசி இதழியல். உள்ளூர் செய்தியாளர் முதல் வீடியோ இதழாளர்கள்வரை எல்லோரும் செல்பேசி இதழியலுக்கான சாதனங்களைப் பயன்படுத்திக் கொள்ளலாம்.

இதன் தரம் ?

செல்பேசி வைத்திருக்கும் இதழாளரால் தொலைக்காட்சி ஒளிபரப்பு தரத்திலான பதிவை உருவாக்க முடியாதுதான். ஆனால், இது நோக்கம் அல்ல. செல்பேசி இதழியல் என்பது அதிக செலவு இல்லாமல், லேசான கருவிகளுடன், ஒலி மற்றும் ஒளி சார்ந்த உள்ளடக்கத்தை உருவாக்க வழி செய்யும் சார்பு செயல்பாடாகும்.

ஆனால், சமீபத்திய ஐபோன், தொழில்முறை உபகரணங்கள், செயலிகள் ஆகியவை எந்தத் தொழில்முறை இயக்குனர் அல்லது ஆவணப்பட இயக்குனருக்கு கைகொடுக்கும்.

தொழில்நுட்பம் தயாராக இருக்கிறது. சரியான புரிதலுடன் இதைப் பயன்படுத்தினால் சிறப்பாக இருக்கும்.

34

கதை சொல்லும் கலை

'நீங்கள் ஓர் இதழாளர் என்றால் என்னிடம் ஒரு நல்ல கதையைக் காட்டுங்கள்' என்கிறார் ஸ்காட் ரென்ஸ்பர்ஜர். ஓர் இதழாளராக அவர் கதை சொல்லுதலைத்தான் முதன்மையாகக் கருதுகிறார். அதனால் தான் தன்னைப்போன்ற இதழாளர்களுக்கான செய்தியாக கதை சொல்லுங்கள் என வலியுறுத்துகிறார்.

ரென்ஸ்பர்ஜர், பல்வேறு விருதுகளை வென்ற பத்திரிகையாளர் மற்றும் தொலைக்காட்சி தயாரிப்பாளராக அறியப்படுகிறார். சிறந்த புகைப்பட கலைஞர் உள்ளிட்ட விருதுகளை வென்றுள்ளவர். கையில் காமிரா சாதனங்களை எடுத்துக்கொண்டு கதைகளுக்காக அலைந்து திரியும் 'ஒருநபர் படை'யாகத் திகழ்கிறார்.

செல்பேசி இதழியலுக்கான 'மோஜோகான்' மகாநாட்டில் பேசும் போதுதான் அவர் இவ்வாறு கூறியிருக்கிறார். என்னதான் தொழில்நுட்பம் வரட்டும், தயாரிப்புக்கான புதிய முறைகள் வரட்டும், இதழாளர்களைப்பொருத்தவரை கதைதான் எல்லாமும் என்கிறார் அவர்.

கதை சொல்லுதல்தான் உலகின் சக்தி வாய்ந்த விஷயம். அது சமூகத்தில் உள்ள புள்ளிகளை இணைக்கிறது என்று குறிப்பிடுகிறார்.

இங்கு கொஞ்சம் இடைவெளி எடுத்துக்கொண்டு கதை சொல்லுதல் பற்றிப் பேசியாகவேண்டும். கதை என்றால் என்ன? ஓர்

இதழாளருக்கும் கதைகளுக்கும் என்ன தொடர்பு? இதழாளர்கள் ஏன் கதை சொல்லவேண்டும் என்பது போன்ற கேள்விகள் எழலாம். கதை எனும்போது புனைவு என்று மட்டும் நினைத்துவிடக்கூடாது. சொல்லப்படும் எல்லாமே கதைகள்தான். பதிவு செய்யப்படும் எல்லாமே கதைகள்தான். உண்மையில் மனிதகுல வரலாறே கதைகள் மூலம்தான் சொல்லப்படலாயிற்று. எனவேதான், பத்திரிகைகளில் படிக்கும் செய்திகளும், காட்சி ஊடகங்களில் காணும் செய்திகளும், எல்லாமே அடிப்படையில் கதைகள்தான்.

பொதுவாக இதழியல் உலகில் செய்தியை அதிலும் குறிப்பாக புதிய பார்வைகொண்ட செய்திகள் கதைகள் என்றே குறிப்பிடப் படுகின்றன. இதற்குக் காரணம் அவை சுவாரஸ்யமாக இருப்பது மட்டும் அல்ல, உயிரோட்டமாக இருப்பதும்தான்.

இதழியல் அடிப்படை அம்சங்களை கச்சிதமாக விளக்கும் அமெரிக்கன் பிரஸ் இன்ஸ்டிடியூட் இணையதளம், ஒரு நல்ல கதைக்கான அம்சத்தை அழகாக விளக்குகிறது. எது வேண்டுமானாலும் செய்தியாக இருக்கலாம். ஆனால் எல்லாமே செய்தியாகச் சொல்லத் தகுதி வாய்ந்தவை அல்ல. ‘ஒரு செய்தியை செய்தியாகச் சொல்லும் தகுதிகொண்டதாக மாற்ற இதழாளர்கள் பின்பற்றும் சரி பார்த்தல் மற்றும் கதை சொல்லுதல் ஆகிய செயல்முறையே இதழியலாகும்.’

ஒரு நல்ல கதை என்பது தகவல் சொல்வதைவிட, குறிப்பிட்ட அந்தத் தலைப்பிற்கு மதிப்பைச் சேர்க்கிறது. உண்மையில் இதழியல் என்பதே ஒரு குறிக்கோளுடன் கதை சொல்லுதல் ஆகும். - https://www.americanpressinstitute.org/journalism-essentials/makes-good-story/

பின்னணி, நோக்கம், பல்வேறு கோணங்கள், சொல்லப்படாத விஷயங்கள், பொங்கும் உணர்வுகள் என பலவற்றைப் பேசுவதால் செய்திகளை குறிப்பாக கட்டுரை (காட்சி கட்டுரை) வடிவிலான செய்திகளை கதை என்று சொல்வதே பொருத்தமாக இருக்கும்.

அதிலும் குறிப்பாக மொபைல் போன் மூலம் செய்தி சேகரிப்பில் ஈடுபடும்போது சொல்லப்படும் விஷயங்களுக்கு இது இன்னும் கச்சிதமாக பொருந்தும். இதை எப்படி சரியாகச் செய்வது என்பதுபற்றித்தான் ரென்ஸ்பர்ஜர் பேசுகிறார். அவர் மொபைல் போனுக்கான கதை சொல்லல் பற்றி தனியே குறிப்பிடவில்லை. பொதுவாக காணொலி கதை சொல்லல் குறித்தே பேசுகிறார்.

ஒவ்வொரு நல்ல கதையும் உள்ளம், இதயம் அல்லது பர்சின்மீது தாக்கம் செலுத்தவேண்டும் என்கிறார் அவர். இதற்கு பெரிய

பட்ஜெட்டோ, அதிகப்படியான நவீன சாதனங்களோ தேவையில்லை என்கிறார் அவர். நன்றாக கதை சொல்லுவதற்கான தேவை எப்போதுமே இருந்துகொண்டிருக்கிறது, ஆனால், 4-கே திறன் கொண்ட காமிராவில் மோசமாக கதை சொன்னால் அது 4-கே காமிராவில் பதிவான குப்பைக்கதையாகத்தான் இருக்கும் என்கிறார்.

இதற்காக அதிகம் யோசிக்கவேண்டாம், உங்களை ஒரு பயண வழிகாட்டியாக நினைத்துக்கொண்டு ஓர் இடத்திற்குச் சென்று நிகழ்வதைப் பார்த்து, ஒவ்வொரு அம்சமாகத் தெரிந்துகொண்டு அவற்றை ஒன்றிணைத்துக்கொள்ளுங்கள் என்கிறார்.

அதி நவீன சாதனங்களும், செயலிகளும் குவிந்திருக்கும் நிலையில் இதழாளர்கள் தொழில்நுட்பவாதிகளாக மாறிவிடுவதில் ஆர்வம் காட்டாமல், பார்வையாளர்களுக்குத் தெரியாத தகவல்களைச் சொல்லுங்கள். அவர்கள் பார்த்திராத காட்சிகளைக் காட்டுங்கள் என்று மேலும் சொல்கிறார்.

சரி, எப்படி நன்றாகக் கதை சொல்வது? நல்ல கதை சொல்லுதலுக்கு நான்கு முக்கிய அம்சங்கள் தேவை என்கிறார் அவர். ஏய், நீங்கள், பாருங்கள் மற்றும் ஆகையினால் ('hey', 'you', 'see' and 'so') எனும் நான்கு அம்சங்கள்தான் அவை.

இதை அழகாக அவர் விளக்குகிறார். கதைக்கு மகத்தான ஆரம்ப காட்சி வேண்டும். அதன் பிறகு பார்வையாளர்களின் கவனத்தை ஈர்த்து, கதைகளின் அடுக்குகளை முன் வைத்துவிட்டு, கதையின் செய்தியைச் சொல்லவேண்டும்.

அமெரிக்காவின் நியூஆர்லியன்ஸ் நகரில் அவர் உருவாக்கிய காணொலி இதற்கான உதாரணமாக அமைகிறது.

ஆக, முதலில் நல்ல கதையைத் தேடுங்கள். அதை செல்பேசி மூலம் சொல்லுங்கள்.

கதைகளைத் தேடிச்செல்வதற்கான வழிகளையும் அவரே சொல்கிறார். ‘ஒன்றுக்கும் உதவாத கதைகளை நான் சொல்லச் செல்வதில்லை. முதலில் நல்ல கதைகளுக்காகத் தூண்டிலிடுகிறேன். எப்போதும் கதைகளைத் தேடிக்கொண்டிருக்கிறேன்’ என்கிறார்.

என்பிபிஏ இதழுக்காக ரென்ஸ்பர்ஜர் பற்றி பிபிசி செய்தியாளர் லாரா எல்லிஸ் எழுதிய கட்டுரையில், அவர் கதைகளை வேட்டையாடும் தன்மையை அழகாக விவரித்திருக்கிறார். ஒரு கதைக்கான கரு தகுதி வாய்ந்ததா என்பதை அவர் தீர்மானிக்கும் விதத்தைப்பார்த்தால் தங்க வேட்டை நடத்துவதுபோல இருக்கிறது எனக் குறிப்பிடுகிறார்

லாரா. நிறைய யோசனைகளை அசைபோட்டபடி, அவை தொடர்பான கேள்விகளைக் கேட்டு பரிசீலிக்கிறார். தான் எதிர்பார்க்கும் தங்கத் துகள் இல்லாவிட்டால், மனதில் இருந்த திட்டத்தைக் கைவிட்டு முற்றிலுமாக புதிதாகத் துவங்கவும் அவர் தயங்குவதில்லை. ஒரு நல்ல கதை என்றால் முதுகில் மயிர் கூச்செறியச் செய்யவேண்டும் என்பது அவரது எண்ணம். லண்டனில் டவர் பாலத்தைப் பராமரிக்கும் குழுவிடம் சென்றவர், சில நிமிடங்களில் ஐந்து பேரிடம் பேச்சுக் கொடுக்கத்துவங்கி விட்டார். பாலத்திற்கு என பூனை இருந்ததா? இதில் படுக்கையறை உண்டா? இது பற்றி யாருக்கு அதிகம் தெரியும்? அவசர காலம் என்றால் இதை முன் பக்கம் இருந்து இயக்கலாம் எனக் கேள்விப் பட்டேனே? என அவர் அடுக்கடுக்காகக் கேட்கிறார். இந்தக் கேள்விகளை எழுப்பும்போதே அவரது மயிர் கால்கள் தூக்கி நிற்பதை உணர முடிகிறது எனப் பாராட்டுகிறார் லாரா.

இந்தத் தன்மையே ரென்ஸ்பர்ஜரை மகத்தான கதை சொல்லியாக்கி இருக்கிறது. அவர் சொல்லும் காணொலி கதைகளைப் பார்த்தால் நாமும் இதை உணர்ந்துகொள்ளலாம்.

35

செல்போனில் எடுக்கப்படும் திரைப்படங்கள்

செல்போனிலே படம் எடுக்கலாம், வீடியோ எடுக்கலாம் என்பது அனைவராலும் ஏற்றுக்கொள்ளப்பட்டாலும், இவற்றின் பயன்பாடு என்று வரும்போது, வாய்ப்புகளைவிட வரம்புகள் அதிகம் என நினைப்பவர்கள் இல்லாமல் இல்லை. அதிலும் குறிப்பாக தொழில்முறை நோக்கில் பார்க்கும்போது, செல்போன் படங்களின் தரம் போதுமானதல்ல எனும் கருத்து பலரிடம் இருக்கலாம். வேறு வழியில்லை எனில் அல்லது அவசரமான சூழல்களில் செல்போனில் படம் எடுத்துப் பயன்படுத்தலாம், ஆனால் நேர்த்தியான படங்கள் எடுக்கவேண்டும் எனில், மேம்பட்ட டிஜிட்டல் காமிராக்கள் தேவை என தொழில்முறை வல்லுனர்கள் நம்புகின்றனர். இதழாளர்களும் இதில் அடக்கம்.

பாக்கெட்டில் செல்போனை மட்டும் வைத்துக்கொண்டு செய்தி சேகரிக்கச் செல்லலாம் எனும் சாத்தியத்தை பெரும்பாலான இதழாளர்கள் இன்னமும் முழுமனதுடன் ஏற்றுக்கொள்ளவில்லை. இந்தக் கையடக்கச் சாதனத்தின் பால் அவர்களுக்குப் பலவித மனத்தடைகள் இருக்கின்றன. அதில் முக்கியமானது, செல்போன்கள் தொழில்நுட்ப நோக்கில் எவ்வளவு தொலைவு முன்னேறி வந்து விட்டது என்பதை அவர்கள் உணராமல் இருப்பதுதான்.

இதழியலில் செல்போன் பயன்பாட்டைப்பொறுத்தவரை அவர்கள் இன்னமும் பழைய காலத்திலேயே இருக்கின்றனர்.

காமிராபோன்கள் அறிமுகமான காலத்தில், செல்போனில் படம் எடுக்கக்கூடிய வாய்ப்பு நல்ல வாய்ப்பாக உணரப்பட்டாலும், அவற்றின் தரத்தில் போதாமை இருந்தது. எனவே, செய்தி நோக்கில் மட்டுமே செல்போன் படங்களைப் பயன்படுத்தினர். மற்ற படங்களில் போனில் எடுக்கப்பட்ட படங்களைப் பார்த்துவிட்டு, பிக்சல் போதாது என நிராகரிக்கும் பழக்கம் பரவலாக இருந்தது. ஒரு படம் எதிர்பார்த்த தரத்தில் இல்லை என்றால், 'செல்லில் எடுத்த படமா?' என இகழ்ச்சியுடன் கேட்கும் போக்கு இதழாளர்களிடம் காணப்பட்டது.

அதிலும், புகைப்பட கலைஞர்களைப் பொறுத்தவரை, செல்போன் காமிராவை பிரதான காமிராவாக ஏற்றுக்கொள்வது என்பது நடக்க இயலாத செயலாகவே கருதப்படுகிறது. பத்தாண்டுகளுக்கு முன் செல்போன் காமிராக்களின் தரம் இதற்கு முக்கிய காரணம். அதன் பிறகு செல்போன் காமிராக்களின் தரம் மேம்பட்டுவிட்டாலும், எல்லோர் கையிலும் செல்போன் இருப்பதும், பார்க்கும் இடங்களில் எல்லாம் பலரும் செல்போன் காமிராவை கொண்டு படம் பிடிப்பதும் கூட, இதன்மீது ஒரு அலட்சியம் வரக் காரணமாக இருக்கலாம்.

புகைப்பட ரோலில் இருந்து டிஜிட்டல் காமிரா மாற்றத்திற்குக்கூட புகைப்பட கலைஞர்கள் பழகிவிட்டனர். ஆனால் செல்போன் இன்னமும் அவர்களால் அங்கீகரிக்கப்படாமலே இருக்கிறது. செல்போன் படங்கள், புகைப்படக்கலை அல்ல என முன்னணி புகைப்பட கலைஞர்கள் அழுத்தந்திருத்தமாகக் கூறுவதை எதிர்கொள்ளலாம். இந்தியாவின் மிகச்சிறந்த புகைப்பட கலைஞர்களில் ஒருவராக கருதப்படும் ரகு ராய், டெலிகிராப் நாளிதழ் பேட்டியில், செல்போன் காமிராவில் படம் எடுப்பதற்கான குறிப்புகள் பற்றிக் கேட்கப்பட்டதற்கு, 'உங்களால் முடியும் என்றால் ஒரு முறையான காமிரா வாங்குங்கள். இதில் தரம் மிக மோசமாக இருக்கிறது' என பதில் அளித்திருக்கிறார். இதன் தரம், பிக்சல்கள் பெரிய மற்றும் கண்காட்சி அளவு படங்களை அச்சிட ஏற்றது அல்ல என அவர் கூறுகிறார்.

ஜெர்மனியைச் சேர்ந்த புகைப்பட கலைஞரான விம் வெண்டர்ஸ், பிபிசி நிறுவனத்திற்கு அளித்த பேட்டியில், ஐபோனில் எடுக்கப்படும் படங்கள் புகைப்படங்களே அல்ல எனக் கூறியிருக்கிறார். செல்போனில் எடுக்கும் படங்களை எடுத்தவர் உள்ளிட்ட யாருமே பார்ப்பதில்லை என்பது உள்ளிட்ட மூன்று காரணங்களை அவர் கூறியுள்ளார்.

ஆனால், இன்னொரு பக்கத்தில் செல்போனில் படம் எடுக்கும் ஆற்றலை உணர்ந்து அதை சிறப்பாகப் பயன்படுத்திக்கொள்ளும் புகைப்பட கலைஞர்களும், தொழில்முறை வல்லுனர்களும் அதிகம் பேர் உள்ளனர். அதிலும் குறிப்பாக ஐபோனில் படம் எடுப்பதற்கு மாறி தங்களுக்கு என தனிப்பாதை வகுத்துக்கொண்டுள்ள புகைப்பட கலைஞர்கள் பலர் இருக்கின்றனர். செல்போன் படங்கள் குறித்து விமர்சிப்பவர்கள் இவர்கள் எடுத்த படங்களைப் பார்த்துவிட்டுப் பேச வேண்டும்.

இவ்வளவு ஏன், ஐபோனில் படம் எடுப்பவர்களை 'ஐபோன்கிராபர்' என்று குறிப்பதும், இந்தப் படங்களை 'ஐபோனோகிராபி' எனக் குறிப்பிடுவதும் வழக்கமாக இருக்கிறது. கூகுளில் ஐபோன் + புகைப்படக் கலைஞர்கள் என ஆங்கிலத்தில் தேடினால், ஐபோன் புகைப்படக் கலைஞர்களில் புகழ் பெற்றவர்கள் பட்டியலிடப்படு வதைப் பார்க்கலாம். இவர்களில் பலர், புகைப்பட பகிர்வு சேவையான இன்ஸ்டாகிராமில் கலக்கிக் கொண்டிருப்பவர்கள்.

செல்போனின் கையடக்கத்தன்மையும், அது அளிக்கும் வசதியும் படம் எடுப்பதில் புதிய சுதந்திரத்தை அளிப்பதாக இவர்கள் உணர்கின்றனர். மேலும் எப்போதும் உடன் இருக்கும் தன்மை காரணமாக, முந்தைய வரம்புகள் இல்லாமல் படம் எடுக்க முடிவதாகவும், செல்போனில் படம் எடுத்து வரும் பலரும் கூறுகின்றனர்.

இத்தகைய உதாரணங்களை அடுக்கிக்கொண்டே போகலாம். இவற்றை எல்லாம் மீறி, இன்னமும் செல்போன் படங்களின் தரத்தை ஏற்றுக்கொள்ள தயக்கம் இருந்தால், மூன்று முக்கிய போக்குகளைத் தெரிந்துகொள்ளவேண்டும். நவீன செல்போன்கள் கொண்டு எடுக்கப்படும் படங்கள் பத்திரிகைகளின் அட்டைப் படங்களை அலங்கரிக்கத் தொடங்கியிருக்கின்றன என்பது முதல் போக்கு என்றால், செல்போனில் தரமான செய்திப் படங்கள் எடுக்கப்பட்டு வருகின்றன என்பது இரண்டாம் போக்கு. மூன்றாவது போக்கு இன்னும் சற்று நம்ப முடியாதது! செல்போனிலேயே திரைப்படங்கள் எடுக்கப்படுகின்றன என்பதுதான் அது!!

இந்த மூன்று போக்குகளுக்கான முக்கிய உதாரணங்களைப் பார்க்கலாம்:

- அமெரிக்க புகைப்படக் கலைஞர் பென் லோவி, மோதல்களைப் படம் பிடிப்பதில் வல்லவராகக் கருதப்படு கிறார். சிரியா, ஆப்கானிஸ்தான், லிபியா, ஈராக் உள்ளிட்ட

பிரச்னை பூமிகளில் அவர் படம் எடுத்திருக்கிறார். 2010களில் ஐபோன் 4 எஸ் கொண்டு படம் எடுக்கத் தொடங்கியவரின் புகைப்படம் புகழ் பெற்ற டைம் இதழின் அட்டைப்படத்தை அலங்கரித்திருக்கிறது. சூறாவளி பாதிப்பு தொடர்பாக அவர் எடுத்த புகைப்படம் 2012ல் டைம் இதழின் அட்டைப்படத்தில் வெளியானது. தொடர்ந்து செல்போன் படங்களை பயன்படுத்தி வரும் டைம் இதழ், 2017 ல் லூயிசா டார் எனும் புகைப்படக் கலைஞர் எடுத்த படங்களை தன் அட்டைப்பட கட்டுரைக்குப் பயன்படுத்திக்கொண்டது. சாதனைப் பெண்மணிகளை கௌரவிக்கும் 12 அட்டைப்படங்களை அவர் எடுத்திருந்தார்.

அதேபோல, பென் பிலிப்ஸ் எனும் புகைப்படக் கலைஞர், சிலி நாட்டின் பிரபல கால்பந்து நட்சத்திரம் அலெக்சி சான்சை, வாழ்வியல் பத்திரிகை ஒன்றுக்காக செல்போனில் அட்டைப்படம் எடுத்துத் தந்து அவை அட்டகாசமாக வெளியாகி இருக்கிறது.

- செல்போன் மூலம் வீடியோ எடுக்கும் ஆற்றலைக் கொண்டு ஆவணப்படங்களை இயக்குவது அதிகரித்து வருகிறது. இந்த வகையில் குறிப்பிடத்தக்க முயற்சிகள் சில: தி பெயிண்டர் ஆப் ஜெலுசி (The Painter of Jalouzi). – ஹைத்தியில் உள்ள குடிசைப்பகுதியான ஜெலுசியில், அந்த இருப்பிடத்தை வண்ணமயமாக மாற்றி இரண்டு ஓவியர்கள் பற்றி விவரிக்கும் இந்த ஆவணப்படம் டேவிட் டார்க், பிரைன் மூசரால் ஐபோனில் எடுக்கப்பட்டது.

வீடியோவுக்கான இணைப்பு: youtu.be/Eyr9NwyszNY

சாங்ஸ் ஆப் டிபைன்ஸ் (Syria: Songs of Defiance) - சிரியாவில் அந்நாட்டு அரசுக்கு எதிரான மக்கள் போராட்டம் தொடர்பாக அல்ஜசிரா தொலைக்காட்சியால் எடுக்கப்பட்டது. சிரியாவில் சர்வதேச செய்தியாளர்கள், குறிப்பாக அல்ஜசிரா செய்தியாளர் கள் அனுமதிக்கப்படாத நிலையில் அதன் செய்தியாளர்கள் தங்களை வெளிப்படுத்திக்கொள்ளாமல் செல்போன் காமிரா கொண்டு, மக்கள் எழுச்சியை படம் பிடித்து வெளியிட்டனர்.

வீடியோவுக்கான இணைப்பு: youtu.be/VnvPXspjLtU

டைம் டு ரிவஞ்ச் (Time to revenge) - ஸ்பெயின் நாட்டு தொலைக்காட்சி செய்தியாளர் லியோனார் சவுரேஸ் (Leonor

Suarez) அந்நாட்டின் உள்நாட்டு போரில் பங்கேற்ற 97 வயது வீரரின் வாழ்க்கையைச் சித்தரிக்கும்வகையில் எடுத்த ஆவணப்படம். ஐபோனில் எடுக்கப்பட்டது. சவுரேஸ் பொலிவிய நாட்டில் உள்ள சுரங்கங்களில் நிலவும் ஆபத்தான சூழலை செல்போனில் படம் எடுத்து வெளியிட்ட 'இன்சைட் போடோசி மைன்ஸ்' ஆவணப்படம், அவருக்கு சிறந்த செல்பேசி இதழாளர் விருதைப் பெற்றுத்தந்தது.

வீடியோவுக்கான இணைப்பு: youtu.be/XgfwfmzcjAU

தி கலெக்டர்ஸ் (The Collectors) – அயர்லாந்து நாட்டு தொலைகாட்சியான ஆர்.டி.இ செய்தியாளர் எலினார் மேனியன் (Eleanor Mannion) இயக்கிய ஆவணப்படம். சேகரிப்பாளர்களை மையமாகக்கொண்ட இந்த ஆவணப் படம் ஐபோனில் எடுக்கப்பட்டு, தொலைக்காட்சியில் முக்கிய நிகழ்ச்சியாக ஒளிபரப்பானது.

வீடியோவுக்கான இணைப்பு: twitter.com/i/status/754003338518298624

- செல்போனில் முழு நீள திரைப்படங்களை எடுக்கலாம் என பலர் உணர்த்தியுள்ளனர். ஆலிவ் (www.olivethemovie.com) – அமெரிக்க இயக்குனர் ஹூமன் கலிலி (Hooman Khalili) இயக்கிய இந்தப் படம் 2011ல் வெளியானது. ஸ்மார்ட்போனில் எடுத்து வெளியான முதல் திரைப்படம் என இது பரவலாகக் குறிப்பிடப் படுகிறது. நோக்கியா என் 8 போனில் படமாக்கப்பட்டது. சர்ச்சிங் பார் தி சுகர்மேன் (Searching for Sugar Man) செய்திப் படமும் இதே காலகட்டத்தில் எடுக்கப்பட்டது. இதேபோல தென்கொரிய இயக்குனர் பார்க் சான் வூக், பரன்பன்சங் (Paranmanjang) எனும் படத்தை ஐபோனில் இயக்கியிருக்கிறார். டான்கரைன் திரைப்படம் ஐபோனில் எடுக்கப்பட்ட சுயேட்சை படவிழாவான சண்டான்ஸ் படவிழாவில் எடுக்கப்பட்டு பரவலாக கவனத்தை ஈர்த்தது. முன்னணி இயக்குனரா ஸ்டிவன் சோடர்பெர்க் அன்சீன் எனும் படத்தை அண்மையில் ஐபோனில் இயக்கியிருக்கிறார்.

36

லைவ் ஸ்டீரிமிங் குறிப்புகள்

பெரிஸ்கோப் செயலி, பேஸ்புக் லைவ் உள்ளிட்ட சேவைகள் மூலமே லைவ் ஸ்டீரிமிங் முறையில் ஸ்மார்ட்போனில் இருந்து நேரடி ஒளிபரப்பு செய்யலாம். செய்தியாளர்கள் முதல் சாமானியர்கள் வரை லைவ் ஸ்டீரிமிங் வசதியை பயன்படுத்தலாம் என்றாலும், நேரடி ஒளிபரப்பை தீர்மானிக்கும் முன் கவனத்தில்கொள்ளவேண்டிய முக்கிய விஷயங்களை சமூக ஊடகப் பயிற்சியாளரும் பிபிசி செய்தியாளருமான சுவே லிவெல்லன் (Sue Llewellyn) பட்டியலிடுகிறார்.

பாதுகாப்பு

ஸ்டீரிமிங் செய்யத் தீர்மானிக்கும்முன் பாதுகாப்புதான் முக்கியம். ஸ்டீரிமிங் செய்பவர்கள் தங்களையும், நேயர்களையும் ஆபத்தில் ஆழத்தும் விஷயங்களில் ஈடுபடக்கூடாது. ஸ்டீரிமிங் செய்யும்போது, நேயர்களுடன் உரையாடுவது மற்றும் பின்னூட்டங்களுக்கு பதில் அளிப்பதில் ஈடுபட்டிருக்கும்போது சூழலில் நிகழ்பவற்றை கவனிக்க முடியாமல் போகலாம். குழுவாக பணியற்றும்போது சக உறுப்பினர் கள் என்ன நடக்கிறது என அறிந்து எச்சரிக்கும் வாய்ப்புள்ளது. தனியே செயல்படும்போது அதிக கவனம் தேவை. இருப்பிட தகவலை காண்பிப்பதையும் தவிர்க்க வேண்டும்.

பிரைவஸி

கையில் செல்பேசி காமிரா இருப்பதாலேயே எல்லா காட்சிகளையும் படம் எடுத்துவிட முடியாது. மற்றவர்களின் தனியுரிமையை மதிக்க வேண்டும். குறிப்பாக சிறுவர்கள், சிறுமியர்களை படம் பிடிக்க

வேண்டும் எனில் எழுத்து பூர்வமான அனுமதி பெற வேண்டியிருக் கலாம். ஸ்டீரிமிங் செய்யும் முன் இது சம்பந்தப்பட்டவர்களின் தனி உரிமையை மீறாமல் இருக்குமா என யோசிக்கவேண்டும்.

அறம்

எந்தச் சூழலில் இருந்து ஸ்டீரிமிங் செய்கிறோம் என்பது முக்கியம். பார்வையாளர்கள் எதைப் பார்க்கின்றனர் என்பதை ஸ்டீரிமிங்கில் கட்டுப்படுத்த முடியாது என்பதால் மிகவும் கவனமாக இருக்க வேண்டும். அதிர்ச்சி அளிக்கும் ஒரு விஷயத்தை நாம் பார்க்க வாய்ப்பு கிடைத்ததால் மட்டுமே அதை ஸ்டீரிமிங் செய்ய வேண்டுமா என கேட்டுக்கொள்ளவேண்டும். உடனடி செய்தி வெளிப்படும் நேரங்களில் ஸ்டீரிமிங் செய்ய நினைப்பது இயல்பு என்றாலும் அடுத்த காட்சி என்னவாக இருக்கவேண்டும் என்பதை இதழாளர்கள் யோசிக்க வேண்டும்.

காப்புரிமை

ஸ்டீரிமிங் செய்யும்போது எதிர்பாராதவிதமாக காப்புரிமை பிரச்னை களும் வரலாம். கேள்வி பதில் நிகழ்ச்சியின்போது பின்னணியில் தற்செயலாக ஒலிக்கும் இசை காப்புரிமை சிக்கலை உண்டாக்கலாம்.

டிரால்ஸ்

இணையத்தில் எதற்கெடுத்தாலும் கருத்து கூறுபவர்கள் இருக்கின்றனர். இவர்கள் பின்னூட்டங்களின் மூலம் தாக்குதல் நடத்தலாம். ஒரு சிலர் ஒலி சரியாகக் கேட்கவில்லை எனும் புகார் தெரிவிப்பது வழக்கம் என்றாலும், மோசமான தாக்குதலுக்கு இலக்கான அனுபவம் பெண் இதழாளர்கள் பலருக்கு இருக்கிறது. எனவே கவனம் தேவை.

மதிப்பு

ஸ்டீரிமிங் செய்யும்போது ஏதேனும் எதிர்பாராதவிதமாக நடந்தால் அது மதிப்பை பாதிக்கலாம். இது காப்புரிமை அல்லது அறம் சார்ந்த சிக்கலாகத்தான் இருக்கவேண்டும் என்றில்லை. மோசமான தரத்திலான ஒளிபரப்பும் பாதிப்பை ஏற்படுத்தலாம்.

உணர்வுகள்

அதிர்ச்சி தரும் காட்சிகளை ஸ்டீரிமிங் செய்வதன் மூலம் பார்வையாளர்களை மனதளவில் பாதிக்கும் வாய்ப்புள்ளதை நினைவில்கொள்ளவேண்டும். அதிலும் இத்தகைய காட்சிகளை எதிர்பாராமல் பார்க்கும்போது பாதிப்பு தீவிரமாக இருக்கும்.

37

செல்பேசி இதழியல் குறித்து மேலும் அறிய...

இதழாளர்களுக்கான கருவிகள்: மிகச்சிறந்த இதழியல் வழிகாட்டித் தளங்களில் ஒன்றான ஜர்னலிசம்.கோ.யூகே தளத்தின் வழிகாட்டி பட்டியல். செல்பேசி இதழியல் உள்ளிட்ட இதழியலுக்கான கருவிகளும் சாதனங்களும் பட்டியலிடப்பட்டுள்ளன:

https://www.journalism.co.uk/news/a-collection-of-tools-and-resources-for-journalists-from-2014/s2/a563429/

மோஜோ வழிகாட்டி: செல்பேசி இதழியலுக்கான எளிய வழிகாட்டி. செல்பேசி இதழியலின் அடிப்படை அம்சங்களை விளக்கும் எளிய பாடங்கள்:

http://www.mojo-manual.org/

ஸ்மார்ட்போன் பள்ளி: செல்பேசி இதழியல் பயிற்சியாளர்களில் ஒருவராகக் கருதப்படும் ராப் மாண்டோகோமரியின் செல்பேசி இதழியல் பயிற்சி இணையதளம்:

https://smartfilmschool.zenler.com/courses/smart-film-book-chapter-videos

மோஜோ நுணுக்கங்கள்: செல்பேசி இதழியலுக்கான அடிப்படை நுணுக்கங்களைப் பட்டியலிடும் பதிவு. அறிமுகம் முதல் கருவிகள் வரை பயனுள்ள குறிப்புகளைக் காணலாம்:

https://medium.com/jamlab/how-to-do-a-mojo-story-6757a10159cc

மோஜோ அறிமுகம்: செல்பேசி இதழியல் தொடர்பான எளிய அறிமுகம். வரலாறுமுதல் நுணுக்கங்கள்வரை எல்லாம் சுருக்கமாக:

www.shoulderpod.com/mobile-journalism

மோஜோ வழிகாட்டி: செல்பேசி இதழியல் தொடர்பான நடைமுறை பயிற்சிக் கையேடு:

http://mobileandsocialmediajournalism.com/

மோஜோ வீடியோ: செல்பேசி இதழியல் பயிற்சியாளர்களில் ஒருவரான யூசப் உமரின் வழிகாட்டி வீடியோ:

www.youtube.com/watch?v=mKMC1xGG8p8

செல்பேசி இதழியல் தொடர்பான அல்ஜசிரா கையேடு:

https://institute.aljazeera.net/sites/default/files/2018/mobile% 20 journalisn%20english.pdf

ஸ்மார்ட் மோஜோ: செல்பேசி இதழியல் தொடர்பான கட்டுரைகளுக்கான வழிகாட்டி:

https://gijn.org/mobile-journalism-guide-how-to-get-your-mojo-workin/

செல்பேசி இதழியல் பயன்கள்: செல்பேசி இதழியல் பயன்பாடு தொடர்பான ராய்டர்ஸ் நிறுவன ஆய்வுக்கட்டுரை:

reutersinstitute.politics.ox.ac.uk/sites/default/files/2017-09/Karhunen%2C%20Accessibility%20and%20Mobile%20Journalism.pdf

சாதனையாளர்கள்: செல்பேசி இதழியலில் சிறந்து விளங்கும் முக்கிய ஆளுமைகள் பற்றிய அறிமுகம்:

https://ijnet.org/en/story/profiles-mobile-journalism-bringing-mojo-newsroom

வரலாறு: செல்பேசி இதழியல் வளர்ச்சி மற்றும் நுணுக்கங்களை விவரிக்கும் கையேடு:

https://keralamediaacademy.org/wp-content/uploads/2015/02/The-mobile-journalist.pdf

https://ijnet.org/en/story/profiles-mobile-journalism-defining-new-storytelling-language

ஆன்லைன் இதழியல்: நவீன இதழியல் தொடர்பான வலைப்பதிவு:

https://ijnet.org/en/story/profiles-mobile-journalism-defining-new-storytelling-language

இணைப்புகள்

- https://www.poynter.org/news/how-newspapers-lost-their-mojo
- http://www.washingtonpost.com/wp-dyn/content/article/2006/12/03/AR2006120301037.html
- https://www.theguardian.com/media/pda/2007/oct/23/reutersmojoexperimentswit
- International News in the Digital Age: East-West Perceptions of A New World
- https://charman-anderson.com/2007/11/27/reuters-nokia-mobile-journalism-toolkit-and-mindset/
- https://www.poynter.org/news/new-mexico-reporter-uses-iphone-qik-broadcast-live-story
- https://onlinejournalismblog.com/2017/09/28/twan-spierts-mobile-journalism-tips/
- https://www.frontlineclub.com/mobile_phones_reporting_in_your_pocket/
- https://advancingthestory.wordpress.com/2007/11/15/pocket-journalism-via-smartphone/
- http://mediashift.org/2007/11/pocket-journalism-takes-more-than-stylish-iphones317/
- http://videoreporter.blogspot.in/2007/10/reuters-and-nokia-find-their-mojo-with.html
- https://billgentile.com/news/defining-backpack-journalism-again/

- http://news.bbc.co.uk/2/hi/technology/3991775.stm
- http://videoreporter.blogspot.in/2007/10/reuters-and-nokia-find-their-mojo-with.html
- https://www.journalism.co.uk/news/how-to-get-started-in-mobile-journalism/s2/a564666/
- https://www.rjionline.org/stories/five-mobile-journalism-basics-to-remember
- http://www.mulinblog.com/five-shot-sequence-tutorial-and-example/
- https://www.poynter.org/news/how-journalists-can-improve-video-stories-shot-sequences
- http://matthias-suessen.de/2017/04/michael-rosenblums-five-shot-method-for-meaningful-video-sequences/
- https://books.google.co.in/books?id=VE8PDQAAQBAJ&pg=PT156&lpg=PT156&dq=five+shot+rule&source=bl&ots=KDJItwxUx0&sig=TrOku7_javUkO43UpdTULJJEvk&hl=en&sa=X&ved=0ahUKEwiNysPju9LYAhUGRY8KHbRiDng4ChDoAQg_MAQ#v=onepage&q=five%20shot%20rule&f=false
- http://www.videoeditingsage.com/basic-video-production-terms-shot-scene-sequence.html
- http://convergence.journalism.missouri.edu/?p=8169
- https://blog.verifeyemedia.com/an-introduction-to-mobile-journalism-mojo-a99fb9b89d2b
- http://www.mulinblog.com/sequence-variety-shooting-in-video-storytelling-a-curation-of-tips-and-example
- https://www.poynter.org/news/8-essential-skills-anchors-any-journalist-covering-breaking-news
- https://smartphones.gadgethacks.com/how-to/capture-breaking-news-video-your-cell-phone-279246/
- https://www.frontlineclub.com/get_your_mojo_working/
- http://onmedia.dw&akademie.com/english/?p=4649
- http://www.multimediatrain.com/going-mobile-mobile-extras/
- http://withhearts.co/learn/
- http://www.emotiondaily.com/mobile-photography-tips-for-beginners/

- https://www.bhphotovideo.com/explora/mobile/news/8-tips-mobile-photography-experts-plus-their-favorite-apps
- http://www.ojr.org/forget-the-backpack-pocket-journalism-is-coming/
- http://mediashift.org/2012/03/how-one-reporter-ditched-his-laptop-and-covered-a-conference-with-an-iphone-ipad065/
- https://www.journalism.co.uk/news/how-an-rt%C3%A9-mobile-journalist-covered-ireland-by-bike-using-his-iphone-and-a-set-of-wheels/s2/a706719/
- https://www.rte.ie/lifestyle/living/2017/0609/881449-cian-mccormack-is-back-on-his-bike-for-morning-ireland/ @cian_mccormack
- https://eltalleraudiovisual.com/mojo-interview-glen-mulcahy-33/
- http://itsalljournalism.com/128-mobile-journalism-gets-mojo/
- http://www.shoulderpod.com/journal/2016/12/22/glenmulcahy
- http://faduda.net/articles/social/mojocon-journalism-by-mobile/
- https://medium.com/@ebenezarwikina/the-stroll-glen-mulcahy-talks-about-his-life-mojocon-and-shares-tips-for-young-journalists-3fc1aad0bcd4
- http://www.imakesense.org/blog/mobile-journalism-and-iphone-documentaries
- https://www.journalism.co.uk/news/long-form-mobile-journalism-one-reporter-produced-an-entire-documentary-using-mobile/s2/a681439/
- https://www.journalism.co.uk/news/how-mobile-journalism-can-get-reporters-closer-to-the-story/s2/a694025/
- http://www.bbc.co.uk/blogs/collegeofjournalism/entries/e55e5c56-805c-4f41-9dc2-63ad27660844
- https://www.journalism.co.uk/news/five-examples-of-iphone-journalism-from-bbc-5-live-s-nick-garnett/s2/a551533/
- https://imagejunkies.net/2017/10/30/talking-gimbals-mojo-and-travel-tips-with-the-bbcs-nick-garnett/
- https://www.newsrewired.com/2012/12/06/iphones-the-only-tool-a-journalist-needs/

- http://journalism-now.co.uk/from-radio-journalism-to-digital-first-qa-with-nick-garnett-bbc-radio-5-live/
- http://ijnet.org/en/blog/profiles-mobile-journalism-defining-new-storytelling-language
- http://mediashift.org/2015/04/lessons-learned-after-5-years-of-iphone-reporting-for-radio/
- https://iphonereporting.com/page/2/?s=mobile
- http://ajr.org/2013/12/23/age-iphone-reporting/
- https://www.theguardian.com/media/2015/sep/13/periscope-app-syrian-refugees-bild
- https://www.journalism.co.uk/news/how-two-bbc-journalists-filmed-a-news-package-for-television-with-a-smartphone/s2/a689934/
- http://www.bbc.co.uk/blogs/academy/entries/09d85022-173c-4f2e-ae13-ea32d1fca876
- http://dougalshaw.com//
- https://www.journalism.co.uk/news/kit-and-advice-for-shooting-and-editing-with-a-smartphone/s2/a716990/
- https://www.journalism.co.uk/news/mobile-journalism-has-great-potential-but-where-are-the-journalists-/s2/a594525/
- https://www.journalism.co.uk/news/why-storytelling-is-still-everything-despite-new-journalism-tools-and-technology/s2/a634299/
- https://www.telegraphindia.com/culture/people/instagram-is-a-disease-photographer-raghu-rai/cid/1684697
- https://9to5mac.com/2018/08/02/iphone-photography-not-photography/
- https://www.journalism.co.uk/news/the-spectre-of-streaming-7-issues-to-consider-before-going-live-from-your-phone/s2/a633195/
- *எடிட்டிங் செயல்முறைபற்றி விரிவாக அறிய: Editing on a Smartphone; MOJO: The Mobile Journalism Handbook* by Stephen Quinn, Ivo Burum
- *சுப்ரன்ஷு சவுத்ரி பற்றி அறிய:* https://news.nationalgeographic.com/news/innovators/2014/06/140617-shubhranshu-choudhary-india-maoists-citizen-journalism/

- *யூசுப் உமர் பற்றி மேலும் அறிய:* https://medium.com/jamlab/innovator-q-a-yusuf-omar-on-mojo-and-hashtag-our-stories-90cf17d9051d

  https://www.facebook.com/hashtagourstories/

  https://twitter.com/YusufOmarSA

---

www.ingramcontent.com/pod-product-compliance
Lightning Source LLC
LaVergne TN
LVHW090331051026
849518LV00005B/1938